நீதிநூற் களஞ்சியம்

1. ஆத்திசூடி
2. கொன்றைவேந்தன்
3. வெற்றிவேற்கை (நறுந்தொகை)
4. உலகநீதி
5. வாக்குண்டாம் (மூதுரை)
6. நல்வழி
7. நன்னெறி
8. நீதி வெண்பா
9. நீதிநெறி விளக்கம்

விளக்கவுரையாசிரியர்:

'சிவத்தமிழ்ச் செல்வர்', 'செந்தமிழ்ச் செல்வர்'

புலவர் பி.ரா. நடராசன்

சங்கர் பதிப்பகம்

15/21, டீச்சர்ஸ் கில்டு காலனி,

இராஜாஜி நகர் விரிவு,

வில்லிவாக்கம், சென்னை-600 049.

தொலைபேசி: 26502086

நீதிநூற் களஞ்சியம்

உரை: புலவர் பி.ரா. நடராசன்
கைபேசி : 7708297160

முதல் பதிப்பு	:	2022
விலை	:	₹ **240/-**
பதிப்பாளர் முகவரி	:	சங்கர் பதிப்பகம், 15/21, டீச்சர்ஸ் கில்டு காலனி, 2வது தெரு, இராஜாஜி நகர் விரிவு, வில்லிவாக்கம், சென்னை-49. தொலைபேசி: 26502086
மொத்தப் பக்கங்கள்	:	240
ஒளி அச்சு மற்றும் முன் அட்டை வடிவமைப்பு	:	சு. அசோக்குமார்
அச்சிட்டோர்	:	எம்.கே. கிராபிக்ஸ், சென்னை - 600 021. அலைபேசி: 98408 28213

உள்ளே...

பக்கம்

1. ஆத்திசூடி 5
2. கொன்றை வேந்தன் 25
3. வெற்றி வேற்கை என்னும் நறுந்தொகை 44
4. உலகநீதி 66
5. வாக்குண்டாம் (மூதுரை) 75
6. நல்வழி 92
7. நன்னெறி 115
8. நீதிவெண்பா 137
9. நீதிநெறி விளக்கம் 186

முன்னுரை

ஒரு நாட்டின் பெருமை அந்நாட்டில் அமையப் பெற்றுள்ள அறச்சாலைகள், அற நூல்கள், தீயன செய்யாது இருக்க மக்களை நல்வழிப்படுத்தும் நீதி நூல்களின் அளப்பரிய தன்மையே சான்றாகும். நன்னெறி ஒழுகும் மாந்தர் மறந்தும் தீநெறி செல்லாதிருத்தல் பொருட்டுடீ அற வாழ்வே சிறந்த வாழ்வு. அதுவும் பிறர் பழி கூறாமல் அமையப் பெறல் வேண்டும் என்பதற்கு இணங்க சங்க காலம் தொடங்கி நம் தமிழகத்தில் அற, நீதி நூல்கள் அதிக அளவில் தோன்றின. பதினெண் கீழ்க்கணக்கில் பெரும் பகுதி நூல்கள் நீதி நூல்களே! பின்னர் சிறார்களுக்காகத் தமிழ் மூதாட்டி ஔவையார் தொடங்கி பல்வேறு அறிஞர்கள் எளிய, இனிய முறையில் அற நூல்களைத் தந்தனர். இளமையில் அவை கற்கின் என்றும் நல்வழிப்படும் நிலை கொண்டன.

அம்முறையில் 'நீதிநூற் களஞ்சியம்' என்ற தலைப்பில் ஒன்பது நீதி நூல்கள் இதில் இடம் பெற்றுள்ளன. சொல்லுரையோடு, கருத்துரையும் கொண்ட நூல். இதனை வெளியிட்ட சங்கர் பதிப்பகத்தார்க்கு என் நன்றியும் வாழ்த்தும். வழக்கம் போல் நூலுக்கு உதவி செய்யும் என் இளைய அண்ணன் இரா. காளத்தீச்சுவரன் அவர்கட்கும், சொற்றொடர் அமைப்புகளைச் செம்மைப்படுத்திய என் இனிய மகளும், அரசினர் மேனிலைப் பள்ளி இயற்பியல் முதுகலை பட்டதாரி ஆசிரியையான திருமதி ந. கல்யாணி, M.Sc., B.T., அவர்கட்கும், என் துணைவியார் S.சுந்தராம்பாள், M.A., B.T., அவர்கட்கும் என் அன்பும் நன்றியும், வாழ்த்தும். சிறியேனான எளியேனை இதுபோன்ற பணிகளில் ஈடுபடுத்தும் எங்கள் குலதெய்வமாய் விளங்கும் வயலூரான் திருவடிகளை மன மொழி மெய்களால் வழுத்துவன்.

பி.ரா. நடராசன்

41–பிரிமியர் பிளாசா,
கரூர் பைபாய் ரோடு,
திருச்சி–620 002.
(0431) 2700302.
கைபேசி: 7708297160

ஔவையார் அருளிய

1. ஆத்திசூடி

ஆசிரியர் வரலாறு

ஆத்திசூடி; கொன்றைவேந்தன்; மூதுரை; நல்வழி என்ற நூல்களைப் பாடியவர் ஔவையார் தமிழ்ப் பெரும் மூதாட்டியார். தமிழ் இலக்கிய உலகில் நான்கு ஔவையார்கள் வாழ்ந்தனர் என்பர் ஆராய்ச்சி அறிஞர்கள். சங்க காலத்தில் வாழ்ந்தவர்; அதன் பின்னர் வாழ்ந்தவர்; அவரின் பின்னே வாழ்ந்தவர்; நீதிநூல்களைப் பாடிய பிற்பட்டவர் என நால்வர் என்பர்.

அதியன் கொடுத்த நெல்லிக்கனியால் நீண்ட காலம் வாழ்ந்தார் ஔவையார் என்பாரும் உண்டு. எனினும் சங்க காலத்தில் வாழ்ந்த ஔவையாருக்கு,

தேவர் குறளும் திருநான் மறைமுடிவும்
மூவர் தமிழும் முனிமொழியும்-கோவை
திருவாசகமும் திருமூலர் சொல்லும்
ஒருவா சகமென்று உணர் (40)

என்ற நல்வழிச் செய்யுள்களில் கூறிய மூவர் பெருமக்கள்; திருமூலர்; மணிவாசகர் போன்றோரை எப்படித் தெரியும்? ஆய்வுக்கு உரியது.

ஔவை-யார்? என்பதனை விட அவர் சிறந்த தமிழ் மூதாட்டி. அவர் சொல் கேட்டு நடத்தல் நம் கடன் என்று கொள்ளுதலே சிறப்பு.

கடவுள் வணக்கம்

ஆத்திசூடி அமர்ந்த தேவனை
ஏத்தி ஏத்தித் தொழுவோம் யாமே.

ஆத்திமாலையைச் சூடியவரான சிவனாரின் அன்பிற்குரிய வரான விநாயகப் பெருமானை எப்பொழுதும் போற்றி வழிபட்டு வணங்குவோம்.

1. அறஞ்செய விரும்பு

அறம்-அறத்தை (தருமம் வடசொல்); செய-செய்வதற்கு; விரும்பு-ஆசைப்படு.

அறம் செய்ய விரும்பு. (விரும்பின் எப்படியும் செய்யலாம்)

2. ஆறுவது சினம்

ஆறுவது-தணிய வேண்டுவது; சினம்-கோபமேயாகும்.

சினம் வராமல் காத்தருள வேண்டும்.

3. இயல்வது கரவேல்

இயல்வது-உன்னால் முடிவதை; கரவேல்-மறைக்காதே

உன்னால் இயன்றவற்றை மறைக்காமல் பிறர்க்கு உதவி செய்.

4. ஈவது விலக்கேல்

ஈவது-ஒருவர் மற்றொருவருக்குக் கொடுப்பதை; விலக்கேல்-தடுக்காதே.

ஒருவர் செய்யும் அறத்தை வீணாகச் சென்று தடுக்காதே.

5. உடையது விளம்பேல்.

உடையது-உன்னிடம் உள்ளதை; விளம்பேல்-சொல் லாதே.

உன்னிடம் உள்ள இரகசியத்தைப் பிறரிடம் கூறாதே.

6. **ஊக்கமது கைவிடேல்**

ஊக்கமது-முயற்சியை. கைவிடேல்-கைவிட்டு விடாதே; முயற்சியை என்றும் கைவிட்டு விடாதே.

7. **எண் எழுத்து இகழேல்**

எண்-கணக்கையும்; எழுத்து-இலக்கணத்தையும் இகழேல்-கேவலமாகப் பேசாதே.

கணக்கையும்; இலக்கணத்தையும் இகழ்ந்து ஒதுக்காமல் கற்றுக் கொள்.

8. **ஏற்பது இகழ்ச்சி**

ஏற்பது-(நல்ல உடம்பினைப் பெற்ற நீ) பிறர்தரும் பொருளை இனாமாகப் பெறுவதை; இகழ்ச்சி-கேவலமாக நினை.

நல்லுடல் பெற்ற நீ பிறர் தரும் இனாம் பொருளை ஏற்காதே. ஏற்பதை இழிவாகக் கருது.

9. **ஐயம் இட்டு உண்.**

ஐயம்-(உடல் ஊனமுற்று) பிச்சைகேட்டு வருவார்க்கு. இட்டு-கொடுத்து; உண்-(பின்னர் நீ) சாப்பிடு.

ஊடல் ஊனமுற்றோர் வந்து உன்னிடம் பிச்சை கேட்கும் பொழுது முதலில் அவர்கட்குக் கொடுத்து பின்னர் நீ உண். (நீ உண்டால்தான் பிறர்க்கு வழங்க முடியும். (நண்பர் வீட்டிற்குச் செல்லும்போது அவர் ஐயம் விட்டு உண் என்றால் ஐயம்-சங்கோஜத்தை. விட்டு-விட்டுவிட்டு. உண்-சாப்பிடு. நிரம்ப சாப்பிடுகிறான் என்று எண்ணாமல் ஐயத்தை அகற்றி உண். இல்லையேல் உன் வயிறே பசிக்கும்)

10. **ஒப்புரவு ஒழுகு**

ஒப்புரவு-உலகில் வாழ்வோர் நடக்கின்றபடி; ஒழுகு-நீயும் நட.

உலக பழக்கவழக்கத்தை அறிந்து அதற்கு ஏற்ப நீ நடந்திடு.

11. ஓதுவது ஒழியேல்

ஓதுவது-நல்ல நூல்களைப் படிப்பதை; ஒழியேல்-கைவிட்டு விடாதே.

(பாடை ஏறினும் ஏடது கைவிடேல். 1. பாடை-பாஷை என்பதன் திரிபு. பல்வேறு மொழிகளில் நீ பாண்டியத்தியம் பெற்றிருப்பினும் படிப்பதைக் கைவிட்டு விடாதே. 2. பாடை ஏறினும்-இறந்து பாடையில் வைக்கும் வரையிலும்; ஏடதுகை விடேல்-கற்றிடும் பழக்கத்தை நிறுத்தாதே) சாந்துணையும் கல்லாதவாறு. குறள் 397

12. ஔவியம் பேசேல்

ஔவியம்-பொறாமையால்; பேசேல்-எதனையும் பேசாதே.

பொறாமை காரணமாக எதனையும் பேசாதே!

13. அஃகஞ் சுருக்கேல்

அஃகம்-விற்கும் பொருள்களின் அளவை; சுருக்கேல்-குறைக்காதே.

பொருளை விற்கும் பொழுது அதன் அளவைக் குறைக்காதே!

14. கண்டு ஒன்று சொல்லேல்

கண்டு-கண்களால் ஒன்றைப்பார்த்து; ஒன்று-மற்றொன்றை சொல்லேல்-பொய்யாகக் கூறாதே!

கண்டது ஒன்று; சொல்வது ஒன்று என இராமல் கண்டுபார்த்ததை (உண்மையைச்) சொல்.

15. ஙப்போல் வளை.

ங என்னும் எழுத்து அதன் வரிசையில் (ங்+அ=ங; ஙா; ஙி போன்று பன்னிரண்டு உயிரோடு சேர்ந்து 12 உயிர்மெய் எழுத்துக்களைப் பெற்றிருப்பினும் எங்கும் ‘ங’ என்பதைத் தவிர பிற எழுத்துக்கள் பயன்படுவதில்லை. ஒரே எழுத்து தன் இனமான 11 எழுத்துக்களையும் காப்பது போல் நீயும் சுற்றத்தைப் பேணு.

(சிலர் 'ங' எப்படி வளைந்து இருக்கிறதோ அதுபோல் வளைந்து செயல்படு என வேண்டாத; பொருந்தாத; சிறப்பில்லாத உரை கூறுவர். தவறு)

16. சனி நீராடு

சனித்தல்-தோன்றுதல்; நீராடு-அந்த நீரில் குளி.

புதிய நீரில் குளி. பிடித்து வைத்துள்ள பழைய நீரில் குளிக்காதே. (சிலர் சனிக்கிழமை தோறும் எண்ணெய்த் தேய்த்துக் குளி என்பர். இதனைத் தமிழ் மூதாட்டியான ஔவையார் கூறியிருப்பரோ!)

17. ஞயம் பட உரை.

ஞயம்பட-இனிமை பயக்கும்படி; உரை-பேசு.

உன் பேச்சு இனிமை பயக்கும்படி இருக்க வேண்டும்.

18. இடம்பட வீடு எடேல்

இடம்பட-மிக அதிகமாய் இருக்கும்படி; வீடு-வீட்டினை. இடேல்-கட்டடதே!

வேண்டிய அளவிற்கு வீட்டைக் கட்டு. பிறர் மெச்ச பெரியதாகக் கட்டாதே.

19. இணக்கம் அறிந்து இணங்கு

இணக்கம்-நம்மோடு சேர்வாரின் பழக்கவழக்கங்களை நன்கு அறிந்து-அறிந்து கொண்டு; இணங்கு-(அவர்கள் நல்லவர்களாய் இருப்பின்) அவருடன் பழகு.

குணம் அறிந்து நட்பைக் கொள்.

20. தந்தை தாய்ப் பேண்.

தந்தை-தகப்பனாரையும்; தாய்-தாயாரையும்; பேண்-அவர்கள் உயிருள்ளவரைக் காப்பாற்று.

இளம் பருவத்தே உன்னை அவர்கள் பேணினர்; நீ அவர்களை அவர்கள் உயிர் உள்ளவரை முதுமைக்காலத்தில் பேணிப் போற்று.

21. நன்றி மறவேல்

நன்றி-ஒருவர் நமக்குச் செய்த உதவியை; மறவேல்-என்றும் நீ மறவாதே!

ஒருவர் செய்த நன்றியை நீ உன் ஆயுட் காலம் வரை நினைத்திரு.

'நன்றிமறப்பது நன்று அன்று' (குறள்.108)

22. பருவத்தே பயிர் செய்.

பருவத்தே-பருவ காலத்திலேயே; பயிர்-பயிர்களை; செய்-செய்துவிடு.

எப்பணியையும் அதற்குரிய காலத்திலேயே செய்.

23. மண் பறித்து உண்ணேல்.

மண்-பிறருடைய நிலத்தை; பறித்து-அபகரித்து; உண்ணேல்-அதனால் வரும் பயனை அடையாதே.

பிறர் நிலத்தை அபகரித்து அதனால் வரும் பயன்களைப் பெறாதே.

24. இயல்பு அலாதன செயேல்.

இயல்பு-(உன்) தகுதிக்கு ஏற்ப; அலாதன-இயலாத பணிகளை; செயேல்-செய்யாதே!

உன் தகுதிக்கேற்ப பணிகளைச் செய். செய்ய முடியாத வற்றைச் செய்ய முற்படாதே!

25. அரவம் ஆடேல்

அரவம்-பாம்பினைப் பிடித்தோ; அதனுடனோ; ஆடேல்-விளையாடாதே!

பாம்பினைப் பிடித்தோ; அதனுடனோ எப்பொழுதும் விளையாடாதே!

26. இலவம் பஞ்சில் துயில்

இலவம்-இலவம் பஞ்சினால் அமைக்கப்பட்ட மெத்தையில்; துயில்-உறங்கு.

இலவம் பஞ்சினால் அமைக்கப்பட்ட மெத்தையில் உறங்கு. மெத்து என்று இருக்கும் பிற யாவும் வெப்பத்தைத் தரும். அதனால் சூடு ஏறும்.

27. வஞ்சகம் பேசேல்

வஞ்சகம்-மிக மோசமான வார்த்தைகளை; பேசேல்-எப்போதும் பேசாதே.

வஞ்சகச் சொற்களை; இன்னாச் சொற்களை எப்பொழுதும் பேசாதே!

28. அழகு அலாதன செயேல்

அழகு-ஒழுங்கற்ற; பிறர் இகழக்கூடிய; அலாதன-இல்லாத செயல்களை; செயேல்-எப்பொழுதும் செய்யாதே!

29. இளமையிற் கல்

இளமையில்-சிறுவயதிலேயே; கல்-கற்கத் தொடங்கு.

கல்வியை இளமையிலேயே கற்கத் தொடங்கு. அது பசுமரத்து ஆணி போல் பதியும். அதனால் தான் 'கல்' என்று ஏவலில் (கட்டளையில்) உரிமையோடு தமிழ் மூதாட்டி கூறுகின்றார்கள்.

30. அறனை மறவேல்

அறனை-அறம் செய்ய வேண்டுவதை; மறவேல்-மறவாதே.

அறம் செய்ய வேண்டியதை என்றும் நினைவில் கொள்.

(சிலர் அரனை என இடையினம் இடுவர். தவறு. தமிழ் எழுத்துக்களை முறையாகக் கூறி வருகின்றார்கள் தமிழ் மூதாட்டியார். வல்லினமான ற இடம் பெறல் வேண்டும்)

31. அனந்தல் ஆடேல்

அனந்தல்-உறக்கத்தை (அதிகமாக); ஆடேல்-கொள்ளாதே.

எப்பொழுதும் உறங்காதே!

32. கடிவது மற

கடிவது-எப்பொழுதும் சினம் தரக்கூடிய சொற்களைப் பேசுவதை; மற-மறந்துவிடு.

33. காப்பது விரதம்

காப்பது-எப்பொழுதும் ஓர் உயிரைக் கொல்லாமல் பாதுகாத்தலே; விரதம்-சிறந்த நோன்பாகும்.

ஒன்றாக நல்லது சொல்லாமை-குறள் 323.

34. கிழமைப்பட வாழ்.

கிழமைப்பட-உனக்குரிய செல்வம் பிறர்க்குப் பயன்படும் படி; வாழ்-வாழ்வினை மேற்கொள்.

தனக்கென வாழாது பிறர்க்கெனவும் வாழ்க.

35. கீழ்மை அகற்று

கீழ்மை-கீழ்த்தர செயல்களைச் செய்யாமல்; செய்வோரிட மிருந்தும்; அகற்று-நீங்கு.

கீழ்த்தரமான செயல்களைச் செய்யாதே; செய்வாருடனும் சேராதே!

36. குணமது கைவிடேல்

குணமது-உன்னிடமுள்ள நல்லகுணங்களை; கைவிடேல்-என்றும் கைவிட்டு விடாதே.

37. கூடிப்பிரியேல்

கூடி-நல்லவர்களோடு நட்பு செய்து; பிரியேல்-பிரியாதே!

நல்லாரோடு நன்கு பழகியபின் அவரின் நட்பினை என்றும் இழக்காதே!

38. கெடுப்பது ஒழி.

கெடுப்பது-பிறர்க்குத் தீமை செய்யும் பழக்கத்தை; ஒழி-ஒழித்துவிடு.

பிறர்க்குத் தீமை செய்யும் பழக்கத்தை மனத்தில் என்றும் வைக்காதே!

39. கேள்வி முயல்.

கேள்வி-படிப்பதினினும் கற்றார்வாய் கேட்டவை; முயல்-முயன்று சென்றுகேள்.

'கற்றிலன் ஆயினும் கேட்க' -குறள் 414.

40. கைவினை கரவேல்

கைவினை-உனக்குத் தெரிந்த கைத்தொழிலை; கரவேல்-மறைக்காது; மறுக்காது மற்றவர்களுக்கும் கற்றுக்கொடு.

உனக்குத் தெரிந்த கைத்தொழிலை மறுக்காது; மறைக்காது பிறர்க்கும் கற்றுக் கொடு.

41. கொள்ளை விரும்பேல்

கொள்ளை-பிறர் பொருளைக் கொள்ளை அடிப்பதை; விரும்பேல்-விருப்பங் கொள்ளாதே!

பிறர் பொருளைக் கொள்ளை அடிக்க; அபகரிக்க விரும்பாதே!

42. கோதாட்டு ஒழி.

கோது-குற்றமுள்ள; ஆட்டு-வழிமுறைகளை; ஒழி-நீக்கு

குற்றமுள்ள வழிமுறைகளை நீக்கு.

43. கௌவை அகற்று.

கௌவை-பழிச்சொல்லை; அகற்று-நீக்கிவிடு.

பழிபடப் பேசாதே!

44. சக்கர நெறி நில்

சக்கரம்-அரசாணைச் சக்கரத்தில்; நெறி-அந்த வழியில்; நில்-நின்றிடு.

அரசாணைகளுக்குக் கட்டுப்பட்டு நட.

45. சான்றோர் இனத்திரு.

சான்றோர்-அறிவும் ஒழுக்கமும்; உடையார்-கூட்டத்தோடு. இரு-எப்பொழுதும் இரு.

அறிவும் ஒழுக்கமும் கொண்ட குழுவினருடன் எப்பொழுதும் இரு.

46. சித்திரம் பேசேல்

சித்திரம்-பொய்யான; பொருந்தாத; தேவையில்லாத சொற்களை; பேசேல்-என்றும் பேசாதே!

சொல்லுக சொல்லைப் பிறிதுஓர்சொல் அச்சொல்லை
வெல்லுஞ்சொல் இன்மை அறிந்து குறள் 645.

47. சீர்மை மறவேல்

சீர்மை-சிறப்புத்தரும் செயல்களை; மறவேல்-மறவாதே.

சிறப்புத்தரும் செயல்களையே செய்.

48. சுளிக்கச் சொல்லேல்.

சுளிக்க-கேட்போர் மனம் வருந்தும்படியும்; முகம் வாடும்படியும்; சொல்லேல்-சொற்களைப் பேசாதே.

பிறர் மனம் வருந்தும்; முகம் வருந்தும் சொற்களைப் பேசக் கூடாது.

49. சூது விரும்பேல்

சூது-சூதாடுவதை; விரும்பேல்-என்றும் விரும்பாதே.

'வேண்டற்க வென்றிடினும் ஆதினை-குறள் 931.

50. செய்வன திருந்தச் செய்

செய்வன-நீ செய்யும் காரியங்களை; திருந்தச்செய்-திருத்தமுற சரியாகச் செய்க.

நீ செய்யும் காரியம் சரியாக இருக்கவேண்டும். நன்கு முடிவுபெற வேண்டும்.

51. சேரிடம் அறிந்து சேர்.

சேர்இடம்-நீ நட்புக் கொள்ளும் இடம்; அறிந்து-நல்லதா. தீயதா என்று ஆராய்ந்து; சேர்-பின்னர் நட்புக்கொள்.

நீ நட்புக்கொள்ளும் முன் அவரைப் பற்றி நன்கு ஆராய்ந்து நல்லவர் எனத் தெரிந்தால் சேர்; இல்லையேல் சேராதே!

52. சை எனத் திரியேல்

சையென-சான்றோர் உள்ள இடத்தில் பிறர் வெட்கம் அடையும்படி (சீ,சீ எனக் கேவலமாக நினைக்கும்படி); திரியேல்-நடந்து கொள்ளாதே.

பிறர் கேவலமாக நினைக்கும்படி நடந்து கொள்ளாதே!

53. சொற் சோர்வு படேல்

சொல்-நீ பேசும்போதும் (கேட்போரையும்); சோர்வு-சோர்வு அடையும்படி; படேல்-செய்திடாதே!

நீ அவையில் பேசுங்கால் சோர்வு அடையாமலும்; கேட்பாரைச் சோர்வு பெறச் செய்யாமலும் பேசு.

54. சோம்பித் திரியேல்

சோம்பி-நீ செய்ய வேண்டிய வேலைகளைச் செய்திடாமல்; சோம்பலாக; திரியேல்-வீணாகத் திரியாதே!

நீ செய்ய வேண்டிய வேலைகளைத் தள்ளிப் போடாமல் உடன் அன்றே செய். சோம்பல் உன்னைக் கீழ்மகன் ஆக்கிவிடும்.

55. தக்கோன் எனத் திரி.

தக்கோன்-நீ அனைத்திலும் தகுதியானவன்; என-என்று மற்றவர்கள் கூறும்படி; திரி-நல்லவனாக நடந்து கொள்.

சான்றோனாக எப்பொழுதும் இரு.

56. தானமது விரும்பு

தானமது-இல்லாதவர்களுக்குக் கொடுப்பதை; விரும்பு-விரும்பிடு.

இல்லாதார்க்கு வழங்குவதைக் கடமையாகக் கொள்.

57. திருமாலுக்கு அடிமை செய்.

திருமாலுக்கு-காக்கும் கடவுளாக விளங்கும் மகா விஷ்ணுவுக்கு; அடிமை-தொண்டை; செய்-விரும்பிச் செய்.

இலட்சுதேவியின் கணவரும்; காக்கும் கடவுளானவரு மான திருமாலுக்குத் தொண்டு செய்.

58. தீ வினை அகற்று

தீ வினை-பாவத்திற்கு உரித்தான தீய செயல்களை; அகற்று-நீக்கு.

தீமை தரக்கூடிய பாவச் செயல்களை உடன் அகற்று.

59. துன்பத்திற்கு இடம் கொடேல்.

துன்பத்திற்கு-வருத்தத்தைத் தரக்கூடிய வேலைகளுக்கு; இடம்-இடத்தினை; கொடேல்-கொடுத்து விடாதே!

மனக்கவலைக்குக் காரணமான துயரமான வேலைகளுக்கு என்றும் இடம் கொடாதே.

60. தூக்கி வினை செய்.

தூக்கி-சீர்தூக்கி; வினை-வேலையை; செய்-செய்யப்பழகு.

‘எண்ணித்துணிக கருமம்’ குறள் 461

61. தெய்வம் இகழேல்

தெய்வம்-இறைவனை; இகழேல்-கேவலமாகப் பேசாதே!

இறைவனைக் கேவலமாகப் பேசாதே!

62. தேசத்தோடு ஒத்துவாழ்

தேசத்தோடு-நீ வாழும் நாட்டினரோடு; ஒத்து-ஒற்றுமையாக; வாழ்-வாழ்வாயாக.

உலகத்தோடு ஒட்ட ஒழுகல் பலகற்றும்
கல்லார் அறிவிலா தார் குறள் 140.

63. தையல் சொற்கேளேல்

தையல்-நல்ல புத்தியில்லாத பெண்களின்; சொல்-சொற்களை; கேளேல் கேட்காதே!

புத்தியில்லாத பெண்கள் கூறுவதைக் கேட்காதே!

(தையல் சொல்கேள் ஏல் என்றும் சிலர் பிரித்துக் கூறுவதும் ஏற்புடையதே! நல்ல பெண்மணிகள் கூறுவதை ஏற்று நட.)

64. தொன்மை மறவேல்

தொன்மை-பழைமையான நல்லவற்றை; மறவேல்-மறவாதே!

பழைமையான நல்லனவற்றை மறக்காதே!

65. தோற்பன தொடரேல்

தோற்பன-தோற்றுப் போகக்கூடிய பணிகளை; தொடரேல்-நீ தொடர்ந்து செய்யாதே!

தோற்றுப்போகும் என்ற நிலை கொண்ட செயல்களைச் செய்யாதே!

66. நன்மை கடைப்பிடி.

நன்மை-நன்மை தரும் வேலைகளை; கடைப்பிடி-இறுதிவரை விடாது செய்து வா.

நன்மை தரும் வேலைகளை இறுதிவரை விடாது செய்து வா.

67. நாடு ஒப்பன செய்

நாடு-நீ வாழும் நாடு; ஒப்பன-ஒப்புக்கொள்ளக் கூடிய வற்றை; செய்-செய்து கொண்டே இரு.

நீ வாழும் நாடு ஒப்புக்கொள்ளக்கூடிய செயல்களை மட்டும் செய்.

68. நிலையிற் பிரியேல்

நிலையில்-நீ நின்றிடும் நல்ல நிலையினின்று; பிரியேல்-பிரியாதே.

நீ நின்றிடும் நல்ல நிலையினின்று என்றும் பிரியாதே!

69. நீர் விளையாடேல்

நீர்-தீங்கு விளைவிக்கக் கூடிய தண்ணீரில்; விளையாடேல்-நீச்சல் தெரியாமல் விளையாடாதே!

தீங்கு விளைவிக்கக்கூடிய தண்ணீரில் நீச்சல் தெரியாமல் விளையாடாதே!

70. நுன்மை நுகரேல்

நுன்மை-சுகாதாரம் அற்று செய்த தீமை விளைவிக்கக்கூடிய சிற்றுண்டிகளை; நுகரேல்-விரும்பி உண்ணாதே!

சுகாதார முறையற்று தயாரிக்கப்பட்ட சிற்றுண்டிகளை உண்ணாதே! அச்செயல் உடலுக்குத் தீமையையே தரும்.

71. நூல் பல கல்

நூல்-அறிவு வளர்ச்சிக்கான பல்வேறு நூல்களை; கல்-நன்குபடி.

அறிவு வளர்ச்சி பெறுவதற்குரிய பல்வேறு நூல்களை ஆழ்ந்துபடி.

72. நெற்பயிர் விளை.

நெற்பயிர்-விவசாயத்தால் விளையும் நெற்பயிரை; விளை-நன்கு பயிர் செய்.

விவசாயத்தைப் பேணு; நெல் உற்பத்தியைப் பெருக்கு.

73. நேர்பட ஒழுகு.

நேர்பட-(உன்னை நோக்குவார்க்கு உன் நடவடிக்கை) ஒழுங்கான முறையில் இருக்கும்படி; ஒழுகு-நடக்க முயன்றிடு.

உன்னை உற்று நோக்குவார்க்கு உன் நடவடிக்கை ஒழுங்கான முறையில் இருப்பதற்கான நிலையில் நடந்திட முயன்றிடு.

74. நைவினை நணுகேல்

நைவினை-அழியக்கூடிய வேலைகளில்; நணுகேல்-சேராது இரு.

அழியக்கூடியதும்; கேவலமானதுமான செயல்களைச் செய்யாதே.

75. நொய்ய உரையேல்

நொய்ய-அற்பமான சொற்களை; உரையேல்-என்றும் பேசாதே.

பிறர் மனம் புண்படும்படியான கடுஞ்சொற்களையும்; அற்பமான சொற்களையும் என்றும் பேசாதே!

76. நோய்க்கு இடங்கொடேல்

நோய்க்கு-பிணிக்கும்; பிணிவருவதற்குரிய காரண காரியத்திற்கும்; இடங்கொடேல்-இடத்தைத் தராதே!

எக்காரணம் கொண்டு நோய்க்கும்; நோய் வருவதற்குரிய காரணத்திற்கான சந்தர்ப்பத்திற்கும் இடமளிக்காதே!

77. பழிப்பன பகரேல்

பழிப்பன-சான்றோர்கள் பழிக்கத்தக்கதான சொற்களை; பகரேல்-என்றும் பேசாதே.

சான்றோர்கள் பழிக்கத்தக்கதான சொற்களை எப்பொழுதும் பேசாதே!

78. பாம்பொடு பழகேல்

பாம்பொடு-நஞ்சு கொண்டுள்ள பாம்போடு; பழகேல்-பழகாதே!

நஞ்சு கொண்ட பாம்பிடமும்; அதனையொத்த மனிதரிடமும் என்றும் பழகாதே!

79. பிழைபடச் சொல்லேல்

பிழைபட-பிழைபடவும் முன்கூறியதற்கு ஏற்றபடி இல்லாமலும்; சொல்லேல்-பேசாதே!

முன்கூறியபடி பேசு. அதனை மாற்றாதே! பிழைவரும் படியும் பேசாதே!

(மாட்டைக் கயிற்றால் கட்டு; வார்த்தையை நாவால் கட்டு)

80. பீடு பெற நில்.

பீடு-சிறப்பு; பெற-பெற்றிடும்படி; நில்-நடப்பாயாக.

தோன்றின் புகழொடு தோன்றுக குறள் 236

81. புகழ்ந்தாரைப் போற்றி வாழ்க.

புகழ்ந்தாரை-உன்னுடைய நல்லறிவுடன் கூடிய பழக்க வழக்கங்களைப் புகழ்ந்து பேசுகின்றவர்களை; போற்றி-உன்னால் முடிந்தளவு மதிப்புச் செய்து; வாழ்-வாழ்ந்திடு.

உன்னைப் புகழ்ந்து போற்றுவாரை நீயும் அவர்களை மதித்து வாழ்.

82. பூமி திருத்தி உண்

பூமி-நிலத்தை; திருத்தி-நன்கு செம்மைப்படுத்தி; உண்-உண்பாயாக.

சோம்பித்திரியாது நிலத்தை நன்முறையில் சீர்படுத்தி உழவுத்தொழிலை மேற்கொண்டு அதன் மூலம் கிடப்பதை உண்.

செல்லான் கிழவன் இருப்பின் நிலம்புலந்து
இல்லாளின் ஊடிவிடும் குறள் 1039

83. பெரியாரைத் துணை கொள்

பெரியாரை-கல்வி கேள்விகளால் மூத்த பெரியவர்களை; துணைகொள்-உன் வாழ்விற்குத் துணையாகக் கொள்.

கல்வி கேள்விகளாலும் பட்டறிவாலும் முதிர்ந்த பெருமக்களை உன் வாழ்விற்குத் துணையாகக் கொள்.

84. பேதைமை அகற்று

பேதைமை-அறிவில்லாத மூடத்தன்மையை; அகற்று-நீக்கு.

அறிவில்லாத மூடத்தன்மையை நீக்கு.

85. பையலோடு இணங்கேல்

பையலோடு-அறிவினில் உன்னிலும் சிறியவர்களோடு; இணங்கேல்-நீ சேராதே; பேசாதே.

உன்னிலும் அறிவு குறைந்த தீக்குணங்கொண்ட சிறுவர்களோடு சேராதே; பேசாதே!

86. பொருள்தனைப் போற்றி வாழ்

பொருள்தனை-கிடைத்தற்கரிய செல்வத்தை; போற்றி-பாதுகாத்து; வாழ்-வாழ்ந்திடுவாயாக.

கிடைத்தற்கரிய செல்வத்தைப் பாதுகாத்தும்; போற்றியும் வாழ்வாயாக.

'செய்க பொருளை' - 'காக்க பொருளை'   குறள் 759

87. போர்த்தொழில் புரியேல்

போர்த்தொழில்-சண்டை உண்டாகும்படியான தொழிலை; புரியேல்-புரிந்து வாழாதே!

வீணாக சண்டைவரும் செயல்களைச் செய்து வாழாதே!

88. மனம் தடுமாறேல்

மனம்-மனமானது; தடுமாறேல்-தடுமாற்றம் கொள்ளும் படி வாழாதே!

மனம் தடுமாற்றம் அடையும்படி வாழாதே!

89. மாற்றானுக்கு இடம் கொடேல்

மாற்றானுக்கு-பகைவனுக்கு; இடம்-வீணாக இடத்தை; கொடேல்-கொடுத்து விடாதே!

எக்காரணம் கொண்டும் உன் பகைவனுக்கு இடம் கொடுத்து விடாதே!

90. மிகைபடச் சொல்லேல்

மிகைபட-எச்சொல்லையும் அதிகமாக; சொல்லேல்-சொல்லாதே! பேசும்போது எச்சொற்களையும் அதிகரித்துப் பேசாதே. அளந்து பேசு. அழகாகப் பேசு.

91. மீதூண் விரும்பேல்

மீதூண்-சுவையாக உள்ளது என்று அளவுக்கு மீறி; விரும்பேல்-விரும்பி உண்ணாதே!

சுவையாக உள்ளது என்று எண்ணி அளவுக்கு மீறி உண்ணாதே! அளவுக்கு மீறினால் அமிழ்தமும் நஞ்சு.

அற்றால் அளவு அறிந்து உண்க.   குறள் 943

92. முனை முகத்து நில்லேல்.

முனைமுகத்து-வீணர்கள் சண்டையிடும்போது; (அவ் விடத்து(; நில்லேல்-நிற்காதே.

வீணர்கள் சண்டையிடும்போது அவ்விடத்தில் நிற்காதே. முனைமுகத்து-போர்புரியும் காலத்து அதற்குரிய ஆயுதம் இன்றி நில்லேல்-நிற்காதே.

போர் செய்யுங் காலத்து அதற்குரிய ஆயுதம் இன்றி நின்றிடாதே.

93. மூர்க்கரோடு இணங்கேல்.

மூர்க்கரோடு-அறிவற்றவர்களோடு; இணங்கேல்-சேராதே.

அறிவற்ற மூடர்களோடு சேராதே.

94. மெல்லின் நல்லாள் தோள்சேர்.

மெல்லின் நல்லாள்-மென்மைத் தன்மை வாய்ந்த உன் மனைவியின் தோள்; சேர்-தோளுடன் நீ சேர்வாயாக.

உன் மனைவியோடு சேர். பிறபெண்களோடு நட்பாய் இரு.

அறன்இலான் இல்வாழ்க்கை என்பான் பிறன்இயலாள்
பெண்மை நயவா தான் குறள் 147.

95. மேன்மக்கள் சொற்கேள்

மேன்மக்கள்-அறிவும் ஒழுக்கமுடையவர்களின்; சொற்கேள்-சொற்களைக் கேட்டு நட.

அறிவும் ஒழுக்கமுடையவர்களின் பேச்சுக்களைக் கேட்டுநட.

96. மைவிழியார் மனை அகல்

மைவிழியார்-கண்களில் மையிட்டு மயக்கிடும்; மனை-விலைமாதர் வீட்டிற்கு; அகல்-செல்லாதே.

மையிட்டு மயக்கும் விழி கொண்ட விலைமாதர் வீட்டிற்குச் செல்லாதே.!

97. மொழிவது அறமொழி.

மொழிவது-நீ சொல்ல வேண்டியதை; அற-ஐயமின்றி முழுவதுமாய்; மொழி-சொல்.

நீ கூறுவனவற்றை ஐயமின்றி முழுமையாகச் சொல்.

98. மோகத்தை முனி.

மோகத்தை-ஆசையை; முனி-வெறுத்து ஒதுக்கு.

ஆசையை வெறுத்து ஒதுக்கு.

99. வல்லமை பேசேல்

வல்லமை-உன்னிடமுள்ள வீரத்தை; பேசேல்-நீயே புகழ்ந்து பேசாதே.

உனது வீரத்தைப்பற்றி நீயே புகழ்ந்து பேசாதே!

100. வாது முற்கூறேல்

வாது-நீயாகச் சென்று விவாதத்திற்கு; முன்-முதலாக; கூறேல்-கூறிடாதே!

நீ முதலாகச் சென்று விவாதம் தரும்படியான சொற்களைச் சொல்லாதே.

101. வித்தை விரும்பு

வித்தை-கல்வி போன்ற மேலான கலைகளை; விரும்பு-கற்றிட விரும்பு.

கல்வி போன்ற மேலான கலைகளைக் கற்றிட விரும்பு.

102. வீடு பெற நில்.

வீடுபெற-துன்ப துயரங்கள் அற்றுப்போக உயர்வான மோட்சம் பெற்றிட; நில்-அந்த வழியை மேற்கொள்.

துன்ப துயரங்கள் அற்றுப் போக உயர்வான மோட்சநிலை பெற்றிட முயல்.

103. உத்தமனாய் இரு

உத்தமனாய்-அனைவருக்கும் நல்லவனாய்; இரு-நடந்திடு.

அனைவருக்கும் நல்லவனாய் நடந்திடு.

104. ஊருடன் கூடிவாழ்.

ஊருடன்-நீ வசிக்கும் ஊரோடு; கூடி-ஒருமித்த கருத்தினனாய்; வாழ்-வாழ்ந்திடு.

நீ வசிக்கும் ஊர் மக்களோடு ஒத்த தன்மையினனாய் வாழு.

105. வெட்டெனப் பேசேல்.

வெட்டென-கடுமையாக; பேசேல்-பேசாதே

யாரிடமும் கடுமையாகப் பேசாதே. இன்சொற்களையே பேசு.

106. வேண்டி வினை செய்யேல்

வேண்டி-பிறர் உடைமையை அபகரிக்க எண்ணி; வினை-அதற்கான காரியங்களை; செய்யேல்-செய்யாதே.

உள்ளத்தால் உள்ளலும் தீதே பிறன்பொருளைக்
கள்ளத்தால் கள்வேம் எனல். குறள்--282

107. வைகறைத் துயில் எழு.

வைகறை-அதிகாலை காலத்தில்; துயில்-உறக்கத்தினின்றும்; எழு-எழுந்திரு.

அதிகாலையில் உறக்கத்தினின்றும் எழுந்திரு.

108. ஒன்னாரைச் சேரேல்

ஒன்னாரை-பகைவரிடத்து; சேரேல்-சேர்ந்திடாதே!

பகைவரோடு என்றும் சேராதே.

109. ஓரஞ் சொல்லேல்

ஓரம்-நடுவுநிலைமையை மீறி ஒருவர் பக்கம்; சொல்லேல்-வழக்கில் பேசாதே.

நடுவுநிலைமையை மீறி ஒருவர் சார்பாய் வழக்கில் பேசாதே.

ஆத்திசூடி சொல்லுரையும்; கருத்துரையும் முற்றும்.

○

ஔவையார் அருளிய

2. கொன்றை வேந்தன்

கடவுள் வணக்கம்

**கொன்றை வேந்தன் செல்வன் அடியினை
என்றும் ஏத்தித் தொழுவோம் யாமே.**

கொன்றை-கொன்றை மலர்களால் கட்டப்பட்ட மாலையை அணிந்த வேந்தன்-சிவபிரானின்; செல்வன்-விநாயகக் கடவுளை; என்றும்-எக்காலத்தும்; ஏத்தி-போற்றி; தொழுவோம்-வணங்குவோம் யாமே-நாமே.

கொன்றை மாலையை அணிந்த சிவனாரின் திருக்குமாரரான விநாயகப் பெருமானை நாம் என்றும் போற்றி வணங்குவோம்.

நூல் தொடக்கம்

1. **அன்னையும் பிதாவும் முன்னறி தெய்வம்**

அன்னையும்-ஈன்றதாயும்; பிதாவும்-தந்தையும்; முன்னறி-கண்ணால் காணப்படும் தெய்வங்களுக்கு முன்னால் முழுமை யான; தெய்வம்-தெய்வமாகும்.

ஈன்ற தாயும் தந்தையும் முதல் தெய்வமாவார்.

2. **ஆலயம் தொழுவது சாலவும் நன்று.**

ஆலயம்-திருக்கோவிலுக்குச் சென்று; அங்கு எழுந்தருளி யுள்ள இறைவனை; தொழுவது-வணங்கிப் போற்றுவது; சாலவும்-மிகவும்; நன்று-நல்லதாம்.

நித்தமும் திருக்கோயில் சென்று அங்குள்ள இறைவனை வணங்கிப் போற்றுவது மிகவும் நல்லதாம்.

3. இல்லறம் அல்லது நல்லறம் அன்று

இல்லறம்-நல்ல மனைவியுடன் வீட்டில் இருந்து வாழ்வது; நல்ல அறம்-நல்ல அறமாகும்; அல்லது-இத்தன்மை அல்லாதபிற யாவும்; நல்லறம்-நல்ல அறம்; அன்று-அல்ல.

'அறன் எனப் பட்டதே இல்வாழ்க்கை' குறள் 49.

4. ஈயார் தேட்டை தீயார் கொள்வர்

ஈயார்-ஒன்றும் அற்றவர்களுக்கு ஒன்றையும் தராதவர்கள்; தேட்டை-செல்வத்தை; தீயார்-தீய குணமுடையோர்; கொள்வர்-கொண்டு போய் விடுவார்கள்.

ஒன்றும் அற்றவர்களுக்கு ஒன்றையும் தராதவர்களின் செல்வம் தீயோரால் அபகரிக்கப்படும்.

5. உண்டி சுருங்குதல் பெண்டிர்க்கு அழகு.

பெண்டிர்க்கு-பெண்களுக்கு; உண்டி-உண்ணும் உணவாவது; சுருங்குதல்-மிகுதியாகாமல் குறைதல்; அழகு-அழகாம்.

பெண்கள் அழகை விரும்புவர். எனவே அவர்கள் மிகுதியாக உண்ணாமல் குறைத்தே உண்ணுதல் அழகு.

6. ஊருடன் பகைக்கின் வேருடன் கெடும்.

ஊருடன்-நீ வாழும் ஊரிலுள்ள மக்களோடு; பகைக்கின்-பகைத்துக் கொண்டால்; (அது) வேருடன்-பகை கொள்பவனின் குடும்பத்தோடு; கெடும்-கெட்டு அழிவான்.

ஊரோடு ஒத்துவாழ்.

7. எண்ணும் எழுத்தும் கண்எனத் தகும்

எண்ணும்-கணக்கும்; எழுத்தும்-இலக்கணமும் (இலக்கியமும்); கண்-கண்கள்; என-சமமாக; தகும்-கூறப்படும்.

எண் எழுத்து இகழேல். (ஆத்திசூடி 7)

8. ஏவா மக்கள் மூவா மருந்து.

ஏவா-தாய் தந்தையரின் சொற்கள்; மக்கள்-அவர்தம் மக்களுக்கு; மூவா-தீங்கற்ற; மருந்து-மருந்து போன்றதாம்.

மூத்தோர் சொல் அமிழ்தம் போன்றது.

9. ஐயம் புகினும் செய்வன செய்.

ஐயம்-பிச்சை; புகினும்-எடுக்கும் நிலை ஏற்படினும்; செய்வன-நீ செய்ய வேண்டிய நல்லனவற்றை; செய்-செய்ய மறவாதே!

பிச்சை எடுக்கும் நிலை உனக்கு ஏற்படினும் நீ செய்ய வேண்டிய நல்ல செயல்களைச் செய்.

10. ஒருவனைப் பற்றி ஓரகத்து இரு.

ஒருவனை-பிறன் ஒருவனை; பற்றி-துணையாகக் கொண்டு; ஓர்-ஒரே நிலையில்; அகத்து-இடத்து; இரு-இருப்பாயாக.

நல்லவரைத் துணையாகக் கொண்டு அனைத்து இடத்திலும் வாழ்.

(இம்முறையிலும் பொருள் கூறலாம்.)

ஒருவன் ஒருத்தி என்பதை வற்புறுத்தி

ஒருவன்-ஓராடவனை; பற்றி-கைப்பற்றி; ஓர் அகத்து-ஒரு வீட்டில்; இரு-குடிஇருந்து இல்வாழ்வு நடத்து.)

11. ஓதலின் நன்றே வேதியர்க்கு ஒழுக்கம்

வேதியர்களுக்கு-அந்தணர்களுக்கு; ஒழுக்கம்-எந்தவிதமான தீய பழக்கவழக்கங்கள் இன்றி நன்முறையில் வாழ்தல்; ஓதுதலின்-மறை ஓதுவதைக் காட்டிலும்; நன்றே-நல்லதாகும்.

மறப்பினும் ஒத்துக் கொளல்ஆகும் பார்ப்பான்
பிறப்புஒழுக்கம் குன்றக் கெடும் குறள் 134

12. ஒளவியம் பேசுதல் ஆக்கத்திற்கு அழிவு

ஒளவியம்-பொறாமை கொண்ட வார்த்தைகளை; பேசுதல்-பேசிடும் வழக்கம்; ஆக்கத்திற்கு-செல்வம் வளர்வதற்கு; அழிவு-கேடாம்'.

பொறாமைபட பேசுவதால் செல்வம் வளராது; அது செல்வம் குறையவே வழிவகுக்கும்.

13. அஃகமும் காசும் சிக்கெனத் தேடு

அஃகமும்-உணவிற்குத் தேவையான தானியங்கள் விளைந்திடும் நிலங்களையும்; காசும்-செல்வத்தையும்; சிக்கென-விரைவாக; தேடு-சம்பாதிக்க முயற்சி எடு.

வாழ்வதற்குரிய நிலங்களையும்; செல்வத்தையும் தேடிட இன்றே முயற்சி எடு.

14. கற்பு எனப்படுவது சொல் திறம்பாமை.

கற்பு எனப்படுவது-மகளிர்க்கு கற்பு எனக் கூறப்படுவது; சொல்-தன் கணவன் கூறும் நல்ல சொற்களினின்று; திறம்பாமை-மீறி நடக்காது இருத்தலேயாம்.

தன் கணவன் கூறும் நன்மை தரும் சொற்களின்று மீறி நடவாதிருத்தலே மகளிர்க்குக் கற்பாம்.

15. காவல்தானே பாவையர்க்கு அழகு

காவல்தானே-பெண்கள் தங்கள் கற்பைப் பாதுகாத்துக் கொள்ளுவதுதான்; பாவையர்க்கு-பெண்களுக்கு; அழகு-அழகாகும்.

தங்கள் கற்பைப் பாதுகாத்துக் கொண்டு வாழ்தலே பெண்களுக்கு அழகாம்.

16. கிட்டாது ஆயின் வெட்டென மற

கிட்டாதாயின்-நீ முயன்றும்; நீ விரும்பியது கிடைக்க வில்லையென்றால்; வெட்டெனே-உடனே; மற-அதனைப் பற்றி நினையாமல் மறந்துவிடு.

நீ முயன்றும்; நீ விரும்பிய பொருள் கிடைக்கவில்லை யென்றால் உடன் அதனை மறந்து விடு.

17. கீழோர் ஆயினும் தாழ உரை.

கீழோர்-அறிவில்; வயதில் உன்னினும் தாழ்ந்தவர்களாக; ஆயினும்-இருந்தாலும்; தாழ-நீ பணிவாக; உரை-பேசு.

தாழ்ந்தோரிடமும் பணிவாகப் பேசு.

18. குற்றம் பார்க்கின் சுற்றம் இல்லை.

குற்றம்-ஒவ்வொருவரிடமும் குற்றங்களையே தேடிப் பார்த்துக் கொண்டிருந்தால்; சுற்றம்-உறவு; இல்லை-இல்லாமற் போகும்.

குணம்நாடிக் குற்றமும் நாடி அவற்றுள்
மிகைநாடி மிக்க கொளல் -குறள் 504

19. கூர் அம்பு ஆயினும் வீரியம் பேசேல்.

கூர் அம்பு ஆயினும்-கூர்மையான அம்பினைப் போல நீ வன்மை பெற்று இருப்பினும்; வீரியம்-வீரத்தன்மை மிக உள்ளது என்று; பேசேல்-இறுமாப்போடு பேசாதே.

கூர்மையான அம்பினைப் போல நீ வலிமை பெற்றிருந் தாலும் நம்மிடம் வீரத்தன்மை மிகுதியாக உள்ளது என்று எண்ணி இறுமாப்போடு பேசாதே!

20. கெடுவது செய்யின் விடுவது கருமம்

கெடுவது-நாம் கெட்டுப் போவதற்கான சூழ்நிலையை; செய்யின்-பிறர் நமக்குச் செய்தாலும்; விடுவது-உடன் மறந்து மன்னித்து விடுவது; கருமம்-சிறப்பான செயலாகும்.

இன்னா செய்தாரை ஒறுத்தல் அவர்நாண
நன்னயம் செய்து விடல் -குறள் 314

21. கேட்டில் உறுதி கூட்டும் உடைமை.

கேட்டில்-நம் கையிலிருந்த பொருள் முழுவதும் இழந்த நிலையில்; உறுதி-மனத்தின் உறுதிப்பாட்டினை; உடைமை-உடைமையாகக் கொண்டு இழந்த செல்வத்தைப் பெற முயற்சி எடுக்க வேண்டும்.

நம்மிடமுள்ள செல்வம் யாவும் இழந்த நிலையில் மனம் தளராது மிகுந்த உறுதிப்பாட்டோடு இழந்த செல்வத்தை மீட்டிட முயற்சி எடுக்க வேண்டும்.

22. கைப்பொருள் தன்னில் மெய்ப்பொருள் கல்வி

கை-கையிலிருக்கின்ற; பொருள்தன்னின்-அழிந்திடும் செல்வத்தைக் காட்டிலும்; மெய்ப்பொருள்-உண்மையான பொருள்; கல்வி-கல்வியே.

பிறசெல்வம் அழியக்கூடியது; குறையக்கூடியது; அழியாதது கல்வி ஒன்றே.

கேடில் விழுச்செல்வம் கல்வி -குறள் 400

23. கொற்றவன் அறிதல் உற்றஇடத்து உதவி.

கொற்றவன்-அரசன்; அறிதல்-அறிதலாவது; உற்ற இடத்து-மக்கள் படும் இன்னலை அறிந்த உடன்; உதவி-உதவி செய்தலே.

அரசனானவன் மக்களுக்கு ஏற்படும் இன்னலை உடன் அறிந்து போக்க வேண்டும்.

24. கோள் செவிக் குறளை காற்றுடன் நெருப்பு

கோள் செவிக் குறளை-கோளை விரும்பிக் கேட்டிடுவார் காதுகளில் மேலும் கோளினை மூட்டினால்; காற்றும்-காற்றையும்; நெருப்பு-நெருப்பையும் வைத்தது போல் இருக்கும்.

கோளை விரும்பிக் கேட்பவர் செவியில் மேலும் கோளை மூட்டி விட்டால் அது அவர் காதில் காற்றையும் நெருப்பையும் வைத்ததுபோல் இருக்கும்.

25. கௌவை சொல்லின் எவ்வருக்கும் பகை.

கௌவை-எப்பொழுதும் மற்றவர்மீது பழிச் சொற் களையே; சொல்லின்-ஒருவன் சொல்லிக் கொண்டிருந்தால்; எவ்வருக்கும்-அனைவருக்கும்; பகை-அது பகையையே தரும்.

எப்பொழுதும் பிறரைப் பற்றிப் பழிச் சொற்களையே பேசி வந்தால் அது அனைவருக்கும் பகையையே உண்டாக்கும்.

26. சந்ததிக்கு அழகு வந்தி செய்யாமை

சந்ததிக்கு-தன்னுடைய சந்ததியர்க்கு; அழகு-அழகாவது; வந்தி-சிறப்பாவது; செய்யாமை-செல்வத்தோடு வாழ்தலே.

ஒருவன் தன் சந்ததியருடன் செல்வத்தோடு வாழ்தலே சிறப்பாம்.

27. சான்றோர் என்கை ஈன்றோர்க்கு அழகு.

சான்றோர் என்கை-தம் மக்களை கல்வி அறிவு உள்ளவர் களாக வளர்ப்பதே; ஈன்றோர்க்கு-பெற்றோர்க்கு; அழகு-அழகாம்.

ஈன்ற பொழுதின் பெரிதுஉவக்கும் தன்மகனைச்
சான்றோன் எனக்கேட்ட தாய். குறள் 69

28. சிவத்தைப் பேணில் தவத்திற்கு அழகு

சிவத்தை-சிவபிரானை; பேணில்-போற்றி வணங்கலே; தவத்திற்கு-தவம் செய்வதற்கு; அழகு-அழகாகும்.

தவம் செய்வார் சிவனை வழிபடுதலே அழகாம்.

29. சீரைத் தேடின் ஏரைத் தேடு.

சீரை-சிறந்த வாழ்வினை; தேடின்-நீ விரும்புவாயானால்; ஏரை-ஏர் கொண்டு உழும் உழவுத்தொழிலை; தேடு-அடைந்து வாழ்.

உழுதுண்டு வாழ்வாரே வாழ்வார் மற்றுஎல்லாம்
தொழுதுஉண்டு பின்செல் பவர் -குறள் 1033

30. சுற்றத்திற்கு அழகு சூழ இருத்தல்

சுற்றத்திற்கு-உறவினர்களுக்கு; அழகு-அழகாவது; சூழ-நன்மை தீமைகளில் சூழ; இருத்தல்-இருத்தல் வேண்டும்.

நன்மை தீமை காலங்களில் சுற்றத்தார் சூழ இருத்தல் வேண்டும்.

31. சூதும் வாதும் வேதனை செய்யும்

சூதும்-சூதாடுவதும்; வாதும்-சான்றோர்களோடு வீணாக எதிர்வாதம் செய்வதும்; வேதனை-துன்பத்தை; செய்யும்-தரும்.

சூதாட்டமும்; வீணான எதிர்வாதங்களும் துன்பத்தையே தரும்.

32. செய்தவம் மறந்தால் கைதவம் மாளும்

செய்-செய்கின்ற; தவம்-முயற்சியை; மறந்தால்-மறந்து போனால்; கைதவம்-அதுவரையும் முயற்சியால் செய்திருந்த நன்மைகள் யாவும்; மாளும்-அழிந்தொழியும்.

தான் செய்து கொண்டிருந்த தவமுயற்சியை மறந்தால் அதுவரை செய்த நன்மைகள் யாவும் அழிந்தொழியும்.

33. சேமம் புகினும் வாமத்து உறங்கு.

சேமம் புகினும்-இரவெல்லாம் கண்விழித்து காவல் புரியும் தொழிலை மேற்கொள்ளினும்; சாமத்து-நள்ளிரவில் சிறிது நேரமாவது; உறங்கு-உறக்கத்தை மேற்கொள்.

இரவெல்லாம் கண்விழித்து காவல் புரிந்து பணியாற்றினும் நள்ளிரவில் சிறிது நேரமாவது உறங்கு.

34. சை ஒத்து இருந்தால் ஐயம் இட்டு உண்.

சை-பொருள்; ஒத்து இருந்தால்-பொருந்தி இருக்குமானால் ஐயம்-பிச்சை கேட்போர்க்கு; இட்டு-கொடுத்து; உண்-சாப்பிடு.

உன்னிடம் நன்கு செல்வம் இருந்தால் இரவலர்களுக்குக் கொடுத்து பின் உண்.

35. சொக்கர் என்பவர் அத்தம் பெறுவர்.

சொக்கர்-பொன் பெற்றோர்; என்போர்-என்று சொல்லப் படுபவர்; அத்தம்-அறம்; பொருள்; இன்பம்; வீடு ஆகிய நாலினையும்; பெறுவர்-அடைவர்.

தங்கம் பெற்றோர் அனைத்தையும் பெறுவர்.

36. சோம்பர் என்பவர் தேம்பித் திரிவர்

சோம்பர் என்பர்-சோம்பலைக் கொண்டவர்கள்; தேம்பி-வறுமைத் துன்பத்தில் சிக்கி; திரிவர்-அலைந்து அழிவர்.

சோம்பலைக் கொண்டோர் வறுமையில் சிக்கி அலைந்து அழிவர்.

37. தந்தை சொல்மிக்க மந்திரம் இல்லை.

தந்தை-தகப்பனார்; சொல்மிக்க-அறிவுரைகளைவிட; மந்திரம்-வேறு தனித்த மந்திரங்கள்; இல்லை-ஒன்றும் இல்லை.

தந்தையார் சொல் அமிழ்தம்.

38. தாயிற் சிறந்த ஒரு கோயிலும் இல்லை.

தாயின்-பெற்ற தாயைக் காட்டிலும்; சிறந்த-சிறப்பான; ஒரு கோயிலும்-வேறு ஒரு கோயிலும்; இல்லை-கிடையாது.

ஈன்ற தாயே தெய்வம்.

39. திரை கடல் ஓடியும் திரவியம் தேடு.

திரை-அலைகளைக் கொண்ட; கடல்-கடலைத் தாண்டியும் சென்று; திரவியம்-பொருளை; தேடு-சம்பாதி.

சோம்பித் திரியாது அலைகளைக் கொண்ட கடலையும் தாண்டிச் சென்று பொருளைச் சேகரி.

40. தீராக் கோபம் போராய் முடியும்.

தீராக் கோபம்-அடக்க முடியாத கோபம்; போராய்-சண்டையாய்; முடியும்-இறுதியில் சண்டையோடு முடியும்.

சினம்என்னும் சேர்ந்தாரைக் கொல்லி இனம்என்னும்
ஏமப் புனையைச் சுடும் -குறள்.306

41. துடியாப்பெண்டிர் மடியில் நெருப்பு.

துடியா-(தன் கணவனுக்கு நேர்ந்த துன்பத்தைக் கண்டு) மனம் துடித்திடாது; பெண்டிர்-பெண்கள்; மடியில்-மடியில் கட்டிக் கொண்ட; நெருப்பு-நெருப்புக்குச் சமமாவர்.

தன் கணவனுக்கு உற்ற பெரும் இடரைக் கண்டு மனம் துடிக்காத பெண்டிர்; மடியில் கட்டிக் கொண்ட நெருப்புக்குச் சமமாவர்.

42. தூற்றும் பெண்டிர் கூற்று எனத்தகும்.

தூற்றும்-தன் கணவனைப் பற்றிய அவதூறுகளைப் பலர் அறியும்படி பேசித்திரியும் பெண்டிர்; கூற்று-எமனுக்கு; எனத்தகும்-சரியாகும்.

தன் கணவனின் குற்றங்களைப் பலர் அறியப் பேசித்திரியும் பெண்டிர் எமனுக்குச் சமமானவள்.

43. தெய்வம் சீறின் கைதவம் மாளும்.

தெய்வம்-கடவுள்; சீறின்-சினந்தால்; கைதவம்-கைகூடிய தவமும்; மாளும்-அழிந்து போகும்.

தெய்வத்தைப் பழிப்பதினால் வரும் சீற்றத்தால் அவர் கைப்பெற்ற தவமும் அழியும்.

44. தேடாது அழிக்கின் பாடாய் முடியும்.

தேடாது-முயற்சியால் பொருளைத் தேடாவிடின்; அழிக்கின்-இருக்கும் செல்வத்தை வீண் செலவு செய்து அழித்தால் அது; கேடாய்-தீங்காய்; முடியும்-துன்பமாக முடியும்.

முயற்சி செய்து பொருளைத் தேடாது; இருக்கும் செல்வத்தை வீண் செலவு செய்து அழித்தால் அது இறுதியில் பெருந்துன்பத்தைத் தரும்.

45. தையும் மாசியும் வைஅகத்து உறங்கு

தையும் மாசியும்- தை மாதத்திலும் மாசி மாதத்திலும்; வை-வைக்கோல் வேய்ந்த வீட்டில்; உறங்கு-தூங்கு.

தையும் மாசியும் குளிர் காலமாதலால் வைக்கோல் வேய்ந்த வீட்டில் வசி. (அது சற்று வெப்பத்தைத் தரும்)

46. தொழுது ஊண் சுவையின் உழுதுஊண் இனிது.

தொழுது-ஒருவரை வீணே புகழ்ந்து வணங்கி வாழ்கின்ற; ஊண்சுவையின்-அதனால் வரும் உணவின் சுவையைப் பார்க்கிலும்; உழுது ஊண்-சொந்தமாய் முயற்சியுடன் செய்யும் உழவுத் தொழிலால் கிடைக்கப் பெறும் உண்ணும் உணவே; இனிது-இனியதாகும்.

ஒருவரை வீணே புகழ்ந்து உண்பதனைக் காட்டிலும் முயற்சியோடு உழவுத் தொழில் செய்து அதனால் வரும் உணவை உண்ணலே இனிது.

47. தோழனோடும் ஏழைமை பேசேல்.

தோழனோடும்-உன்னுடன் நல்லமுறையில் பழகும் நண்பரிடமும்; ஏழைமை-உன்னிடம் உள்ள வறுமையை; பேசேல்-பேசாதே.

உன்னுடன் நல்லமுறையில் பழகும் நண்பனிடமும் உன் ஏழ்மையைப் பேசாதே.

48. நல்இணக்கம் அல்லது அல்லல் படுத்தும்.

நல் இணக்கம்-நல்லசேர்க்கை; அல்லது-அல்லாத தீய சேர்க்கை; அல்லல்-பெருந்துன்பத்தையே; படுத்தும்-தரும்.

நல்லவர் பழக்கம் நல்லதைத்தரும்; தீயவர் பழக்கம் தீமையையே தரும்.

49. நாடெங்கும் வாழக் கேடு ஒன்றும் இல்லை.

நாடு எங்கும்-நாட்டில் எங்கிலும்; வாழ-நன்கு வாழ; கேடு-தீமை ஒன்றும்; இல்லை-ஒரு சிறிதும் இல்லை.

நாட்டில் எங்கும் வாழலாம்; அதனால் ஒரு கேடும் இல்லை.

50. நிற்கக் கற்றல் சொல்திறம்பாமை

நிற்கக் கற்றல்-நிலையாகக் கற்க வேண்டியதைக் கற்ற பின்; சொல்-கூறும் சொல்லில்; திறம்பாமை-காப்பாற்றும்படி இருக்கலாம்.

நன்கு கற்றால் கூறும் சொற்படி மாறாமல் இருக்கலாம்.

51. நீர்அகம் பொருந்திய ஊர்அகத்து இரு.

நீர்அகம்-நீர்நிலைகள்; பொருந்திய-அமைந்திட்ட; ஊர்அகத்து-ஊரினிடத்தில்; இரு-வசி.

நீர்நிலைகள் பொருந்திய ஊரில் குடியிரு.

52. நுண்ணிய கருமம் எண்ணித் துணி.

நுண்ணிய-மிகச்சிறிய; கருமம்-வேலையை; எண்ணி-நன்கு சிந்தித்து; துணி-செய்யத் தொடங்கு.

மிகச்சிறிய வேலையாக இருந்தாலும் எண்ணிச் செயல்படு.

எண்ணித் துணிக கருமம் துணிந்தபின்
எண்ணுவம் என்பது இழுக்கு -குறள் 467

53. நூல்முறை தெரிந்து சீலத்து ஒழுகு.

நூல்-அறநூல்களில் கூறப்பட்ட முறையில்; முறை-நீதிநெறி முறைகளை; தெரிந்து-நன்கு தெரிந்து கொண்டு; சீலத்து-நல்லவழியில்; ஒழுகு-நடந்திடு.

அறநூல்களில் கூறப்பட்ட நீதிநெறி முறைகளை நன்கு அறிந்து நட.

54. நெஞ்சை ஒளித்தொரு வஞ்சகம் இல்லை.

நெஞ்சை-மனத்தினை; ஒளித்து-மறைத்து; ஒரு வஞ்சகம்-ஒரு வஞ்சகமான செயலும்; இல்லை-இல்லையாம்.

மனத்திற்குத் தெரியாமல் எந்தவிதமான வஞ்சகச் செயலும் இல்லை.

55. நேரா நோன்பு சீராகாது

நேரா-மனம்பொருந்தாத; நோன்பு-முயற்சியானது; சீர்-சிறப்பாக; ஆகாது-அமையாது.

மனம் ஒன்றிச் செய்யாத செயல் சிறப்பளிக்காது.

56. நைபவர் எனினும் நொய்ய உரையேல்

நைபவர்-எதற்கும் எதிர்ப் பேச்சு பேசாதவர்; எனினும்-என்றாலும்; நொய்ய-அறியாமல் சொற்களை; உரையேல்-பேசாதே.

எதற்கும் எதிர்ப்பேச்சு பேசாத எளியர் எனினும் அவர் மனம் வருந்தும்படிப் பேசாதே.

57. நொய்யவர் என்பவர் வெய்யர் ஆவார்.

நொய்யவர்-வறுமையாளர்; என்பவர்-என்று சொல்லப் படுபவர்; வெய்யவர்-விரும்பப்படுபவர்; ஆவர்-ஆவார்.

வறியவர் எனினும் விரும்பப்படுபவரே!

58. நோன்பு என்பது கொன்று தின்னாமை

நோன்பு-விரதம்; என்பது-என்று கூறப்படுவது; கொன்று-பிற உயிர்களைக் கொல்லாமலும்; கொன்று விற்கப்படும் பொருள்களை வாங்கமலும்; அவற்றை தின்னாமை-உண்ணாமல் இருப்பதுதான்.

ஒன்றாக நல்லது கொல்லாமை மற்றதன்
பின்சாரப் பொய்யாமை நன்று- குறள் 323

59. பண்ணிய பயிரில் புண்ணியம் தெரியும்

பண்ணிய-நாம் செய்த பயிர்த்தொழிலில்; புண்ணியம்-புண்ணியமானது; தெரியும்-தெரிந்து விடும்.

நாம் செய்த பயிர்த்தொழிலின் விளைவினைக் காணும்போது மகிழ்வடையச் செய்தவரின் நல்வினைப் பயனும் தெரியவரும்.

60. பாலோடு ஆயினும் காலம் அறிந்து உண்

பாலோடு ஆயினும்-பால் கலந்து செய்யப்பட்ட உணவாக இருப்பினும்; காலத்தை-காலத்தை அறிந்து; உண்-சாப்பிடு.

பாலால் தயாரிக்கப்பட்ட உணவு என்றாலும் காலத்தே உண்.

61. பிறன்மனை புகாமை அறம்எனத் தகும்

பிறன்மனை-மாற்றார் வீட்டில் இருக்கும் பெண்ணை; புகாமை-சென்று சேராமை; அறம்என-அறம் என்று; தகும்-கருதப்படும்.

பிறன்மனை நோக்காத பேராண்மை சான்றோர்க்கு
அறன்ஒன்றோ ஆன்ற ஒழுக்கு -குறள் 148

62. பீரம்பேணின் பாரம் தாங்கும்.

பீரம்-தாய்ப்பாலை; பேணி-குடித்து வளர்ந்தவன்; பாரம்-வலிமையை; தாங்கும்-தாங்கும் நிலைபெறுவான்.

தாய்பாலைக் குடித்து வளர்ந்தவன் நல்ல வலிமை உடையவனாய் இருப்பான்.

63. புலையும் கொலையும் களவும் தவிர்.

புலையும்-புலால் உண்ணுதலையும்; கொலை-கொலை செய்வதையும்; களவும்-திருட்டையும்; தவிர்-நீக்கு.

புலால் உணவையும்; களவையும்; திருட்டையும் மற.

(களவும் கத்தும் மற என்பது களவு - திருட்டு; கத்து - பொய்; மற - ஒழி என்பது பிற்காலத்தில் வழுவி களவும் கத்து மற என்று வழங்குகிறது)

64. பூரியோர்க்கு இல்லை சீரிய ஒழுக்கம்

பூரியோர்க்கு-கீழ்த்தரமான செயல் செய்பவர்களுக்கு; சீரிய-உயர்வான; ஒழுக்கம்-நன்னடத்தை; இல்லை-கிடையாது.

கீழ்த்தரமான வேலை செய்வோர்க்கு உயர்வான ஒழுக்கம் இல்லை.

65. பெற்றோர்க்கு இல்லை சுற்றமும் சினமும்.

பெற்றோர்க்கு-நல்ல ஞானம் வரப்பெற்றோர்க்கு; சுற்றமும் சினமும்-உறவும்-கோபமும்; இல்லை-கிடையாது.

நல்ல ஞானம் வரப் பெற்றோர்க்கு உறவு என்ற பந்தமும் சினமும் கிடையாது.

66. பேதைமை என்பது மாதர்க்கு அணிகலம்.

பேதைமை-எதையும் அறிந்தும் அறியாதது போல் இருத்தல்; என்பது-என்ற நிலையில்; மாதர்க்கு-பெண்களுக்கு; அணிகலம்-அணியாம்.

தெரிந்தும் தெரியாதது போல் இருத்தல் பெண்டிற்கு அழகாம்.

(இதனைத் தொல்காப்பியம் ‘கொளுத்தக் கண்டு கண்டது விடமை’ என்று கூறும்)

67. பையச் சென்றால் வையம் தாங்கும்

பையச் சென்றால்-எச்செயலையும் நிதானமாகச் செய்தால்; வையம்-உலகையே; தாங்கும்-தாங்கக்கூடிய வலிமை பெறுவர்.

எச்செயலையும் நன்கு ஆலோசித்து நிதானமாகச் செய்தால் உலகினையே ஆளலாம்.

68. பொல்லாங்கு என்பவை எல்லாம்தவிர்

பொல்லாங்கு-தீயவைகளை; என்பவை-என்று கூறப்படுவன வற்றை; எல்லாம்-அனைத்தையும்; தவிர்-விட்டுவிடு.

அனைத்து தீயசெயல்களையும் விட்டுவிடு.

69. போனகம் என்பது தான்உழந்து உண்டல்

போனகம்-(போஜனம்) உணவு உண்பது என்பது; தான்-தானே; தானே உழைத்து-முயற்சியால் உழைத்து வந்ததை; உண்டல்-உண்பதாம்.

நீ உண்ணும் உணவு உன் உழைப்பால் வந்ததாக இருக்க வேண்டும்.

70. மருந்தே ஆயினும் விருந்தோடு உண்.

1. மருந்தே-நீ பிணியால் பீடிக்கப்பட்டு மருந்தாகிலும்

ஆயினும்-ஆனாலும்; விருந்தோடு-விருந்தினரோடு; பகிர்ந்து உண்-உண்பாயாக.

2. உண்ணும் உணவு மருந்துபோல் குறைவாய் இருப்பினும் விருந்தினரோடு உண்.

3. கிடைத்தற்கரிய மருந்தான அமிழ்தே கிட்டினும் விருந்தினரோடு உண்.

விருந்து புறத்ததாத் தான்உண்டல் சாவா
மருந்துஎனினும் வேண்டற்பாற்று அன்று -குறள் 82

71. மாரி அல்லது காரியம் இல்லை.

மாரி அல்லது-மழை என்பது இல்லாமல் போனால்; காரியம்-வேறு எப்பணியும்; இல்லை-கிடையாது.

விசும்பின் துளிவீழின் அல்லால்மற்று ஆங்கே
பசும்புல் தலைகாண்ப அரிது. குறள் 16

72. மின்னுக்கு எல்லாம் பின்னுக்கு மழை.

மின்னுக்கு எல்லாம்-விண்ணில் மின்னிடும் மின்னல்கள் யாவும்; பின்னுக்கு-பின்னால்; மழை-மழைபொழியும்.

மின்னல் எவ்வளவு மின்னினாலும் பின்னுக்கு மழையே!

73. மீகாமன் இல்லா மரக்கலம் ஓடாது.

மீகாமன்-கப்பலைச் செலுத்தும் மாலுமி; இல்லா-இல்லாமல்; மரக்கலம்-கப்பல்; ஓடாது-ஓடாது.

கப்பலைச் செலுத்தும் மாலுமி இல்லாமல் கப்பல் ஓடாது.

74. முற்பகல் செய்யின் பிற்பகல் விளையும்.

முற்பகல்-ஒருநாளின் முன்பொழுதில்; செய்யின்-செய்தால்; பிற்பகல்-அச்செயலின் விளைவு அதே நாளின் பிற்பொழுதில்; விளையும்-உனக்கு விளைந்திடும்.

முன்பொழுதில் ஒரு தீய வேலையைச் செய்தால் அதன் விளைவு அந்த நாளின் பின்பொழுதிலேயே உனக்குத் தெரியவரும்.

75. மூத்தோர் சொல்லும் வார்த்தை அமிர்தம்

மூத்தோர்-கல்வி; வயதில் மூத்தோர்; சொல்லும்-பிறர்க்குக் கூறும் நல்ல அறிவுரைகள்; அமிர்தம்-அவர்களுக்கு அமிழ்தம் போன்றதாம்.

76. மெத்தையில் படுத்தல் நித்திரைக்கு அழகு.

மெத்தையில்-இலவம் பஞ்சாலான மெத்தையில்; படுத்தல்-படுத்துக் கொள்ளல்; நித்திரைக்கு-உறக்கத்திற்கு; அழகு-அழகாம்.

இலவம் பஞ்சாலான மெத்தையில் படுத்து உறங்குவது சிறந்தது.

77. மேழிச் செல்வம் கோழை படாது.

மேழிச் செல்வம்-உழவுத் தொழிலால் வரும் செல்வம்; கோழை-குறைவு; படாது-அடையாது.

உழவுத் தொழிலால் வரும் செல்வம் என்றும் குறைபடாது.

78. மைவிழியார் தம்மனை அகன்று ஒழுகு.

மைவிழியார்-வேல்போலும் கண்களில் மை தீட்டப் பட்ட; மனை-பரத்தையர் வீட்டிற்கு; அகன்று-போகாமல்; இரு-இருந்திடு.

மைதீட்டிய பரத்தையர் வீட்டிற்குச் செல்லாதே!

79. மொழிவது மறுக்கின் அழிவது கருமம்

மொழிவது-பெரியோர் கூறுவதை; மறுக்கின்-மறுத்தல்; அழிவது-கெடுவதற்கு; சமம்-சமமாகும்.

பெரியோர் கூறும் நல்ல அறிவுரைகளைக் கேட்டு வாழ்ந்திடு.

80. மோனம் என்பது ஞான வரம்பு.

மோனம் என்பது-மௌனம் என்பது; ஞானம்-அறிவுக்குரிய; வரம்பு-எல்லையாம்.

தியானம் எனப்படும் மௌனம் ஞானத்தின் எல்லையாம்.

81. வளவன் ஆயினும் அளவுஅறிந்து அழித்து உண்.

வளவன் ஆயினும்-நீ கரிகாற் வளவன் போன்ற பேரரசனாக இருந்தாலும்; அளவு அறிந்து-வரவிற்கேற்றபடி; அழித்து-செல்வத்தை செலவு செய்து; உண்-உண்பாயாக.

நீ சோழப் பேரரசன் போல் செல்வம் மிகுத்து பெற்றிருப் பினும் வரவிற்கேற்ற செலவுசெய்.

82. வானம் சுருங்கின் தானம் சுருங்கும்

வானம் சுருங்கின்-மழையானது நன்கு பெய்யாது பொய்க்கு மாயின்; தானம்-பிறர்க்குக் கொடுக்கும் பொருளும்; சுருங்கும்-சுருங்கிவிடும்.

தானம்தவம் இரண்டும் தங்கா வியன்உலகம்
வானம் வழங்காது எனின் -குறள் 19

83. விருந்து இலோர்க்கு இல்லை பொருந்திய ஒழுக்கம்.

விருந்து-வீட்டிற்கு வரும் விருந்தினரை; இல்லாதவருக்கு இலோர்க்கு-ஏற்றுப்போற்றி உபசரிக்கும் தன்மை; பொருந்திய-பொருந்திய நல்லநடத்தை; இல்லை-ஒருசிறிதும் இல்லை.

வீட்டிற்கு வரும் விருந்தினரை ஏற்றுப்போற்றி உபசரிக் காதவர்களுக்கு இல்லறத்திற்குரிய நன்னடத்தை இல்லை.

விருந்தினரைப் போற்றாதவர் இல்லறத்திற்குரிய நன்னடத்தை இல்லாதவரே!

84. வீரன் கேண்மை கூர் அம்பாகும்.

வீரன் கேண்மை-வீரனுடைய நட்பு; கூர் அம்பாகும்-கூர்மையான அம்பு வைத்திருத்தலாகும்.

வீரனுக்கு அழகு கூர்அம்போடு இருத்தல்.

85. உரவோர் என்கை இரவாது இருத்தல்

உரவோர்-வல்லவர் என்று; என்கை-என்று கூறப்படுதல்; இரவாது-பிறரிடம் சென்று யாசிக்காமல் இருப்பதே; இருத்தல்-இருப்பதாம்.

86. ஊக்கம் உடைமை ஆக்கத்திற்கு அழகு

ஊக்கம் உடைமை-உள்ளந்தளராமல் முயற்சியோடு இருத்தல் ஆக்கத்திற்கு முன்னேற்றத்திற்கு; அழகு-அழகாம்.

என்றும் முயற்சியோடு இருத்தல் முன்னேற்றத்திற்கு அழகாம்.

87. வெள்ளைக்கு இல்லை கள்ளச்சிந்தை

வெள்ளைக்கு-தூய்மைக்கு; கள்ள-வஞ்சனை; சிந்தை-எண்ணம். இல்லை-கிடையாது.

தூய்மையான நல்மனத்திற்குத் தீய சிந்தனை என்றும் கிடையாது.

88. வேந்தன் சீறின் ஆம்துணை இல்லை.

வேந்தன்-அரசன்; சீறின்-சினந்தால்; ஆம்-உதவி; துணை-இல்லை-உதவிக்கு வருவார் ஒருவரும் இல்லை.

அரசன் சினந்தால் துணைக்கு வருவார் ஒருவரும் இல்லை.

89. வைகல் தோறும் தெய்வம் தொழு.

வைகல்தோறும்-என்றும்-அதிகாலைப் பொழுதில்; தெய்வம்-கடவுளை; தொழு-வணங்கு.

என்றும் அதிகாலைப் பொழுதில் தெய்வத்தைப் போற்றி வணங்கு.

90. ஒத்த இடத்து நித்திரை செய்.

ஒத்த இடத்து-சுத்தமான சமமான இடத்தில்; நித்திரை-உறக்கத்தை; செய்-படுத்து உறங்கு.

தூய்மையும்; சமமான தளமும் உள்ள இடத்தில் உறங்கு.

91. ஓதாதார்க்கு இல்லை உணர்வொடும் ஒழுக்கம்.

ஓதாதார்க்கு-நூல்களைக் கற்காதார்க்கு; உணர்வொடும்-நல்ல உணர்வும் ஒழுக்கம்-நன்னடத்தையும்; இல்லை-இல்லையாம்.

நூல்களைக் கல்லாதவருக்கு; நல்ல உணர்வும் நன்னடத்தையும் இருக்காது.

கொன்றை வேந்தன் சொல்லுரையும்; கருத்துரையும் முற்றும்.

○

அதிவீர ராமபாண்டியன் பாடிய

3. வெற்றி வேற்கை என்னும் நறுந்தொகை

ஆசிரியர் வரலாறு

16 ஆம் நூற்றாண்டின் தொடக்க காலம் அதிவீரராம பாண்டியனின் காலம். இவரே இந்நூலின் ஆசிரியர். 40 ஆண்டுக் காலம் தென்காசியிலிருந்து ஆட்சிபுரிந்தார் என்பர். நைடதம் என்ற நூலின் ஆசிரியரும் இவரே! திருவாரூர் மாவட்டத்தில் அதிராம்பட்டினம் என்ற ஓர் ஊர் உளது. இப்பெயர் இவருடன் தொடர்புடையதோ? என்னவோ? ஆய்வாளர் ஆய்க!

கடவுள் வணக்கம்

பிரணவப் பொருள்ஆம் பெருந்தகை ஐங்கரன்
சரணஅற் புதுமலர் தலைக்கு அணிவோமே.

பிரணவம்-பிரணவ மந்திரத்தின்; பொருள் ஆம்-பொருள் ஆகிய; பெருந்தகை-மிகப்பெருமையுடைய; ஐங்கரன்-ஐந்து திருக்கரங்களையுடைய விநாயகப் பெருமானது; அற்புதம்-ஆச்சர்யங் கொடுக்கக்கூடிய; சரணம்-திருவடிகளை; மலர்-நறுமணங் கொண்ட மலரனைய திருவடிகளை; தலைக்கு-நம் தலைக்கு; அணிவோம்-ஆபரணமாகச் சூடுவோம்.

விநாயகப் பெருமானின் மலரடிகளைத் தலைக்கு ஆபரண மாகச் சூடுவோம்.

நூற்பயன்

வெற்றி வேற்கை வீர ராமன்
கொற்கை ஆளி குலசேகரன் புகல்
நற்றமிழ் தெரிந்த நறுந்தொகை தன்னால்
குற்றம் களைவோர் குறைவிலா தவரே.

கொற்கை-கொற்கை நகரத்தை; ஆளி-ஆள்பவனும்; குலம்-தன் குலத்திற்கு; சேகரன்-மகுடம் போன்றவனும் ஆகிய; வெற்றி-வெற்றியைக் கொடுக்கும்; வேல்-வேலைத் தாங்கிய; கை-கையையுடைய; வீரராமன்-அதி வீரராமபாண்டியன்; புகல்-கூறிய; நல்-நல்ல; தமிழ்-தமிழ் நூல்களை; தெரிந்து-அறிந்து உரைத்த; நறுந்தொகை தன்னால்-நறுந்தொகை என்னும் நூலைப் படித்து அதன் காரணமாய்; குற்றம்-குற்றங்களை; களைவோர்-போக்குவோர்; குறைவு-குறைவிலாதவர்; அவரே-ஆவார்.

அதிவீரராமபாண்டியன் பல நூல்களை ஆய்ந்து பாடிய நறுந்தொகை என்னும் வெற்றிவேற்கையைக் கற்றால் அதனால் குற்றங்களைப் போக்கிக் கொள்ளலாம்.

நூல்

1. எழுத்து அறிவித்தவன் இறைவன் ஆகும்.

எழுத்து-(இலக்கண; இலக்கிய நூல்களைக்) கல்வி அறிவு தரும் நன்னூல்களை; அறிவித்தவன்-கற்பித்தவன்; இறைவன்-கடவுளுக்கு; ஆகும்-சமமாகும்.

இலக்கண இலக்கிய நூல்களை நமக்குக் கற்பித்தவர் கடவுளுக்குச் சமமாவார்.

2. கல்விக்கு அழகு கசடற மொழிதல்

கல்விக்கு-நாம் கற்ற கல்விக்கு; அழகு-அழகாவது; கசடுஅற-குற்றமில்லாமல்; மொழிதல்-பேசுதலேயாகும்.

ஒருவன் கற்ற கல்வியின் அழகு அவன் பேசும் பேச்சில் அமையும்.

3. செல்வர்க்கு அழகு செழுங்கிளை தாங்குதல்.

செல்வர்க்கு-செல்வம் கொண்டு வாழ்பவர்க்கு; அழகு-அழகாவது; செழுங்கிளை-தேடிவரும் நெருங்கிய சுற்றத் தாரை; தாங்குதல்-காப்பாற்றுதலாகும்.

செல்வம் கொண்டோர்க்கு அழகாவது தம்மைத் தேடிவரும் உறவினரைப் போற்றிக் காப்பாற்றுதலே ஆகும்.

4. வேதியர்க்கு அழகு வேதமும் ஒழுக்கமும்

வேதியர்க்கு-வேதம் ஓதும் மறையோர்க்கு; அழகு-அழகாவது; வேதமும்-மறை ஓதுதலும்; ஒழுக்கமும்-நன்ன டத்தையேயாகும்.

மறையோதும் அந்தணர்க்கு அழகு ஒழுக்கமே!

5. மன்னவர்க்கு அழகு செங்கோல் முறைமை.

மன்னவர்க்கு-அரசர்க்கு; அழகு-அழகாவது; செங்கோல்-ஆட்சியைச் செம்மையாக நீதி தவறாது நடத்துதலேயாகும்.

மன்னர்க்கு அழகு செங்கோலை வழுவாது காத்து அரசாளுவதேயாம்.

6. வைசியர்க்கு அழகு வளர்பொருள் ஈட்டல்.

வைசியர்க்கு-வியாபாரம் செய்யும் வணிகர்களுக்கு; அழகு-அழகாவது; வளர்பொருள்-செல்வத்தைப் பெருக்கும் படி; ஈட்டல்-செய்தலேயாகும்.

வணிகர்களுக்கு அழகாவது இருக்கும் செல்வத்தை வளர்க்கும் நிலையைக் காணலேயாகும்.

7. உழவர்க்கு அழகு ஏர் உழுதூண் விரும்பல்.

உழவர்க்கு-வித்திட்டு வேளாண்மை செய்யும் உழவர் களுக்கு; அழகு-அழகாவது; ஏர்-கலப்பையால்; உழுது-நிலத்தை உழுது; ஊண்-உணவுக்கு; விரும்பல்-விருப்பங் கொள்ளுதல்.

உழுது பயிரிட்டு அதனால் வரும் உணவை உண்பதே உழவர்கட்கு அழகாம்.

8. மந்திரிக்கு அழகு வரும் பொருள் உரைத்தல்

மந்திரிக்கு-அமைச்சருக்கு; அழகு-அழகாவது; வரும்-பொருள்-எதிர்காலத்தில் நிகழப்போவதைத் தன் மதி நுட்பத்தால் அறிந்து; உரைத்தல்-கூறல்.

இனிவரும் எதிர்காலத்தில் நிகழவுள்ளதைத் தன் மதி நுட்பத்தால் அறிந்து மன்னனுக்குக் கூறலே அமைச்சர்க்கு அழகு.

9. தந்திரிக்கு அழகு தறுகண் ஆண்மை

தந்திரிக்கு-படைத்தலைவனுக்கு; அழகு-அழகாவது; தறுகண்-அஞ்சாமையாகிய; ஆண்மை-வீரமேயாகும்.

படைத்தலைவனுக்கு அழகு அவன் அஞ்சாமையாகிய வீரமேயாம்.

10. உண்டிக்கு அழகு விருந்தோடு உண்டல்

உண்டிக்கு-உணவிற்கு; அழகு-அழகாவது; விருந்தோடு-விருந்தினரோடு சேர்ந்து; உண்டல்-உண்பதேயாகும்.

உண்பவர்க்கு அழகு விருந்தினரோடு அமர்ந்து உண்பதே!

11. பெண்டிர்க்கு அழகு எதிர் பேசாது இருத்தல்.

பெண்டிர்க்கு-பெண்களுக்கு; அழகு-அழகாவது; எதிர்பேசாது-எதிர்த்துப் பேசாமல் இருத்தல்-இருத்தலாம்.

கொண்ட கணவனை எதிர்த்துப் பேசாது இருத்தலே பெண்ணிற்கு அழகாம்.

12. குலமகட்கு அழகுதன் கொழுநனைப் பேணுதல்

குலமகட்கு-நல்ல குலத்தில் பிறந்த பெண்ணுக்கு; அழகு-அழகாவது; தன்-தான் மணந்த; கொழுநனை-கணவனை; பேணுதல்-காப்பாற்றுதல்.

நல்ல குலத்துதித்த பெண்ணுக்கு அழகு தன் கணவனைப் பேணிப் போற்றுதலேயாம்.

குலமகளுக்கு அழகு கணவனைக் காப்பாற்றுதல்.

13. விலைமகட்கு அழகு தன் மேனி மினுக்குதல்

விலைமகட்கு-பரத்தைக்குலப் பெண்ணுக்கு; அழகு-அழகாவது; தன்மேனி-தன் உடலை; மினுக்குதல்-ஆடை; அணி கலன்களால் அழகுபடுத்துதல்.

பரத்தைப் பெண்ணுக்கு அழகு தன் உடலை பல்லாற்றானும் அழகுபடுத்துதலேயாம்.

14. அறிஞர்க்கு அழகு கற்று உணர்ந்து அடங்கல்.

அறிஞர்க்கு-சான்றோர்க்கு; அழகு-அழகாவது; கற்று-சிறந்த நூல்களைக் கற்று; உணர்ந்து-அதன் பொருளை அறிந்து; அடங்கல்-அடங்கியிருப்பதே!

சான்றோர்க்கு அழகு தாம் கற்ற சிறந்த நூல்களுக்கு ஏற்ப அடக்கத்தோடு வாழ்தலே ஆகும்.

15. வறிஞர்க்கு அழகு வறுமையில் செம்மை

வறிஞர்க்கு-வறுமைநிலையினர்க்கு; அழகு-அழகாவது; வறுமையில்-வறுமையான ஏழ்மைக் காலத்திலும்; செம்மை-தாழாது இருத்தலேயாகும்.

வறிஞர்க்கு அழகு தம் ஏழ்மைக் காலத்திலும் தாழாமையே சிறந்தது.

16. தேம்படு பனையின் திரள்பழுத்து ஒருவிதை
வானுற ஓங்கி வளம்பெற வளரினும்
ஒருவர்க்கு இருக்க நிழல் ஆகாதே.

தேம்-இனிய; படு-பொருந்திய; பனையின்-பனைமரத்தின் ஒருவிதை-ஒரு விதையானது; வானுற-விண்ணினை நோக்கி; ஓங்கி-உயர்ந்து; வளம்பெற-செழுமையாக; வளரினும்-வளர்ந் தாலும்; ஒருவர்க்கு-ஒரு மனிதனுக்கு; இருக்க-தங்கி இளைப்பாற; நிழல் ஆகாதே-நிழலைத் தராது.

இனிய சுவையான நுங்கினைத்தரும் பனைமரம் விண்ணுற வளர்ந்து நிற்பினும் ஒருவர் தங்கிடக்கூட நிழலைத் தராது.

17. **தெள்ளிய ஆலின் சிறுபழத்து ஒருவிதை**
தெண்ணீர்க் கயத்துச் சிறுமீன் சினையினும்
நுண்ணியதே ஆயினும் அண்ணல் யானை
அணிதேர் புரவி ஆள்பெரும் படையொடு
மன்னர்க்கு இருக்க நிழல் ஆகும்மே.

தெள்ளிய-தெள்ளி எடுக்கத்தக்க; ஆலின்-ஆலமரத்தின்; சிறுபழத்து-சின்னஞ்சிறிய பழத்திலுள்ள; ஒருவிதை-ஒரே ஒரு விதையானது; தெள்நீர்-தெளிந்த நீரையுடைய; கயத்து-குளத்தில்; சிறுமீன்-சிறிய மீனினுடைய; சினையினும்-முட்டையினும்; நுண்ணியதே-சிறியதே; ஆயினும்-ஆனாலும்; அண்ணல்யானை-பெருமை பொருந்திய யானையும்; அணிதேர்-அழகியதேரும்; புரவி-குதிரையும்; ஆள்-காலாட்படைகளும்; (கூடிய பெரும்) படையோடு-பெரிய சேனையோடு; மன்னர்க்கு-அரசர்க்கு; இருக்க-தங்கி இருக்க; நிழல் ஆகும்-நிழலைத்தரும்.

உருவுகண்டு எள்ளாமை வேண்டும் -குறள் 667

18. **பெரியோர் எல்லாம் பெரியரும் அல்லர்**

பெரியோர்-பெரியவர்கள்; எல்லாம்-எல்லோரும்; பெரியரும்-பெரியவர்களும்; அல்லர்-ஆகமாட்டார்.

தோற்றத்தில்; ஆரவாரத்தில் பெரியோர் போல் இருப்பவர் பெரியோர் அல்லர்.

19. **சிறியோர் எல்லாம் சிறியரும் அல்லர்.**

சிறியோர்-சிறியவர்கள்; எல்லாம்-எல்லோரும்; சிறியரும்-சிறியவர்களும்; அல்லர்-ஆகமாட்டார்.

தோற்றத்தைக் கண்டு ஏமாறாதே! சிறியோர் என்பது கீழான செயல்களைச் செய்பவர்.

20. **பெற்றோர் எல்லாம் பிள்ளைகள் அல்லர்**

பெற்றோர்-பெற்ற மக்கள்; எல்லாம்-எல்லோரும்; பிள்ளைகள்-நல்ல மக்கள்; அல்லர்-ஆகமாட்டார்.

பெற்ற மக்கள் யாவரும் நல்ல மக்கள் அல்லர்.

21. உற்றோர் எல்லாம் உறவினர் அல்லர்.

உற்றோர்-உறவினர்; எல்லாம்-எல்லோரும்; உறவினர்-நல்ல உறவினர்கள்; அல்லர்-ஆகமாட்டார்.

ஆபத்து வரும்போது உதவாத உறவினர் உறவினராக மாட்டார்.

22. கொண்டோர் எல்லாம் பெண்டிரும் அல்லர்.

கொண்டோர்-திருமணம் செய்து கொண்டவர்கள்; எல்லாம்-எல்லோரும்; பெண்டிரும்-மனைவியர் என்றும்; அல்லர்-ஆகமாட்டார்.

மணந்து கொண்ட மங்கை யாவரும் மனம் இசைந்த மனைவி ஆகார்.

23. அடினும் ஆவின்பால் தன் சுவை குன்றாது.

ஆவின்பால்-பசுவின் பாலை; அடினும்-பலமுறைக் காய்ச்சினாலும்; தன்சுவை-தன்னுடைய சுவையில்; குன்றாது-குறையாது.

'அட்டாலும் பால் சுவை குன்றாது' -மூதுரை 4

24. சுடினும் செம்பொன் தன் ஒளி கெடாது.

சுடினும்-பலமுறைத் தீயில் சுட்டாலும்; செம்பொன்-செழுமையான பொன்; தன்ஒளி-தன்னுடைய ஒளியில்; கெடாது-குறையாது.

சுடச்சுடரும் பொன்போல் ஒளிவிடும் -குறள் 267

25. அரைக்கினும் சந்தனம் தன் மணம் மாறாது.

சந்தனம்-சந்தனக்கட்டையை; அரைக்கினும்-பலமுறை தேய்த்து அரைத்தாலும்; தன்மணம்-தனது-இனிய மணத்தி லிருந்து; மாறாது-மாறிடாது.

சந்தனக்கட்டை அது தேயும் வரை அரைத்தாலும் அதன் மணம் மாறாது.

26. புகைக்கினும் கார்அகில் பொல்லாங்கு கமழாது

புகைக்கினும்-தீயிலிட்டு புகைத்தாலும்; கார்அகில்-கருப்பான அகில் கட்டை; பொல்லாங்கு-துர்நாற்றம்; கமழாது-வீசாது.

கருத்த அகில் கட்டையைத் தீயில் இடினும் அதன் மணம் மாறாது.

27. கலக்கினும் தண்கடல் சேறு ஆகாது

தண்கடல்-குளிர்ச்சியான கடலை; கலக்கினும்-கலக்கினாலும்; சேறு ஆகாது-சேற்று நீர்போல் ஆகாது.

பெருங்கடலைக் கலக்கினும் சேற்று நீர்போல் ஆகாது.

28. அடினும் பால் பெய்து கைப்பறாது பேய்ச் சுரைக்காய்.

பேய்ச்சுரைக்காய்-பேய்ச் சுரைக்காயை; பால் பெய்து-பால் ஊற்றி; அடினும்-சமைத்தாலும்; கைப்பு-கசப்பு; அறாது-மாறாது.

கசப்பு மிகுந்த பேய்ச் சுரைக்காயைப் பாலூற்றிச் சமைத்தாலும் அதன் கசப்புச் சுவை மாறாது.

29. ஊட்டினும் பல்விரை உள்ளி கமழாது.

பலவிரை-பல்வேறு வாசனைகளை; ஊட்டினும்-சேர்த்தாலும்; உள்ளி-வெள்ளைப்பூண்டு; கமழாது-நல்ல வாசனையைத் தராது.

வெள்ளைப் பூண்டோடு பல்வேறு வாசனைப் பொருள்களைச் சேர்த்து சமைத்தாலும் அதன் மணம் மாறாது.

30. பெருமையும் சிறுமையும் தான்தர வருமே.

பெருமையும்-சிறப்பும்; சிறுமையும்-தாழ்வும்; தான்தர-தன்மெய் உண்டாக்கிக் கொள்ள; வரும்-கிடைக்கும்.

பெருமையும் தாழ்வும் அவரவர் கையில்.

31. சிறியோர் செய்த சிறுபிழை எல்லாம்
பெரியோர் ஆயின் பொறுப்பது கடனே.

சிறியோர்-சிறியவர்கள்; செய்த-செய்திட்ட; சிறுபிழை-சிறிய தவறுகளை; பெரியோராயின்-பெரியோர் எனப்படுவோர்; பொறுத்தல்-பொறுத்து மன்னித்துவிடல்; கடன்-கடமையாம்.

சிறியோர் செய்த சிறிய பிழைகளை பெரியோராய் இருப்பவர் பொறுத்து மன்னித்து விடுதல் கடனாம்.

32. சிறியோர் பெரும்பிழை செய்தன ராயின்
பெரியோர் அப்பிழை பொறுத்தலும் அரிதே.

சிறியோர்-சிறியவர்கள்; பெரும்பிழை-பெரிய குற்றங்களை; செய்தனராயின்-செய்வார்களேயானால்; அப்பிழை-அப்பெரிய தவறுகளை; பெரியோர்-பெரியோரானவர்; பொறுத்தலும்-பொறுத்துக் கொள்ளலும்; அரிதே-கடினமாகும்.

சிறியோர் பெரியோரிடத்து பெரிய குற்றங்களை; தவறுகளைச் செய்வார்களேயானால் அதனைப் பெரியோர் பொறுத்தலும் அரிது.

33. நூறு ஆண்டு பழகினும் மூர்க்கர் கேண்மை
நீர்க்குள் பாசிபோல் வேர்க்கொள் ளாதே

நூறு ஆண்டு-நூறு ஆண்டுகள்; பழகினும்-நன்கு பழகி னாலும்; மூர்க்கர்-மூடர்களது; கேண்மை-நட்பானது; நீர்க்குள்-தண்ணீருக்குள் இருக்கும்; பாசிபோல்-பாசியைப் போல; வேர்க்கொள்ளாது-வேர்விட்டு நிலைத்து நிற்காது.

மூடர்களோடு நூறாண்டுகள் பழகினாலும் அந்த நட்பு சிறப்புறாது.

34. ஒருநாள் பழகினும் பெரியோர் கேண்மை
இருநிலம் பிளக்க வேர்வீழ்க் கும்மே.

ஒருநாள்-ஒரே ஒருநாள் மட்டும்; பழகினும்-பழகி இருப் பினும்; பெரியோர்-பெரியவர்களின்; கேண்மை-நட்பானது; இருநிலம்-பெரியநிலமானது; பிளக்க-பிளந்து போகும்படி; வேர்வீழ்க்கும்-வேர் ஊன்றும்.

ஒரே ஒருநாள் பெரியவர்களோடு பழகிய நட்பு நிலம் பிளக்க வேர் உட்செல்வது போல நிலைத்து நிற்கும்.

35. கற்கை நன்றே கற்கை நன்றே
பிச்சை புகினும் கற்கைநன்றே.

கற்கை-கற்றல்; நன்றே-நல்லதே; பிச்சை புகினும்-பிச்சை எடுக்கும் நிலை ஏற்படினும்; கற்கை-கற்றல்; நன்றே-நல்லதே.

கல்வி கற்றல் மிகச் சிறப்புடையது. பிச்சை எடுக்கும் நிலை ஏற்படினும் கற்றலை விடாது கற்க வேண்டும்.

36. கல்லா ஒருவன் குலநலம் பேசுதல்
நெல்லினுள் பிறந்த பதரா கும்மே.

கல்லா ஒருவன்-கற்காத மூடன்; குலநலம்-தன் குலப் பெருமையைப் பேசுதல்; நெல்லினுள்-நெல்லோடுகூட; பிறந்த-பிறந்துள்ள; பதராகும்-பதருக்குச் சமமாகும்.

கல்லாத மூடன் தன் குலப்பெருமை பேசுதல் நெல்லினோடு பிறந்த பதருக்குச் சமம்.

37. நாற்பால் குலத்தின் மேற்பால் ஒருவன்
கற்றிலன் ஆயின் கீழ்இருப் பவனே.

நாற்பால்-நான்கு விதமான; குலத்தின்-குலங்களில்; மேற்பால்-மேல்சாதியில் பிறந்த ஒருவன்; கற்றிலன் ஆயின்-கல்லாது மூடனாக இருப்பானே ஆனால்; (அவன்) கீழ் இருப்பவனே-கீழான குலத்தினனே.

அந்தணர்; அரசர்; வணிகர்; வேளாளர் என்ற நான்கு பிரிவுகளில் உயர்வானதாகக் கூறப்படும் அந்தணர் குலத்தில் பிறந்து கல்லாத மூடனாக இருப்பானேயானால் அவன் உயர் சாதியினன் அல்லன்.

38. எக்குடிப் பிறப்பினும் யாவரே ஆயினும்
அக்குடியில் கற்றோரை மேல்வருக என்பர்

எக்குடிப்பிறப்பினும்-எந்தக்குடியில் பிறந்திருப்பினும்; யாவரே ஆயினும்-எவராக இருந்தாலும்; அக்குடியில்-அந்தக் குடியில்; கற்றோரை-கல்வி கேள்விகளில் சிறந்தோரை; மேல்-உயர்ந்தவர்கள்; வருக என்பர்-வரவேற்று உபசரிப்பர்.

எந்தக் குடியில் பிறந்திருந்தாலும் அந்தக் குடியில் கற்றோரையே சிறந்தவர்கள் வரவேற்று உபசரிப்பார்கள்.

39. அறிவுடை ஒருவனை அரசனும் விரும்பும்.

அறிவுடை-அறிவுள்ள; ஒருவனை-ஒரு மனிதனை; அரசனும்-மன்னனும்; விரும்பும்-போற்றும்.

கற்றோனை மன்னனும் விரும்புவான்.

40. அச்சம் உள்அடக்கி அறிவகத்து இல்லாக்
கொச்சை மக்களைப் பெறுதலின் அக்குடி
எச்சம் அற்று ஏமாந்திருக்கை நன்றே.

அச்சம்-அச்சத்தை; உள்அடக்கி-மனதினில் அடக்கிக் கொண்டு; அறிவு-அறிவை; அகத்து-மனத்தில்; இல்லா-இல்லாத; கொச்சை-மூடத்தன்மையான; மக்களை-பிள்ளைகளை; பெறுதலின்-பெறுவதைக் காட்டிலும்; எச்சம்-சந்ததி; அற்று-இல்லாமல்; ஏமாந்து-ஏமாந்து; இருக்கை-இருப்பது; நன்று-நல்லதே!

அறிவற்றதும்; அச்சம் கொண்டதுமான மக்களைப் பெறுவதைக் காட்டிலும் அக்குடும்பம் பிள்ளைப் பேறே இல்லை என்று இருப்பது நலம்.

41. யானைக்கு இல்லை தானமும் தருமமும்

யானைக்கு-யானைக்கு; தானமும்-தானம் கொடுத்தலும்; தருமமும்-அறம் செய்தலும்; இல்லை-இல்லையாம்.

யானைக்கு நீண்ட கையான துதிக்கை உள்ளது. ஆனால் அது என்றும் தானமோ; தருமமோ செய்யாது.

42. பூனைக்கு இல்லை தவமும் தயையும்

பூனைக்கு-பூனைக்கு; தவமும்-தவம் செய்தலும்; தயையும்-கருணையும்; இல்லை-கிடையாது.

பூனை தவயோகி போல் கண்களை மூடிக்கொண்டிருந் தாலும் தவமும் கருணையும் கிடையாது. (சிலர் காண யோகி போல் இருப்பர்; அவரிடம் தவமும் கருணையும் கிடையாது.)

43. ஞானிக்கு இல்லை இன்பமும் துன்பமும்

ஞானிக்கு-நல்ஞானம் உடையவர்க்கு; இன்பம்-இன்ப நிகழ்வுகளும்; துக்கமும்-துன்பமும்; இல்லை-இல்லையாம்.

ஞானியாய் உள்ளவர்களுக்கு இன்பமும் துன்பமும் இல்லை.

44. சிதலைக்கு இல்லை செல்வமும் செருக்கும்.

சிதலைக்கு-கரையானுக்கு; செல்வமும்-பொருளும்; செருக்கும்-கர்வமும்; இல்லை-இல்லையாம்.

செல்வர்; பொருளுடையோர் என்று பாகுபாடு பாராமல் கரையான் அனைவரின் பொருளையும் அரிக்கும்.

45. முதலைக்கு இல்லை நீத்தும் நிலையும்

முதலைக்கு-முதலைக்கு; நீத்தும்-நீந்துவதற்குரிய ஆழமான நீரும்; நிலையும்-நீந்த இயலாத நீரற்ற குறைவான நிலையும்; இல்லை-கிடையாது.

முதலைக்கு ஆழமான நீர் நிலையும்; நிலை கொள்ளாத குறைவான இடமும் என்பது இல்லை.

46. அச்சமும் நாணமும் அறிவிலோர்க்கு இல்லை.

அச்சமும்-பயமும்; நாணமும்-வெட்கமும்; அறிவு இலோர்க்கு-அறிவு இல்லாதவர்களுக்கு; இல்லை-இல்லை.

அறிவு இல்லாதார் தீமையைக் கண்டு அஞ்சுவதும்; பழியைக் கண்டு நாணுவதும் கிடையாது.

47. நாளும் கிழமையும் நலிந்தோர்க்கு இல்லை.

நாளும்-நல்லநாளும்; கிழமையும்-நல்லவாரம்; கெட்ட வாரம் என்றவை. நலிந்தோர்க்கு-பிணியாளர்களுக்கு; இல்லை-கிடையாது.

பிணியாளர்களுக்கு நல்ல நாள்; நல்ல வாரம் என்பது இல்லை.

48. கேளும் கிளையும் கெட்டோர்க்கு இல்லை.

கேளும்-நட்பும்; கிளையும்-உறவும்; கெட்டோர்க்கு-செல்வம் இழந்த ஏழைகளுக்கு; இல்லை-இல்லையாம்.

வறுமையில் உழலுவோர்க்கு நட்பும்; உறவும் இல்லை.

49. உடைமையும் வறுமையும் ஒருவழி நில்லா

உடைமையும்-செல்வமும்; வறுமையும்-தரித்திரமும்; ஒருவழி-ஒரு நிலையிலேயே; நில்லா-நின்றிடாது.

செல்வோம். தரித்து இரோம். ஒருவரிடத்தேயே எப்பொழுதும் செல்வமும் வறுமையும் நிற்காது.

50. குடைநிழல் இருந்து குஞ்சரம் ஊர்ந்தோர்
நடைமெலிந்து ஓர் ஊர் நண்ணினும் நண்ணுவர்.

குடைநிழல் இருக்க-குடையின் கீழிருந்து; குஞ்சரம்-யானையின்மேல்; ஊர்ந்தோர்-பவனி வந்தவர்கள் (பின்னர் நடைமெலிந்து-நடக்க முடியாமல் நடந்து; ஓர் ஊர்-ஓர் ஊரினை; நண்ணினும்-அடைந்தாலும்; நண்ணுவர்-அடைவர்.

யானைமீது அமர்ந்து குடை நிழலில் பவனி வந்தோர் ஒருநாள் நடக்க முடியாமல் நடந்து ஓர் ஊரினை அடைந்தாலும் அடைவர்.

51. சிறப்பும் செல்வமும் பெருமையும் உடையோர்
அறக்கூழ்ச்சாலை அடையினும் அடைவர்.

சிறப்பும்-மேன்மையும்; செல்வமும்-செல்வமும்; உடையோர்-உள்ளவர்கள்; அறக் கூழ்சாலை-அறம் செய்யும் அன்னசத்திரத்தை; அடையினும்-அடைந்தாலும்; சென்று சேர்ந்தாலும்; அடைவர்-சேர்வர்.

சிறப்பும் செல்வமும் பெற்றோர் ஒருநிலையில் ஒன்றும் அற்றவராய் ஒருக்கால் அறம் விளங்கும் அன்னசத்திரத்திற்கு உணவிற்காகச் சென்றாலும் செல்வர்.

52. அறத்திடு பிச்சை கூவி இரப்போர்
அரசோடு இருந்து அரசு ஆளினும் ஆளுவர்.

அறத்திடு-அறத்திற்காகப் போடும்; பிச்சை கூவி-பிச்சையைக் கேட்டு கூவி; இரப்போர்-யாசித்து உண்டு வாழ்வோர்; (ஒருக்கால்) அரசோடு இருந்து-நாடாளும் அரசரோடு இருந்து; அரசு ஆளினும்-நாட்டை ஆளினும்; ஆளுவர்-ஆண்டாலும் ஆள்வர்.

வீடு வீடாக அறம் கேட்டுப் பிச்சை கேட்டோர் ஒருக்கால் அரசரோடு இருந்து நாட்டை ஆளினும் ஆள்வர்.

53. குன்றத் தனைஇரு நிதியைப் படைத்தோர்
அன்றைப் பகலே அழியினும் அழிவர்

குன்று அத்தனை-குன்று அளவு; இருநிதியை-பெருஞ் செல்வத்தை; படைத்தோர்-பெற்றிருந்தோர்; அற்றைப் பகலே-அந்நாளிலேயே; அழியினும்-செல்வத்தை இழந் தாலும்; அழிவர்-ஒன்றும் இல்லாமல் போவர்.

குன்றுபோல் செல்வம் பெற்றிருந்தாலும் ஒரேநாளில் அத்துணைச் செல்வத்தையும் இழப்பர். (சிலர் குன்று போல் பெருஞ்செல்வம் பெற்றிருந்தாலும் ஒரே நாளில் இறந்து விடுவர் எனக் கூறுவர்).

54. எழுநிலை மாடம் கால்சாய்ந்து உக்குக்
கழுதைமேய்பாழ் ஆகினும் ஆகும்.

எழுநிலை-ஏழுநிலைகளைக் கொண்ட; மாடம்-மாட மாளிகை; கால்சாய்ந்து-அடியோடு வீழ்ந்து; உக்கு-அழிந்து; கழுதை-கழுதைகள் மேயக்கூடிய; பாழ்-பாழான வெற்றிடமாக; ஆயினும்-ஆனாலும்; ஆகும்-மாறக்கூடும்.

ஏழ் அடுக்கு மாளிகை அடியோடு வீழ்ந்து வெற்றிடமாகி கழுதைகள் மேயும் பாழாக மாறினும் மாறும்.

55. பெற்றமும் கழுதையும் மேய்ந்த அப்பாழ்
பொற்றொடி மகளிரும் மைந்தரும் செறிந்து
நெற்பொலி நெடுநகர் ஆயினும் ஆகும்.

பெற்றமும்-மாடுகளும்; கழுதையும்-கழுதைகளும்; மேய்ந்த-மேய்ந்து கொண்டிருந்த; அப்பாழ்-அந்தப் பாழ இடம்; பொற்றொடி-பொன் வளையல்கள் அணிந்த; மகளிரும்-பெண்களும்; மைந்தரும்-ஆண்மக்களும்; செறிந்து-நிறைந்து; நெற்பொலி-நெற்களஞ்சியங்கள் நிறைந்த; நெடுநகர்-பெரிய நகரமாக; ஆயினும்-ஆனாலும்; ஆகும்-ஆகிவிடும்.

மாடுகளும் கழுதைகளும் மேய்ந்து திரிந்த அப்பாழான வெற்றிடம்; பெண்களும் கூடி வாழும் நெற்குவியல்கள் நிறைந்த நகரமாய் மாறக்கூடும்.

56. மண அணி அணிந்த மகளிர் ஆங்கே
பிண அணி அணிந்து கொழுநரைத் தழீஇ
உடுத்த ஆடை கோடியாக
முடித்த கூந்தல் விரிப்பினும் விரிப்பர்.

மணஅணி-திருமண நகைகள்; அணிந்த-அணிந்து கொண்ட; மகளிர்-பெண்கள்; ஆங்கே-அந்த இடத்தில்; பிணஅணி-துக்கத்தைக் காட்டும் அழுகையை; அணிந்து-பூண்டு; கொழுநரை-இறந்த கணவரை; தழீஇ-தழுவி; உடுத்த-(கூறைப் புடவையை)உடுத்தியிருந்த; ஆடை-திருமணப் புடவையையே; கோடியாக-பிணத்திற்குப் போடும் புதுத்துணியாக; முடித்த கூந்தல்-அழகாக முடிக்கப் பெற்ற கூந்தலை; விரிப்பினும்-விரித்தும்; விரிப்பர்-விரிப்பார்கள்.

திருமண நல்ல நாளிற்காக அணிந்த நகைகளை நீக்கி; அணிந்த முகூர்த்த கூறைப்புடவையைக் கட்டாது; இறந்த கணவரைத் தழுவிட முடிந்த கூந்தலை விரித்தும்; கூறைப் புடவையைப் பிணத்தின் மேல் போட்டும் அழுதாலும் அழுவர்.

57. இல்லோர் இரப்பதும் இயல்பே இயல்பே

இல்லோர்-ஒன்றும் அற்றவர்; இழப்பதும்-பிறரிடம் சென்று யாசிப்பதும்; இயல்பே இயல்பே-இயற்கையே இயற்கையே!

ஒன்றும் அற்றவர் பிறரிடம் சென்று பிச்சைக் கேட்பது இயல்பே!

58. இரந்தோர்க்கு ஈவது உடையோர் கடனே.

இரந்தோர்க்கு-பிச்சை கேட்போர்க்கு; ஈவது-ஒன்றைத் தருவது; உடையோர்-செல்வம் பெற்றவர் தம்; கடனே-கடனாகும்.

யாசிப்போர்க்கு இல்லை என்று கூறாது கொடுப்பது செல்வர்க்கு அழகு.

59. **நல்ல ஞாலமும் வானமும் பெறினும்**
எல்லாம் இல்லை இல்இல் லோர்க்கே.

நல்ல-நன்மை தரும்; ஞாலமும்-இவ்வுலகமும்; வானமும்-விண்ணுலகமும்; பெறினும்-பெறுவதாக இருந்தாலும்; எல்லாம்-அனைத்தும்; இல்லை-இல்லையாம்; இல்-மனைவி; இல்லோர்க்கே-இல்லாதவர்க்கே.

வளமான நிலமும்; விண்வாழ் பெருமை பெற்றிருப்பினும் மனைவி இல்லாதவர்களுக்கு அதனால் ஒரு பயனும் இல்லையாம்.

60. **தறுகண் யானை தான்பெரிது ஆயினும்**
சிறுகண் மூங்கில்கோற்கு அஞ்சுமே.

தறுகண்-அஞ்சாமையுடைய; யானை-யானையானது தான்பெரிது-தான் உருவில் பெரியதாக; ஆயினும்-இருந்தாலும்; சிறுகண்-சிறிய கணுக்களையுடைய; கோற்கு-மூங்கில் குச்சிக்கு; அஞ்சும்-அஞ்சுமே.

அச்சமற்ற உருவில் பெரியதாக உள்ள யானை பாகன் கையில் இருக்கும் சிறிய மூங்கிற்குச்சிக்கு அஞ்சும்.

61. **குன்றுடை நெடுங்காடு ஊடே வாழினும்**
புன்தலைப் புல்வாய் புலிக்கு அஞ்சும்மே.

குன்றுடை-சிறுமலைகளை உடைய; நெடுங்காடு-நெடிய காட்டின்; ஊடே-உள்ளே; வாழினும்-வாழ்ந்தாலும்; புல்தலை-சிறிய தலையை உடைய; புல்லாய்-மான்; புலிக்கு-புலிக்கு; அஞ்சும்-அஞ்சிடும்.

சிறிய மலைகள் சூழ்ந்த காட்டில் சிறிய தலையையுடைய மானானது வசித்தாலும் புலிக்கு அஞ்சும்.

62. **ஆரைஆம் பள்ளத்து ஊடே வாழினும்**
தேரை பாம்பிற்கு மிகஅஞ் சும்மே.

ஆரைஆம்-ஆரைக் கீரை வளரும்; பள்ளத்து-பள்ளமான இடத்தில்; ஊடே-உள்ளே; வாழினும்-வாழ்ந்தாலும்; தேரை-தேரையானது; பாம்பிற்கு-பாம்பினுக்கு; அஞ்சுமே-அஞ்சிடும்.

ஆரைக்கீரை வளரும் பள்ளமான இடத்தில் தேரை வாழ்ந்தாலும் பாம்பிற்கு அஞ்சும்.

63. கொடுங்கோல் மன்னர் வாழும்நாட்டில்
கடும்புலி வாழும் காடுநன் றே.

கொடுங்கோல்-கொடுந்தன்மையோடு அநீதியாக வாழும்; மன்னன்-அரசன்; வாழும் நாட்டில்-வாழுகின்ற நாட்டினைவிட; கடும்புலி-மிகக் கொடுமையான புலி வாழும்; காடு-காடானது; நன்றே-நல்லதே.

கொடுங்கோல் மன்னன் வாழும் நாட்டில் வசிப்பதைவிட கொடுமை மிகுந்த புலிவாழும் காட்டில் வாழ்தல் நன்றாம்.

64. சான்றோர் இல்லாத் தொல்பதி இருத்தலின்
தேன்தேர் குறவர் தேயம் நன்றே.

சான்றோர்-அறிவுடைப்பெரியோர்; இல்லா-இல்லாத; தொல்பதி-பழைமையான ஊரில்; இருத்தலின்-வாழ்வதைக் காட்டிலும்; தேன்தேர்-தேனைத்தேடித் திரிகின்ற; குறவர்-நாடோடிகள்; தேயம்-நாடு; நல்லதே-வசிக்க நல்லது.

சான்றோர் வாழும் ஊரில் குடி இரு. இல்லையேல் நாடோடி மக்கள் வாழும் நாட்டில் வாழ்.

65. காலையும் மாலையும் நான்மறை ஓதா
அந்தணர் என்போர் அனைவரும் பதரே.

காலை-காலையிலும்; மாலையும்-மாலையிலும்; நான்மறை-நான்குமறைகளையும்; ஓதா-ஓதிடாத; அந்தணர்-மறையோர்; அனைவரும்-எல்லோரும்; பதரே-பதராவர்.

காலையும் மாலையும் நான்மறை ஓதா அந்தணர் பதராவர்.

66. குடி அலைத்து இரந்து கோலொடுநின்ற
முடிஉடை இறைவனாம் மூர்க்கனும் பதரே.

குடிஅலைத்து-குடி மக்களை வருத்தி; இரந்து-கொடு என ஆணையால் பிடுங்கி; கோலொடு-கொடுங்கோலொடு; நின்ற-நிற்கும்; முடியுடைய-மகுடம் சூட்டிய கொடுங்கோலனான;

இறைவனொடு-அரசனாகிய; மூர்க்கனும்-மூடனும்; பதரே-பதராவான்.

கொடுங்கோலொடு கொடு என்று ஆணையால் மக்களிடம் பிடுங்கி வாழும் கொடிய மன்னனும் பதராவான்.

67. முதல்உள பண்டம் கொண்டுவாணிபம் செய்து
அதன்பயன் உண்ணா வணிகரும் பதரே.

முதல்உள-முதலாக உள்ள; பண்டம் கொண்டு-தம்முடைய செல்வத்தைக் கொண்டு; வாணிபம் செய்து-வியாபாரம் செய்து; அதன்பயன்-அதன் பயனாய் வரும் லாபத்தை; உண்ணா-உண்ணாத; வணிகரும்-வியாபாரியும்; பதரே-பதர்ஆவார்.

வணிகர் தம்மிடமுள்ள பொருள்களை வைத்து செய்து வரும் வியாபாரத்தில் வரும் லாபத்தை வைத்து உண்ண வேண்டும். அங்ஙனம் செய்யாதார் பதராவர்.

68. வித்தும் ஏரும் உளவாய் இருப்ப
ஏய்த்து அங்கு இருக்கும் ஏழையும் பதரே.

வித்தும்-தானியவிதையும்; ஏரும்-உழப்பயன்படும் கலப்பையும்; உளவாய் இருப்ப-நல்லமுறையில் இருந்திட அதனைப் பயன்படுத்தாமல்; ஏய்த்து-ஏமாற்றி; அங்கு இருக்கும். அருகே வாழ்ந்து கொண்டு இருக்கும்; ஏழையும்-பக்தியற்ற சோம்பேறியும்; பதரே-பதராவான்.

நல்ல விதையும் ஏரும் நல்லமுறையில் இருக்க அவற்றைப் பயன்படுத்தி வாழாமல் ஏமாற்றி வாழும் சோம்பேறியும் பதராவான்.

69. தன்மனை யாளைத் தாய்மனைக்கு அகற்றிப்
பின்பவள் பாராப் பேதையும் பதரே.

தன்-தன்னுடைய; மனையாளை-மனைவியை; தாய்மனைக்கு-தாயின் வீட்டிற்கு; அகற்றி-அனுப்பி விட்டு; பின்பவள். பின்பு அவளை; பாராப் பேதையும்-திரும்பியும் பார்க்காத அறிவற்றவனும்; பதரே-பதராவான்.

தாலிகட்டி திருமணம் செய்த மனைவியை அவளின் தாய்வீட்டிற்கு அனுப்பி விட்டு பின்பு அவளைத் திரும்பியும் பார்க்காத அறிவற்ற; ஆணும் பதராவான்.

70. தன் மனையாளைத் தன்மனை இருத்தி
பிறன்மனைக்கு ஏகும் பேதையும் பதரே.

தன்மனையாளை-தன்மனைவியை; தன்மனை இருத்தி-தன் வீட்டிலேயே தனியாக வைத்து; பிறன்மனைக்கு-பிறருடைய வீட்டிற்குச் செல்லும்; பேதையும்-மூடனும்; பதரே-பதராவான்.

தன் மனைவியைத் தன் வீட்டிலேயே தனித்து இருக்கச் செய்து பிறன்மனைக்குச் செல்லும் அறிவற்றவனும் பதராவான்.

71. தன் ஆயுதமும் தன்கைப் பொருளும்
பிறன்கை கொடுக்கும் பேதையும் பதரே

தன்-தன்னுடைய; ஆயுதமும்-வேலைக்கு உதவும் கருவிகளையும்; தன் கைப்பொருளும்-தன் கையிலுள்ள செல்வத்தையும்; பிறன் கை-பிறர்கையில் கொடுக்கும்; பேதையும்-அறிவில்லாதவனும்; பதரே-பதருக்கு ஒப்பாவான்.

தன் வேலைக்குரிய கருவிகளையும்; செல்வத்தையும் பிறரிடம் கொடுக்கும் அறிவற்றவனும் பதராவான்.

72. வாய்ப்பறை யாகவும் நாக்கடிப்பு ஆகவும்
சாற்றுவது ஒன்றைப் போற்றிக் கேண்மின்.

வாய்ப்பறையாகவும்-வாயைப் பறையாகவும்; நாக்கடிப்பு ஆகவும்-நாவினைப் பறையடிக்கும் கோலாகவும்; சாற்றுவது-சொல்லுவது; ஒன்றை-ஒரு கருத்தை; போற்றி-நன்கு கவனித்து; கேண்மின்-கேளுங்கள்.

வாயைப் பறையாகவும்; நாக்கைக் கோலாகவும் கொண்டு அறிவுடையோர் கூறிடும் அறிவுரைகளை போற்றிக் கேளுங்கள்.

73. பொய்யுடை ஒருவன் சொல்வன் மையினால்
மெய்போ லும்மே மெய்போ லும்மே.

பொய்யுடை ஒருவன்-பொய்யே கூறும் ஒருவன்; சொல் வன்மையினாய்-சொல்லும் திறமையினால்; (அப்பொய்) மெய்போலும்மே-பொய் மெய்போல் தோற்றம் தரும்.

பொய்யே பேசும் ஒருவன் தன் பேசும் திறமையால் பொய்யை மெய்யாக்குவான்.

74. மெய்யுடை ஒருவன் சொலமாட் டாமையால்
பொய்போலும்மே பொய்போ லும்மே.

மெய்யுடை-உண்மை பேசும்; ஒருவன்-ஒருவனின்; சொல மாட்டாமையால்-சொல்லும் திறன் அற்ற தன்மையால்; (அவன் கூறுவது மெய்யாக இருப்பினும்); பொய் போலும்மே பொய்போலும்மே-பொய் போல் தோற்றம் தரும்.

சொல்லாற்றல் அற்றவனின் உண்மையும் பொய்யாகும்.

75. இருவர்தம் சொல்லையும் எழுதரம் கேட்டே
இருவரும் பொருந்த உரையார் ஆயின்
மனுநெறி முறையின் வழக்குஇழந் தவர்தாம்
மனமுற மறுகிநின்ற அழுதகண்ணீர்
முறைஉறத் தேவர் மூவர்காக்கினும்
வழிவழி ஈர்வதோர் வாள் ஆகும்மே.

இருவர்தம்-வழக்குஉரைப்போன்; எதிராளி என்ற இருவருடைய; சொல்லையும்-வாக்குமூலங்களையும்; எழுதரம்-ஏழுதடவை கேட்டு-திரும்பத் திரும்பக் கேட்டு; இருவரும்-அந்த இருவரும்; பொருந்த-சம்மதிக்க; உரையார் ஆயின்-நடுவு நிலைமை பிறழாது தீர்ப்புக் கூறுவாராயின்; மனுநெறி-மனுநீதி; முறையின்-முறைப்படி; வழக்கு-வழக்கின் நீதியை; இழந்தவர்-பெறாதவர்; தாம்-தனது; மனம் முறமறுகி-மனம் கலங்கி வருந்தி; நின்று-நின்று; அழுத கண்ணீர்-அழுத கண்ணீரானது; முறைஉற-நீதிநன்கு பொருந்திய; தேவர்-தெய்வங்களாகிய; மூவர்-நான் முகன்; திருமால்; சிவன் ஆகிய; காக்கினும்-காப்பாற்றினாலும்; வழிவழி-அவர் சந்ததிகள்; ஈர்வது-அறுப்பதாகிய; ஓர்-ஒப்பற்ற; வாள்-வாள்; ஆகும்-போன்றதாகும்.

வழக்கினை நன்கு கேட்டு நல்லதீர்ப்பு வழங்காவிடின்; உண்மையானது என்றும் நின்று கொல்லும்; சந்ததியைப் பாதிக்கும்.

76. பழியா வருவது மொழியாது ஒழிவது

பழியா-பழியாக; வருவது-வரும் சொற்களை; மொழியாது-கூறாமல்; ஒழிவது-விட்டுவிடுவது நல்லது.

பழிவரும் சொற்களை என்றும் கூறவேண்டாம்.

77. சுழியா வருபுனல் இழியாது ஒழிவது

சுழியா-சுழன்று சுழன்று; வரும்புனல்-வரும் தண்ணீர்; இழியாது-இறங்காமல்; ஒழிவது-நீங்குதல் நல்லது.

சுழித்துவரும் பெருவெள்ளப் பெருநீரில் இறங்க வேண்டாம்.

78. துணையோடு அல்லது நெடுவழி போகேல்

துணையோடு-தக்கதுணை; அல்லாது-அல்லாது; நெடுவழி-நீண்டவழி; போகேல்-போகாதே.

துணையின்றி நெடுவழி செல்ல வேண்டாம்.

79. புணைமீது அல்லது நெடும்புனல் ஏகேல்

புணைமீது-படகின்மேல்; அல்லது-அல்லாமல்; நெடும்புனல்-பெருநீரில்; ஏகேல்-போகாதே.

பெருவெள்ளத்தில் படகின்றி வேறு எதிலும் செல்லாதே.

**80. எழில்ஆர் முகவழி விழியாம் தந்திரம்
இயலா தனகொடு முயல்வா காதே**

எழில்ஆர்-அழகு பொருந்திய; முகம்-முகத்தையும்; வழி-வழிபரந்த; விழியாம்-நல்ல பார்வையுடைய பெண்களின்; தந்திரம்-உபாயங்களில்; இயலாதன கொடு-முடியாதவை களைக் கொண்டு; முயல்வு-முயற்சி செய்தல்; ஆகாது-கூடாது.

மயக்க வைக்கக்கூடிய கவர்ச்சிப் பார்வை கொண்ட பெண்களின் தந்திரங்களில் மயங்கி விடாதே.

81. வழியே ஏகுக வழியே மீளுக.

வழியே-நல்லவழியில்; ஏகுக-செல்லுக; வழியே-நல்ல வழியில்; மீளுக-திரும்புக.

நல்ல நேர்மையான வழியே சென்று நல்வழியே திரும்புக.

82. இவைகாண் உலகிற்கு இயலாம் ஆறே.

இவை-மேற்கூறிய அறங்களிலே; உலகிற்கு-உலகில் வாழும் மக்களுக்கு; இயலாம்-ஏற்றுக் கொள்ளக்கூடிய; ஆறே-வழியே.

மேற்கூறிய நல்ல அறங்களோடு பொருந்தி வாழ்தல் மக்களுக்கு இயல்பாம்.

வாழிய நலனே வாழிய நலனே! நன்மைகள் என்றும் வாழ்க! அனைத்து நலன்களும் பெறுக!

வெற்றிவேற்கை மூலமும் உரையும் முற்றிற்று.

உலகநாதர் இயற்றிய

4. உலகநீதி

ஆசிரியர் வரலாறு

உலகநாதர் இயற்றிய உலகநீதி. இப்புலவர் முருகன் இடத்தில் பேரன்பு கொண்டவர். இவரைப் பற்றிய பிற வரலாறு தெரியவில்லை.

நீதியை நேர்முகமாகவும் (Positive Mood) எதிர்முகமாகவும் (Negative Mood) கூறலாம். உலகநீதி எதிர்மறையாக நீதியைக் கூறுகிறது.

காப்பு

உலகநீதி புராணத்தை உரைக்கவே
கலைக ளாய்வரும் கரிமுகன் காப்பு

உலகநீதி-உலகநீதி என்னும்; புராணத்தை-பழைமையான செய்தியை; உரைக்கவே-சொல்லிட; கலைகள்-சிறந்த நூல் களாலும்; ஆய்வு-ஆராய்ச்சி செய்திட; அரும்-அருமையான; கரிமுகன்-யானைமுகங்கொண்ட விநாயகப் பெருமான்; காப்பு-துணையாவார்.

உலகநீதி என்ற நூலைப்பாடிட யானை முகங்கொண்ட விநாயகப் பெருமான் துணை நிற்பார்.

நூல்

1. ஓதாமல் ஒருநாளும் இருக்க வேண்டாம்
ஒருவரையும் பொல்லாங்கு சொல்ல வேண்டாம்
மாதாவை ஒருநாளும் மறக்க வேண்டாம்
வஞ்சனைகள் செய்வாரோடு இணங்க வேண்டாம்
போகாத இடந்தனிலே போகவேண்டாம்
போகவிட்டுப் புறஞ்சொல்லித் திரிய வேண்டாம்
வாகாரும் குறவருடைய வள்ளிபங்கன்
மயிலேறும் பெருமானை வாழ்த்தாய் நெஞ்சே.

பொல்லாங்கு-குற்றமுள்ள சொற்கள். வாகாரும்-வலிமை பொருந்திய.

கல்வியைக் கற்காமல் ஒருநாளும் இருக்கவேண்டாம்; எவரையும் குற்றமுள்ள சொற்களால் பேசவேண்டாம்; பெற்ற தாயை ஒருநாளும் மறக்க வேண்டாம்; வஞ்சகக் கருத்துக்கள் கொண்டாரோடு சேரவேண்டாம்; செல்லக்கூடாத இடங்களுக்குப் போக வேண்டாம். ஒருவர் எதிரே இருக்கும் பொழுது புகழ்ந்து பேசி அவர் போனபின் குறை கூறவேண்டாம்; வலிமை பொருந்திய குறவர்குடியில் தோன்றிய வள்ளிப்பிராட்டியின் கணவனை மயில்ஏறும் முருகனைப் போற்றி வாழ்.

2. நெஞ்சாரப் பொய்தன்னைச் சொல்ல வேண்டாம்
நிலையில்லாக் காரியத்தை நிறுத்த வேண்டாம்
நஞ்சுடனே ஒருநாளும் பழக வேண்டாம்
நல்இணக்கம் இல்லாரோடு இணங்க வேண்டாம்
அஞ்சாமல் தனிவழியே போக வேண்டாம்
அடுத்தவரை ஒருநாளும் கெடுக்க வேண்டாம்
மஞ்சாரும் குறவருடை வள்ளி பங்கன்
மயிலேறும் பெருமானை வாழ்த்தாய் நஞ்சே.

மஞ்சு-அழகு; ஆரும்-நிறைந்த.

மனமார வீணாகப் பொய் பேசக்கூடாது; நிலையற்றது எனத் தெரிந்தும் அதனை நிலைநிறுத்தும்படி பாடுபட வேண்டாம். நஞ்சுத்தன்மை உள்ளாரோடு என்றும் பழகவேண்டாம்;

நற்பண்புகள் இல்லாரோடு சேரவேண்டாம்; அச்சம் இன்றித் தனிவழியே செல்ல வேண்டாம்; நம்மை நம்பி வந்தாரை என்றும் கெடுக்க வேண்டாம்; அழகு பொருந்திய குறவர் மகளாகிய வள்ளியம்மை கணவனாகிய மயில்ஏறும் பெருமானான முருகனை மனமே வாழ்த்துவாயாக.

3. மனம்போன போக்கெல்லாம் போக வேண்டாம்
மாற்றானை உறவுஎன்று நம்ப வேண்டாம்
தனம்தேடி உண்ணாமல் புதைக்க வேண்டாம்
தருமத்தை ஒருநாளும் கெடுக்க வேண்டாம்
சினம்தேடி அல்லலையும் தேட வேண்டாம்
சினந்து இருந்தார் வாசல் வழிச் செல்ல வேண்டாம்
வனம்தேடும் குறவருடை வள்ளி பங்கன்
மயிலேறும் பெருமானை வாழ்த்தாய் நெஞ்சே.

எந்தக் காரியத்தையும் மனம் போன போக்கில் செய்ய வேண்டாம்; பகைவரை உறவாகக் கொள்ள வேண்டாம்; பாடுபட்டுத் தேடிய பணத்தை அனுபவிக்காமல் வீணே புதைக்க வேண்டாம்; தருமம் செய்வது வலியச் சென்று கெடுக்க வேண்டாம்; ஒருவருக்குக் கோபம் ஏற்படும்படி நடந்து அல்லலைத் தேட வேண்டாம்; நம்மீது சினம் கொண்டோர் வீட்டிற்குச் செல்ல வேண்டாம்; காட்டில் விலங்குகளைத் தேடி அலைகின்ற குறவர்குலக் கொடியான வள்ளி நாயகனும் மயிலேறும் பெருமானான முருகனை நெஞ்சே வாழ்த்து.

4. குற்றம் ஒன்றும் பாராட்டித் திரிய வேண்டாம்
கொலைகளவு செய்வாரோடு இணங்க வேண்டாம்
கற்றவரை ஒருநாளும் பழிக்க வேண்டாம்
கற்புடைய மங்கையரைக் கருத வேண்டாம்
கொற்றவனோடு எதிர்மாறு பேச வேண்டாம்
கோயில்இல்லா ஊரில் குடியிருக்க வேண்டாம்
மற்றுநிகர் இல்லாத வள்ளி பங்கன்
மயிலேறும் பெருமானை வாழ்த்தாய் நெஞ்சே.

குற்றங்களையே பெரிதாக எண்ணி குற்றமுடையோரைத் திட்டித் திரியவேண்டாம்; கொலையும்; களவும் செய்வாரோடு

சேர வேண்டாம். நன்கு கற்ற சான்றோரை ஒருபோதும் இழிவாகப் பேச வேண்டாம்; கற்புநெறி கொண்ட மகளிர்மேல் ஆசை கொள்ள வேண்டாம். ஆட்சி செலுத்துவோரிடம் எதிர் வாதம் பேச வேண்டாம்; திருக்கோயில் இல்லாத ஊரில் குடியிருக்க வேண்டாம்; தன்னிகரற்று விளங்கும் வள்ளியின் கணவனும் மயிலேறும் பெருமானான முருகனை நெஞ்சே நீ வாழ்த்துவாயாக.

5. வாழாமல் பெண்ணை வைத்துத் திரிய வேண்டாம்
 மனையாளைக் குற்றம் ஒன்றும் சொல்ல வேண்டாம்
வீழாத படுகுழியில் வீழ வேண்டாம்
 வெஞ்சமரில் புறங்கொடுத்து மீள வேண்டாம்
தாழ்வான குலத்துடனே சேரவேண்டாம்
 தாழ்ந்தாரைப் பொல்லாங்கு சொல்ல வேண்டாம்
வாழ்வாரும் குறவருடை வள்ளி பங்கன்
 மயிலேறும் பெருமானை வாழ்த்தாய் நெஞ்சே.

திருமணமாகித் தாலி கட்டிய மனைவியோடு வாழாமல் அப்பெண்ணைத் தனி வீட்டில் ஒதுக்கி வைத்துவிட்டுப் பிற பெண்களோடு கூடி வாழ விரும்ப வேண்டாம்; தன் மனைவிமீது எப்பொழுதும் குற்றம் கூறித் திரிய வேண்டாம்; விபத்தை உண்டாக்கக்கூடிய படுகுழியில் வீழ வேண்டாம்; கடும்போர் நிகழும்போது புறமுதுகு காட்டி ஓட வேண்டாம்; இழிவான செயல் கொண்ட மக்களோடு சேரவேண்டாம்; தனக்குக்கீழ் பணியாற்றுவோரைக் குறை கூறவேண்டாம்; வாழ்வு மிக்க நல்ல குலக்கொடியாம் வள்ளிப்பிராட்டியின் கணவனும் மயிலேறும் பெருமானான முருகனை நெஞ்சே நீ வாழ்த்துவாயாக.

6. வார்த்தை சொல்வார் வாய்பார்த்துத் திரிய வேண்டாம்
 மதியாதார் தலைவாசல் மிதிக்க வேண்டாம்
மூத்தோர் சொல் வார்த்தைகளை மறக்க வேண்டாம்
 முன்கோபக் காரரோடு இணங்க வேண்டாம்
வாத்தியார் கூலியை வைத்திருக்க வேண்டாம்
 வழிபறித்துத் திரிவாரோடு இணங்க வேண்டாம்
சேர்ந்தபுக ழாளன் ஒரு வள்ளி பங்கன்
 திருக்கை வேலாயுதனைச் செப்பாய் நெஞ்சே.

வீண் வம்பு பேசுவார் வாயைப் பார்த்து அலைய வேண்டாம்; தன்னை மதித்துப் போற்றாதார் வீட்டின் வாசற்படியைக்கூட மதிக்க வேண்டாம்; நம்மினும் பெரியோர் கூறும் நல்வார்த்தைகளை மறக்க வேண்டாம்; முன்கோபம் கொள்வாரோடு சேர வேண்டாம்; படித்த ஆசிரியருக்குத் தரவேண்டிய பொருளைக் கொடுக்காமல் வைத்திருக்க வேண்டாம்; வழிபறி செய்யும் கொள்ளையருடன் சேர வேண்டாம்; புகழ்ஓங்கும் வள்ளிப்பிராட்டியின் கணவனான முருகனின் திருக்கரத்திலிருக்கும் வேலினை நீ போற்றுவாயாக.

7. கருதாமல் கருமங்கள் முடிக்க வேண்டாம்
கணக்கு அழிவை ஒருநாளும் பேச வேண்டாம்
பொருவார்தம் போர்க்களத்தில் போக வேண்டாம்
பொதுநிலத்தில் ஒருநாளும் இருக்க வேண்டாம்
இருதாரம் ஒருநாளும் தேட வேண்டாம்
எளியோரை எதிரிட்டுக் கொள்ள வேண்டாம்
குருகாரும் புனம்காக்கும் ஏழைபங்கன்
குமரவேள் பாதத்தைக் கூறாய் நெஞ்சே.

நன்கு எண்ணிப் பாராமல் எக்காரியத்தையும் செய்யத் தொடங்கிட வேண்டாம்; பொய்யான கணக்குகளை ஒருபோதும் பேசவேண்டாம்; போர் நிகழும் போர்க்களத்திற்கு வீணே போக வேண்டாம்; அரசினரின் புறம்போக்கு நிலத்தை ஒருபோதும் தம்முடையதாக்க வேண்டாம்; முதல் மனைவி உயிரோடு இருக்கும் போது இரண்டாம் மனைவியை மணக்கத் தேட வேண்டாம்; ஏழ்மையாளரிடம் பகை கொள்ள வேண்டாம்; தினைப் புனம் காக்கும் வள்ளி மணாளனான முருகனின் திருவடியை நெஞ்சே மறவாதே!

8. சேராத இடந்தனிலே சேர வேண்டாம்
செய்தநன்றி ஒருநாளும் மறக்க வேண்டாம்
ஊரோடும் குண்டு ணியாய்த் திரிய வேண்டாம்
உற்றாரை உதாசினங்கள் சொல்ல வேண்டாம்
பேரான காரியத்தைத் தவிர்க்க வேண்டாம்
பிணைபட்டுத் துணைபோகித் திரிய வேண்டாம்
வாராரும் குறவருடை வள்ளி பங்கன்
மயிலேறும் பெருமானை வாழ்த்தாய் நெஞ்சே.

சேரத் தகுதியில்லாதாரோடு சேர வேண்டாம்; ஒருவர் நமக்குச் செய்த நன்றியை என்றும் மறக்க வேண்டாம்; ஊரில் உள்ளவர்களோடு கோள் சொல்பவராய்த் திரிய வேண்டாம். (குண்டுணி-கோள் சொல்பவர்) உறவினர்களை ஒருபோதும் கேவலமாகப் பேசவேண்டாம்; செய்ய வேண்டிய காரியங்களைச் செய்யாமல் தவிர்க்க வேண்டாம்; முன்பின் அறியாதவனுக்குத் துணை சாட்சிப் போட வேண்டாம் (பிணை-ஜாமீன்). தோல்பட்டையை மார்பில் கொண்ட பெருமைமிக்க குறவர் குலப் பிராட்டியாரான வள்ளி நாயகியின் கணவனும் மயிலேறும் பெருமானுமான முருகனை நெஞ்சே நீ வாழ்த்துவாயாக.

9. மண்நின்று மண்ஓரம் சொல்ல வேண்டாம்
மனம்சலித்துச் சிலுக்கிட்டுத் திரிய வேண்டாம்
கண்அழிவு செய்துதுயர் காட்ட வேண்டாம்
காணாதவார்த்தையைக் கட்டுரைக்க வேண்டும்
புண்பட வேவார்த்தைகளைச் சொல்ல வேண்டாம்
புறஞ்சொல்லித் திரிவாரோடு இணங்க வேண்டாம்
மண்அளந்தான் தங்கைஉமை மைந்தன் எங்கோன்
மயிலேறும் பெருமானை வாழ்த்தாய் நெஞ்சே.

நிலத்தகராறில் ஒருநிலையாய் நின்று நீதி வழங்க வேண்டாம்; மனம் வெறுப்புற்று சண்டையிட்டுத் (சிலுக்கிட்டு-சண்டையிட்டு) திரிய வேண்டாம்; தகுதி அழியும் படியான செயல்களைச் செய்து துன்புற்றதாகக் காட்டிக் கொள்ள வேண்டாம்; (கண்-தகுதி) அழிவு-அழியும்படியான) கண்ணால் காணாதவற்றைக் கண்டதாகக் கூறி அதனைக் கற்பனை செய்து கூறவேண்டாம்; பிறர் மனம் புண்படுமாறு பேச வேண்டாம்; கோள் சொல்லித் திரிவாரோடு என்றும் சேர வேண்டாம்; இப்பூமியை அளந்தவனான திருமாலின் தங்கையாம் உமைய வளின் மைந்தனும் எம் இறைவனுமாகிய முருகப்பிரானை நெஞ்சே நீ வாழ்த்துவாயாக.

10. மறம் பேசித் திரிவாரோடு இணங்க வேண்டாம்
வாதாடி வழக்குஅழிவு சொல்ல வேண்டாம்
திறம்பேசிக் கலகமிட்டுத் திரிய வேண்டாம்
தெய்வத்தை ஒருநாளும் மறக்க வேண்டாம்

இறந்தாலும் பொய்தன் னைச் சொல்ல வேண்டாம்
ஏசலிட்ட உற்றாரை நத்த வேண்டாம்
குறம் பேசிவாழ்கின்ற வள்ளிபங்கன்
குமரவேள் நாமத்தைக் கூறாய்நெஞ்சே.

வீரம்பேசி வலுச்சண்டை செய்ய முற்படுவாரோடு சேரவேண்டாம்; வீண் வம்பு பேசித் திரிபவரோடும்; வழக்குச் சொல்ல வேண்டாம்; சாமர்த்தியமாகப் பேசி கலகம் செய்து திரிய வேண்டாம்; நம்மைப் படைத்த தெய்வத்தை ஒருநாளும் மறக்க வேண்டாம்; உயிர்போகும் நிலை ஏற்பட்டாலும் பொய் சொல்ல வேண்டாம்; (ஏசல்-கேவலம்) கேவலமாகப் பேசிய உறவினர்களை (நத்த-விரும்ப) விரும்ப வேண்டாம்; குறி சொல்லி வாழ்க்கை நடத்தும் குறவர் குடியிலே பிறந்த வள்ளிப் பிராட்டியாரின் கணவனான குமரவேளின் திருப்பெயரை நெஞ்சே நீ கூறுவாயாக.

11. **அஞ்சுபேர் கூலியைக்கைக் கொள்ள வேண்டாம்**
அதுஏது இங்குஎன்னில் சொல்லக் கேளாய்
தஞ்சமுடன் வண்ணான் நாவிதன்தன் கூலி
சகலகலை ஓதுவித்த வாத்தியார் கூலி
வஞ்சமற நஞ்சுஅறுத்த மருத்துவச்சி கூலி
மகாநோவு தனைத்தீர்த்த மருத்துவன் கூலி
இன்சொல்லுடன் இவர்கூலி கொடாத பேரை
ஏதேது செய்வானோ ஏமன்தானே.

மிக முக்கியமாய் ஐந்து பேருடைய ஊதியத்தைக் கொடுக்காமல் நாமே வைத்துக் கொள்ளக் கூடாது. அந்த ஐவர் யாரெனக் கூறுகின்றேன்.

1. உடைகளை அழுக்குப்போகத் தூய்மை செய்யும் வண்ணார்.

2. முடிவெட்டும் தொழிலாளி.

3. அறிவினைக் கற்றுக் கொடுக்கும் ஆசிரியர்.

4. மகப்பேறு பார்க்கும் மருத்துவச்சி (நர்ஸ்).

5. பிணி போக்கும் மருத்துவர்.

இவர்களுக்குரிய ஊதியத்தைத் தராவிடில் காலன் என்ன பாடுபடுத்துவனோ?

12. கூறாக்கி ஒருகுடியைக் கெடுக்க வேண்டாம்
கொண்டைமேல் பூத்தேடி முடிக்க வேண்டாம்
தூறாக்கித் தலையிட்டுத் திரிய வேண்டாம்
துர்ச்சனராய்த் திரிவாரோடு இணங்க வேண்டாம்
வீறான தெய்வத்தை இகழ வேண்டாம்
வெற்றியுள்ள பெரியாரை இகழவேண்டாம்
மாறான குறவருடை வள்ளிபங்கன்
மயிலேறும் பெருமானை வாழ்த்தாய் நெஞ்சே.

ஒற்றுமையாய் வாழும் குடும்பத்தைப் பிளவுபடுத்திக் கெடுக்க வேண்டாம்; உயரமாகக் கொண்டையிட்டு வைக்க அதில் பல்வேறு விதமான மலர்களைத் தேடி அலைந்து அதன்மேல் அணிய வேண்டாம்; (தூறாக்கி-வீண் பழியிட்டு) வீண் பழி போட்டு அவதூறு செய்வதையே தொழிலாகக் கொண்டு திரிய வேண்டாம்; கொடுங்கோலர்களாய்த் திரிவாரோடு சேர வேண்டாம்; சக்தி கொண்ட பெருந் தெய்வத்தை இகழ வேண்டாம்; வெற்றியோடு வாழும் பெரியார்களை இழிவாகப் பேசவேண்டாம்; மாறுபட்ட வாழ்வு கொண்ட குறவர் குடியில் தோன்றிய வள்ளிப் பிராட்டியின் கணவனான மயிலேறும் பெருமான் முருகனை நெஞ்சே நீ வாழ்த்துவாயாக.

நூற்பயன்

13. ஆதரித்துப் பலவகையால் பொருளுந் தேடி
அருந்தமிழாய் அறுமுகனைப் பாட வேண்டி
ஓதுவித்த வாசகத்தால் உலக நாதன்
உண்மை யாய்ப் பாடிவைத்த உலகநீதி
காதலித்துக் கற்றோரும் கேட்ட பேரும்
கருத்துடனே நாள்தோறும் களிப்பி னோடு
போதமுற்று மிகவாழ்ந்து புகழும் தேடிப்
பூலோகம் உள்ள அளவும் வாழ்வார் தாமே.

பலரை ஆதரித்தும்; பல்வேறு நிலைகளில் செல்வத்தைத் தேடியவனுமாகிய உலகநாதன் எனப்படும் யான் அருமையாய் அருந்தமிழில் அறுமுகப் பிரானைப் பாட விரும்பி அவன் திருவருள் துணைகொண்டு பாடிய 'உலகநீதி' என்னும் நூலினைப் பாடி முடித்தேன். இந்நூலை விருப்பத்தோடு கற்றவரும்; கேட்டவரும் களிப்போடு ஞானமும் புகழும் நல்வாழ்வும் பெற்று உலகம் உள்ளளவும் சிறப்போடு வாழ்வார்களாக.

உலகநீதி மூலம் தெளிவுரை முற்றுற்றது.

○

ஔவையார் அருளிய

(மூதுரை)

5. வாக்குண்டாம்

ஔவையார் அருளியது.

கடவுள் வாழ்த்துத்தவிர முப்பது வெண்பாக்கள் உள. எளிமையாய்; இனிமையாய் சிறார்களுக்கு அகவை ஏறிய தமிழ்க்கிழவி பாடிய பாடல்.

இதனை மூதுரை என வழங்குவர். கடவுள் வாழ்த்தில் 'வாக்குண்டாம்' என்ற இனிய சொல்லுடன் தொடங்கப் பெறுவ தால் 'முதற் குறிப்பாற் பெற்ற செய்யுள்' பற்றி 'வாக்குண்டாம்' எனவும் வழங்கப்படுகிறது.

'சுட்டாலும்' எனத் தொடங்கும் இம்மூதுரை வெண்பா வினை தொல்காப்பிய உரையாசிரியர்களான நச்சினார்க் கினியர்; பேராசிரியர் போன்றோர் 'சவலை வெண்பாவிற்கு (தொல் செய்யுளியல்; வெண்பாட்டீற்றடி முச்சீர்த்தமாகும்) என எடுத்துக் காட்டியிருப்பதிலிருந்தே இந்நூலின் அருமை பெருமையை அறிந்து கொள்ளலாம். அவ்வுரையாசிரியர்கள் இந்நூலை 'மூதுரை' என்றே குறித்துள்ளனர்.

கடவுள் வாழ்த்து

வாக்கு உண்டாம் நல்ல மனம்உண்டாம் மாமலராள்
நோக்கு உண்டாம் மேனிநுடங்காது-பூக்கொண்டு
துப்பார் திருமேனி தும்பிக்கை யான்பாதம்
தப்பாமல் சார்வார் தமக்கு.

பூ கொண்டு-மலர்களைக் கொண்டு; தும்பு-சிவப்புநிறம்; ஆர்-பொருந்திய; திருமேனி-அழகிய மேனியையுடைய; தும்பிக்கையான்-தும்பிக்கையைக் கொண்ட விநாயகப் பெருமானது; பாதம்-திருவடிகளை; தப்பாமல்-தவறாமல்; சார்வார் தமக்கு-வணங்குபவர்களுக்கு; நல்லவாக்கு உண்டா-சிறந்த சொல்வன்மை உண்டாம்; நல்ல-தூய்மையான; மனம்-எண்ணம்; உண்டாம்-கிட்டும்; மேனி-உடம்பானது; நுடங்காது-பிணியால் வருந்தாது.

நல்ல மலர்களைக் கொண்டு விநாயகரை வணங்குவார் மகிழ்வான சொல்லையும்; நல்மனத்தையும்; நோயற்ற வாழ்வையும் பெறுவர்.

நூல்

1. **நன்றி ஒருவர்க்குச் செய்தக்கால் அந்நன்றி**
என்று தருங்கொல் எனவேண்டா-நின்று
தளரா வளர்தெங்கு தான்உண்ட நீரைத்
தலையாலே தாள்தருத லால்.

நன்றி-ஒரு நன்றி; ஒருவர்க்கு-ஒருவருக்கு; செய்தக்கால்-செய்தபொழுது; அந்நன்றி-நாம் செய்த நன்றிக்குப் பிரதியாக அவர் ஒரு நன்றியை; என்று-எப்பொழுது; தருங்கொல்-திருப்பிச் செய்வார்; என வேண்டா-என்று எண்ண வேண்டாம் (ஏனென்றால்); நின்று-நிலைத்து; தளரா-வாடாமல்; வளர்தெங்கு-வளரும் தென்னை மரமானது; தான் உண்ட-கீழே உள்ள வேரால்பெற்ற; நீரை-தண்ணீரை; தலையாலே-தன் உச்சியின் உள்ள தலைபோன்ற இடத்திலிருந்து; தருதலால்-(இளநீராகத்) தருகின்றது. (உவர் நீர் குடித்து நல்ல இளநீரைத் தருகிறது. காலால் பெற்றதைத் தலையால் செய்கிறது)

நாம் தென்னை மரத்திற்கு உவர்நீரை ஊற்றுகிறோம். அதுவோ சுவையான இளநீரைத் தருகிறது. எனவே நாம் ஒருவருக்கு நன்றி செய்தால் அவர் நமக்கு நன்றி செய்யாமல் இருக்க மாட்டார்.

2. **நல்லார் ஒருவர்க்குச் செய்த உபகாரம்**
கல்மேல் எழுத்துப்போல் காணுமே-அல்லாத
ஈரமில்லா நெஞ்சத்தார்க்கு ஈந்த உபகாரம்
நீர்மேல் எழுத்திற்கு நேர்.

நல்லார்-நல்லவராகிய; ஒருவர்க்கு-ஒருவருக்கு; செய்த-செய்யப்பட்ட; உபகாரம்-உதவியானது; கல்மேல்-கல்லின்மேல் செதுக்கப்பட்ட; எழுத்துப்போல்-எழுத்துக்களைப் போல என்றென்றும் நிலைத்திருக்கும். (ஆனால்) அல்லா-நல்லார் அல்லாத; ஈரம்-கருணை; இலா-இல்லாத; நெஞ்சத்தார்க்கு-மனம் கொண்டவர்களுக்கு; ஈந்த-செய்த-செய்யப்பட்ட; உபகாரம் - உதவியானது; நீர்மேல்-தண்ணீர்மேல் எழுதப்பட்ட; எழுத்திற்கு-எழுத்திற்கு; நேர்-ஒப்பாகும். (உடனே மறைந்து விடும்)

கல்மேல் எழுதியது எழுத்து போல நிலைத்திருக்கும் நல்லவர்களுக்குச் செய்த உதவி. அன்பற்றார்க்குச் செய்த உதவி நீர்மேல் எழுத்து போல உடனே மறைந்துவிடும்.

3. **இன்னா இளமை வறுமைவந்து எய்தியக்கால்**
இன்னா அளவில் இனியவும்-இன்னாத
நாள் அல்லா நாள்பூத்த நன்மலரும் போலுமே
ஆளில்லா மங்கைக்கு அழகு.

இன்னா-துன்பமானது; இளமை-இன்பத்தை அனுபவிக்கக் கூடிய இளமைப் பருவத்தில்; வறுமை-ஏழ்மையானது; வந்து-ஒருவனிடம் வந்தால்; இன்னா-துன்பமே; அளவில்-முப்பேறிய நிலையில்; இனியவும்-இன்பம் தரும் பொருள்கள் யாவும்; இன்னாத-துன்பத்தையே தரும்; நாள்-சரியான நாளில்; அல்லா-அல்லாத; நாள்-காலத்தில் பூத்த-மலர்ந்த; நன் மலரும்-நறுமணம் மிக்க மலரும்; போலுமே-போன்றதே; ஆள்-கணவன்; இல்லா-இல்லாத; மங்கைக்கு-பெண்ணிற்கு; அழகு-அழகும்.

இன்பம் அனுபவிக்க வேண்டிய இளமையில் ஏழ்மை துன்பம்; முதுமையில் இன்பப் பொருள்கள் கிட்டினாலும் துன்பம்; பருவம் தவறி மலரும் மலரும் துன்பம்; கணவன் அற்றபெண்ணின் அழகும் துன்பமே!

4. **அட்டாலும் பால்சுவையில் குன்றாது அளவளாய்**
நட்டாலும் நண்புஅல்லார் நண்புஅல்லர்
கெட்டாலும் மேன்மக்கள் மேன்மக்களே சங்கு
சுட்டாலும் வெண்மை தரும்.

அட்டாலும்-நன்கு காய்ச்சினாலும்; பால்-பாலானது; சுவையில்-தன்னுடைய இன்சுவையில்; குன்றாது-குறையாது; அளவு-குறிப்பிட்ட நிலை அளவோடு; அளாய்-கலந்து; நட்டாலும்-சேர்ந்து இருந்தாலும்; நண்பு-நண்பராவதற்கு; அல்லார்-தகுதி அற்றவர்; நண்புஅல்லர்-நண்பராக மாட்டார்; கெட்டாலும்-செல்வநிலையினில் ஏழ்மை நிலைக்கு வந்தாலும்; மேன்மக்கள்-உயர்வான ஒழுக்கமுடையவர்கள்; மேன்மக்களே-உயர்ந்த மக்களேயாவர்; சங்கு-சங்கானது; சுட்டாலும்-தீயினுள் வைத்துச் சுட்டாலும்; வெண்மை-தன் நிறமான வெண்மை நிறத்தையே; தரும்-கொடுக்கும்.

பாலைத் தீயில் வைத்து எத்துணை முறைக் காய்ச்சினும் அதன் சுவை குன்றாது (சுவைமிகும்). சங்கினைத் தீயினுள் வைத்துப் பலமுறை சுட்டாலும் அதன் வெண்மை நிறம் மாறாது. நல்லோர் குடிதாழினும் உயர்ந்தோரே! நற்குணம் அற்றவர்கள் நண்பராய் இருப்பினும் கேடே!

5. **அடுத்து முயன்றாலும் ஆகும்நாள் அன்றி**
எடுத்த கருமங்கள் ஆகா-தொடுத்த
உருவத்தால் நீண்ட உயர் மரங்கள் எல்லாம்
பருவத்தால் அன்றிப் பழா.

அடுத்து-தொடர்ந்து; முயன்றாலும்-முயற்சி செய்தாலும்; ஆகும்நாள்-கூடி வரவேண்டிய நாள்; அன்றி-அல்லாமல்; எடுத்த-நாம் தொடங்கிய; கருமங்கள்-காரியங்கள்; ஆகா-கூடி வராது; தொடுத்த-விரிந்த; உருவத்தால்-வடிவால்; நீண்ட-உயரமான; உயர்-உயர்ந்த; மரங்கள்-மரங்கள்; எல்லாம்-அனைத்தும்; பருவத்தால்-தக்க காலம்; அன்றி-அல்லாமல்; பழா-பழுக்காது.

நீண்டு உயர்ந்த மரங்களாயினும் பருவம் வந்தால் தான் பழங்களைத் தரும். நாம் என்னதான் அடிக்கடி ஒருவேலையை முயன்றாலும் அது முடியும் நாளில்தான் முடியும்.

6. **உற்ற இடத்தில் உயிர்வழங்கும் தன்மையோர்**
பற்றலரைக் கண்டால் பணிவதோ?-கல்தூண்
பிளந்து இறுவது அல்லால் பெரும்பாரம் தாங்கின்
தளர்ந்து வளையுமோ தான்.

கல்தூண்-கல்லாலான தூண்; பெரும்பாரம் தாங்கின்-அளவுக்கு மீறிய சுமையைத் தாங்க நேர்ந்தால்; தளர்ந்து-வலிமை இழந்து; வளையுமோ-வளைந்து கொடுக்குமோ? (கொடுக்காது. முறிந்து உடையும். அதுபோல) தன்மையோர்-மானத்தைப் பெரிதாகக் கருதுவோர்; உற்ற-அவமானம் நிகழவருமாயின்; இடத்தில்-அந்த இடத்திலேயே; உயிர் வழங்கும்-உயிரை விட்டுவிடுவர்.

பெருஞ்சுமையைத் தாங்காத கல்தூண் வளையாது முறிந்து விடுவது போல ஒழுக்கமுள்ள பெரியோர் அவமானம் வரின் உயிரை விடுவர்.

7. **நீர் அளவே ஆகுமாம் நீர்ஆம்பல் தான்கற்ற**
நூல் அளவே ஆகுமாம் நுண்அறிவு-மேலைத்
தவத்து அளவே ஆகுமாம் தான்பெற்ற செல்வம்
குலத்து அளவே ஆகுமாம் குணம்.

நீர் அளவே-நீர்மட்டத்தின் அளவிலேயே; ஆகுமாம்-அமைந்திருக்கும்; நீர் ஆம்பல்-குளத்திலுள்ள அல்லிமலர்; (அது போல) தான்கற்ற-ஒருவன் தான் கற்றுத் தெளிந்த; நூல்-நூல்களின்; அளவே-அளவினதாகவே; ஆகுமாம்-அமைந்திருக்கும்; நுண்ணறிவு-கூர்மையான அறிவு; மேலை-முற்பிறப்பில் செய்த; தவத்து-தவத்தால் வரும் புண்ணியத்தின்; அளவே-அளவாம்; ஆகுமாம்-அமைந்து இருக்கும்; தான்பெற்ற-அவன் பெற்றுள்ள; செல்வம்-செல்வமானது; குலத்து-அவன் தோன்றிய குலத்தின்; அளவே இயல்புக்குத்தக்க; ஆகுமாம்-அமைந்திருக்கும்; குணம்-நற்குணமும்.

நீரின் அளவைப் பொறுத்தது அல்லித்தண்டு. ஒருவனின் கூரிய அறிவு அவன் கற்ற நூல் நிலையை ஒட்டியிருக்கும். தான் பெற்ற செல்வம் அவனின் நல்வினையைப் பொறுத்தது. குணநலன் அவனின் குடும்பத்தைப் பொறுத்ததாம்.

8. **நல்லாரைக் காண்பதுவும் நன்றே நலமிக்க**
நல்லார்சொல் கேட்பதுவும் நன்றே-நல்லார்
குணங்கள் உரைப்பதுவும் நன்றே அவரோடு
இணங்கி இருப்பதுவும் நன்றே.

நல்லாரை-நல்லவர்களை; காண்பதுவும்-நேரில் காண்பதுவும்; நன்றே-நல்லதே; நலம் மிக்க-நன்மை தரக்கூடிய; நல்லார் சொல் நல்லவரின் சொற்களை; கேட்பதுவும்-கேட்டு நடப்பதுவும்; நன்றே-நல்லதே; நல்லார்-நல்லவருடைய; குணங்கள்-நற்குணங்களை; உரைப்பதுவும்-புகழ்ந்து பேசுவதும்; நன்றே-நல்லதே; அவரோடு-அந்த நல்லவர்களோடு இணங்கி-கூடி; இருப்பதுவும்-வாழ்வதுவும்; நன்றே-நல்லதே.

நல்லாரைக் காண்பதும்; அவர்கூறும் சொற்களைக் கேட்டு நடத்தலும்; அவரின் குணங்களை உரைப்பதும்; அவர்களோடு கூடி வாழ்தலும் மிக நல்லதாம்.

9. **தீயாரைக் காண்பதுவும் தீதே திருவற்ற**
தீயார்சொல் கேட்பதுவும் தீதே-தீயார்
குணங்கள் உரைப்பதுவும் தீதே அவரோடு
இணங்கி இருப்பதுவும் தீதே.

முன்கூறிய பாடலுக்கு இப்பாடல் எதிர்.

தீயாரை-தீமை மிகுந்த கெட்டவரை; காண்பதுவும்-கண்ணால் காண்பதுவும்; தீதே-தீமையாம்; திருஅற்ற-சிறப்பு அல்லாத; தீயார்-தீயவர்களின்; சொல்-தீயசொற்களை; கேட்பதுவும்-கேட்பதும்; தீதே-தீமையே; தீயார்-தீயவர்களின்; குணங்கள்-தீய குணங்களை உரைப்பதும்-பேசுவதும்; தீதே-தீமையே; அவரோடு-அத்தீயவரோடு; இணங்கி-கூடிவாழ்தலும்; தீதே-தீமையே.

தீயாரைக் காண்பதுவும்; அவர்சொல் கேட்பதுவும்; அவரின் தீய குணங்களை உரைப்பதும்; அவரோடு கூடி வாழ்தலும் தீமையே.

10. **நெல்லுக்கு இறைத்தநீர் வாய்க்கால் வழிஓடிப்**
புல்லுக்கும் ஆங்கே பொசியுமாம்-தொல்உலகில்

நல்லார் ஒருவர் உளரேல் அவர்பொருட்டு
எல்லார்க்கும் பெய்யும் மழை.

நெல்லுக்கு-நெற்பயிருக்கு; இறைத்த-பாய்ச்சப்பட்ட; நீர்-தண்ணீரானது; வாய்க்கால்-வாய்க்காலின் வழியே; ஓடி-ஓடிச் சென்று; புல்லுக்கும்-வாய்க்காலின் கரையிலுள்ள புல்லுக்கும்; ஆங்கே-அவ்விடத்தே; பொசியுமாம்-நீரை வார்க்குமாம்; நெல்-பழைமையான; உலகில்-உலகத்தில்; நல்லார்-நல்லார்; ஒருவர்-ஒருவரேனும்; உளரேல்-இருப்பாரானால்; அவர் பொருட்டு-அவருக்காக; எல்லார்க்கும்-உலகில் வாழும் அனைவருக்கும்; பெய்யும்-பெய்கின்ற; மழை-மழை நன்மையைத்தரும்.

நெற்பயிர்க்குப் பாய்ச்சும் தண்ணீர் புல்லுக்கும் பயன்பட்டு வளர்வது போல நல்லார்க்காகப் பெய்யும் மழை அனைவருக்கும் நன்மையைத் தரும்.

11. **பண்டு முளைப்பது அரிசியே ஆனாலும்**
விண்டுஉமி போனால் முளையாதாம்-கொண்டபேர்
ஆற்றல் உடையார்க்கும் ஆகாது அளவு இன்றி
ஏற்ற கருமம் செயல்.

பண்டு-முதலில்; முளைப்பது-நெல்லினின்று முளைப்பது; அரிசியே-அரிசியானாலும்; உமி-அவ்வரிசையைச் சேர்ந்த உமியானது; விண்டு-நீங்கிப் போனால்; முளையாது-முளை விடாது; (அதுபோல) கொண்ட-அமைந்த; பேர்-பெரிய ஆற்றல்-திறமை; உடையார்க்கும்-உடையவர்களுக்கும்; ஆகாது-இயலாது; ஏற்ற-ஏற்றுக்கொண்ட; கருமம்-வேலை; செயல்-செய்வது.

முதலில் முளைப்பது அரிசி என்றாலும் உமி நீங்கின் முளையாது. எத்துணை பெரிய ஆற்றல் கொண்டவராயினும் தக்க துணை இல்லையேல் அவர் கொண்ட வேலை முடியாது.

12. **மடல்பெரிது தாழை மகிழ் இனிது கந்தம்**
உடல்சிறியர் என்று இருக்க வேண்டா-கடல்பெரிது
மண்ணீரும் ஆகாது அதன்அருகே சிற்றூறல்
உண்ணீரும் ஆகி விடும்.

மடல்-இதழ்; பெரிது-பெரியது; (ஆனால்) மகிழ்-மகிழப்பூவின்; மடல் சிறியது. கந்தம்-நல்லமணம்; இனியது-இனிமையான மணம் உடையது; (எனவே) உடல்-உடல் அளவில் சிறியவர் என்று நினைத்து; இருக்க-இழிவாக எண்ணி; இருக்க வேண்டா-இருக்க வேண்டாம். கடல்-நீண்ட கடலானது; பெரிது-மிகப் பெரியது; மண்நீரும்-உடலைக் கழுவக்கூடப் பயன்படாது (குடிக்கவும் பயன்தராது) (ஆனால்) அதன் அருகே-அதன் பக்கத்தில். சிற்றூறல்-சிறிய ஊற்றானது; உண்நீரும்-உண்ணத்தகுந்த நீராகவும்; ஆகிவிடும்-ஆகிப்பயன்படும்.

தென்னையின் மடல் பெரியது; ஆனால் மணமற்றது. சிறிய மடல் கொண்ட மகிழம்பூவோ நறுமணம் மிக்கது. உருவு கண்டு எள்ளாமை வேண்டும். நீண்ட நெடிய கடல்நீர் உடல் கழுவக் கூடப் பயன்படாது. ஆனால் அதன் அருகே உள்ள சிற்றூறல் குடிநீராகப் பயன்படும்.

13. **கவையாகிக் கொம்பாகிக் காட்டகத்தே நிற்கும்**
அவையல்ல நல்ல மரங்கள்-சபைநடுவே
நீட்டுஓலை வாசியா நின்றான் குறிப்புஅறிய
மாட்டா தவன்நன் மரம்.

கவையாகி-சிறுசிறு கிளைகளைக் கொண்டவையாகி; கொம்பாகி-பெரிய கிளையாகி; காட்டகத்தே-காட்டின் உள்ளே; நிற்கும்-நின்றிடும்; அவை-அவைகள்; அல்ல-அல்லவாம்; நல்ல-நல்ல மரங்களாம்; சபை-சான்றோர் கூடிய அவையில்; நடுவே-நடுவில்; நீட்டுஓலை-படிக்கச் சொல்லி தந்த நீண்ட ஓலையை; வாசியா நின்றான்-படிக்காமல் நிற்கின்ற; குறிப்பு அறியா-ஒருவர் குறிப்பினையும் அறியாத; மாட்டாதவன்-இயலாதவன்; நன்மரம்-நல்ல மரம் ஆவன்.

காட்டில் கொம்பு கிளைகளுடன் நிற்பன மரம் அல்ல. கற்றறிந்தோர் கூடிய அவையில் கல்லாமல் நிற்பவனே மரமாவான்.

14. **கான மயில்ஆடக் கண்டிருந்த வான்கோழி**
தானும் அதுவாகப் பாவித்துத்-தானும்தன்
பொல்லாச் சிறகைவிரித்து ஆடினால் போலுமே
கல்லாதான் கற்ற கவி.

கானமயில்-காட்டிலுள்ள மயில்; ஆட-தன் அழகிய சிறகுகளை விரித்து ஆடுவதைக்; கண்டு-பார்த்து; இருந்த-பக்கத்தில் இருந்த; வான்-கோழி-வான்கோழியானது; தானும்-தன்னையும்; அதுவாக-அந்த மயில்போல எண்ணி; தானும்-அந்த வான்கோழியும்; தன்-தன்னுடைய; பொல்லா-அழகு இல்லாத; சிறகை-சிறகுகளை; விரித்து-பரப்பி; ஆடினால்-ஆடியதை; போலுமே-ஒத்ததே; கல்லாதான்-நூல்களைக் கற்காத மூடன்; கற்ற-பிறர் கவிகளைப் படிக்கக் கேட்டு; கவி-இயற்றிய கவிதையாம்.

முறையுறக் கல்வி கற்காமல் கற்றாரைப் போன்று பிறர் கூறுவதைக் கேட்டு கவி பாடி நடிப்பவன் செயல் மயில் தன் அழகிய சிறகுகளை விரித்து ஆடுவதைக் கண்டு கானுறையும் வான்கோழியும் தன் அழகற்றப் பொல்லாச் சிறகுகளை விரித்து ஆடுவதை ஒக்கும்.

15. **வேங்கை வரிப்புலிநோய் தீர்த்த விடகாரி**
ஆங்கு அதனுக்கு ஆகாரம் ஆனால்போல்-பாங்குஅறியாப்
புல்லறி வாளர்க்குச் செய்த உபகாரம்
கல்லின்மேல் இட்ட கலம்.

வரி-உடலில் வரிகளை உடைய; வேங்கை-வேங்கை எனப்படும்; புலி-புலியினது; நோய்-நோயை; தீர்த்த-நீக்கிய; விடகாரி-நஞ்சினை நீக்கும் மருத்துவன்; ஆங்கு-அவ்விடத் திலேயே; அதனுக்கு-அப்புலிக்கு; ஆகாரம்-உணவாக; ஆனால் போல்-ஆனதைப் போல; பாங்கு-நன்மையை; அறியா-அறியாதவர்களுக்கு; செய்த-செய்யப்பட்ட உதவி; கல்லின்மேல்-வன்மை பெற்ற கல்லின்மீது; இட்ட-போடப்பட்ட; கலம்-மண்; பண்டத்தை ஒக்கும் (பண்டம் சிதறி நொறுங்கும்)

உடலில் நஞ்சு ஏறி இறக்கக் கிடக்கும் புலியை நஞ்சு நீக்கும் மருத்துவன் அதனைக் குணப்படுத்திய போது அப்புலி அவனையே கொன்று தின்றுவிட்டது. அதுபோல் நன்றியில்லாத கயவர்களுக்குச் செய்யும் உதவி வலிய கல்லின் மேல் போட்ட மண் பாத்திரத்தைப் போன்றதாம். (பாத்திரம் உடைந்து சிதறி பயனற்றுப் போகும்.)

16. அடக்கம் உடையார் அறிவிலர்என்று எண்ணிக்
கடக்கக் கருதவும் வேண்டாம்-மடத்தலையில்
ஓடுமின் ஓட உறுமீன் வரும்அளவும்
வாடி இருக்குமாம் கொக்கு.

மடை-நீர்க்கரையில்; தலையில்-இடத்தில்; ஓடும்-நீர் பாய்கின்ற; மீன்-சின்னஞ்சிறுமீன்கள்; ஓட-தண்ணீரில் பாய்ந்து கொண்டிருக்க; உறு-பெரிய; மீன்-மீனானது; வரும்-வருகின்ற; அளவும்-வரையிலும்; வாடி-சோர்ந்து; இருக்கும்-சும்மா அமர்ந்திருக்கும்; (ஆகையால்) அடக்கம்-அடக்கத்தை; உடையார்-மேற்கொண்ட வரை; அறிவுஇலர்-அறிவு இல்லாதவர்; என்று-என்பதாக; எண்ணி-நினைத்து; கடக்க-அவரை வென்றிட; கருத-நினைக்க; வேண்டாம்-வேண்டுவதில்லை.

நீர்க்கரையில் சிறுமீன்கள் ஓட பெரியமீன் வருமளவும் கொக்கானது காத்திருக்கும் அதுபோல அடக்கமுள்ளவர் சமயம் வரும்போது வெளிப்படுவர். அவரை வென்று விடலாம் என்பது வீண்.

17. அற்ற குளத்தில் அறுநீர்ப் பறவை போல்
உற்றுழித் தீர்வார் உறவு அல்லர்-அக்குளத்தில்
கொட்டியும் ஆம்பலும் நெய்தலும் போலவே
ஒட்டி உறவார் உறவு.

அற்ற-நீர்வற்றிய; குளத்தின்-குளத்திலிருந்து; நீர்ப்பறவை-நீரில் வாழும் பறவைகள்; அறும்-நீங்கிவிடும். போல்-அதுபோல; உற்ற-துன்பம் வந்த; உழி-போது; தீர்வார்-நீங்கிவிடுவார்; உறவு-உறவினர்; அல்லர்-ஆகமாட்டார்; அக்குளத்தில்-அந்தக் குளத்தில்; கொட்டியும்-கொட்டிப்பூண்டையும்; ஆம்பலும்-அல்லிக்கொடியும்; நெய்தலும்-வேளைக்கொடியும்; போல-போன்றவர்களாக; ஒட்டி-சேர்ந்து உயர்ந்தும்; நீர் குறைவானால் தாழ்ந்தும் இருத்தல் போல; உறவார்-இன்பத்தையும் துன்பத்தையும் ஒருசேர ஏற்றுக் கொள்பவரே; உறவு-நல்ல உறவினராவர்.

குளத்துநீரில் நீர்ப்பறவைகள் நீர் இருப்பின் இருக்கும்; இல்லையேல் இராது ஆனால் கொட்டியும் ஆம்பலும் நெய்தலும்

நீர் இருக்கும்போது மலரும் நீர்வற்றின் குளத்தின் மண்ணுக்குள் இருக்கும்; வேறு எங்கும் செல்லாது.

18. சீரியர் கெட்டாலும் சீரியரே சீரியர்மற்று
அல்லாதார் கெட்டால் அங்கு என்னவாகும்?-சீரிய
பொன்னின் குடம் உடைந்தால் பொன்னாகும் என்ஆகும்
மண்ணின் குடம் உடைந்தக் கால்?

சீரிய-உயர்ந்த; பொன்னின்-பொன்னால் செய்யப்பட்ட; குடம்-குடமானது; உடைந்தால்-உடைந்து விட்டாலும்; பொன்-பொன்னாக; ஆகும்-பயன்படும். (ஆனால்) மண்ணின்-மண்ணால் செய்யப்பட்ட; குடம்-குடமானது; உடைந்தக்கால்-உடைந்து போனால்; என்-என்ன பயன்?; ஆகும்-உடையதாகும். (அதுபோல) சீரியர்-மேலோர்; கெட்டாலும்-செல்வநிலையில் தாழ்ந்தாலும்; சீரியரே-குணத்தால் உயர்ந்தோரேயாவர்; அல்லாதார்-நல்ல குணம் அற்ற கீழோர்; கெட்டால்-செல்வநிலையினின்று தாழ்ந்தால்; அல்லாதார்-அல்லாதவராகிய கீழோர்; அல்லாதார்-கீழோரே!

குணவான்கள் தாழ்வுறினும் சிறந்தோரே; பொன்னாலாகிய குடம் உடைந்தாலும் பொன். ஆனால் கீழோர் குன்றின் கீழோரே; மண் குடம் உடையின் ஒன்றுக்கும் பயனில்லை.

19. ஆழ அமுக்கி முகக்கினும் ஆழ்கடல்நீர்
நாழி முகவாது நால்நாழி-தோழீ
நிதியும் கணவனும் நேர்படினும் தம்மதம்
விதியின் பயனே பயன்.

தோழீ-தோழியே!; ஆழ்-ஆழமாகிய; கடல்-கடலில்; நீர்-நீரை; நாழி-ஒரு படியைக் கொண்டு; ஆழ-மூழ்கும்படி; அமுக்கி-அழுத்தி; முகக்கினும்-மொண்டாலும்; நால்நாழி-நான்குபடி நீரை; முகவாது (நாம் கொண்டு சென்று ஒருபடி நீர் முகவாது; (அதுபோல) நிதியும்-செல்வமும்; கணவனும்-இன்பத்தைத் தரும் இனிய கணவனும்; நேர்படினும்-ஒரு பெண்ணுக்குக் கிட்டினும்; தம்தம்-அவரவருடைய; விதியின்-விதியின் பயனைப் போலவே; பயன்-பயனுக்கு ஏற்ப; அளவே பயன்-பலனும் அளவுடையதாகும்.

ஒருபடியை எடுத்துச் சென்று கடலில் முக்கிமுழ்கி நான்குபடியாக எடுத்துவர முடியாதது போல ஒரு பெண்ணுக்குச் செல்வமும் இனிய கணவனும் கிட்டினும் விதியின் படியே வாழ்க்கை அமையும்.

20. **உடன்பிறந்தார் சுற்றத்தார் என்றுஇருக்க வேண்டா**
உடன்பிறந்தே கொல்லும் வியாதி-உடன்பிறவா
மாம லையில் உள்ள மருந்தே பிணிதீர்க்கும்
அம் மருந்து போல்வாரும் உண்டு.

வியாதி-பிணியானது; உடன்-மனிதனின் கூடவே (உடலிலேயே); பிறந்து-பிறந்தே; கொல்லும்-கொன்றுவிடும் தன்மையது (ஆதலால்); உடன்-தம்முடன்கூட; பிறந்தார்-பிறந்தவர்கள்; என்று என்று எண்ணி; இருக்க-நம்பிவாழ; வேண்டா-வேண்டியதில்லை; உடன்-நம்முடன்; பிறவா-பிறக்காத; மா-பெரிய; மலையில்-மலையிடத்தில் உள்ள; மருந்தே-மூலிகைச் செடி; கொடி; மலர்கள் போன்றவைகளே; பிணி-நம்மிடம் தோன்றிய நோயை; தீர்க்கும்-போக்கும்; அ-அந்த; மருந்தை-மருந்தினைப்; போல்வாரும்-போன்றவர்களும்; உண்டு-(அயலகத்தே) உள்ளனர்.

நம் உடம்போடு தோன்றிய நோயே நம்மைக் கொல்லும். நம்முடன் பிறந்தோர் உதவுவர் என்று எண்ண வேண்டா. உடன்பிறவாத எங்கோ உள்ள மலையிலுள்ள மூலிகை இலை; காய்; பழம் நம் நோயைத் தீர்ப்பது போல அயலார் பலர் நமக்கு உதவ முன்வருவர்.

21. **இல்லாள் அகத்துஇருக்க இல்லாதது ஒன்றுஇல்லை**
இல்லாளும் இல்லாளே ஆமாயின்-இல்லாள்
வலிகிடந்த மாற்றம் உரைக்குமேல் அவ்இல்
புலிகிடந்த தூறாய் விடும்.

இல்லாள்-(இல்+ஆள்) வீட்டினை ஆளுபவளான நல்ல மனைவி; அகத்து-வீட்டில்; இருக்க-அமையப் பெற்றால்; இல்லாதது-ஒருவனுக்கு இல்லை என்று சொல்லத்தக்கது; ஒன்று-வேறு ஒரு பொருள்; இல்லை-இல்லையாம்; இல்லாள்-மனைவி ஆனவள்; வலி-கடுமை; கிடந்த-பொருந்திய; மாற்றம்-பேச்சை;

உரைக்குமேல்-பேசுபவளாய் இருந்தால்; அ-அந்த; இல்-வீடானது புலி-புலியானது; கிடந்த-தங்கியிருந்த; தூறு-புதராக; ஆய்விடும்-ஆகும்.

சிறந்த மனைவியானவள் ஒருவனுக்குக் கிடைக்கப் பெற்றால் அந்த வீட்டில் எக்குறையும் இல்லை. மனைவி இல்லாமல் போனாலும்; வாய்க்கப் பெற்ற மனைவி கணவனை எதிர்த்துப் பேசுபவளாகவும்; கடுஞ்சொற்களைப் பயன்படுத்துபவளாகவும் இருப்பின் அது வீடல்ல; புலி படுத்திருந்த குகையே!

22. **எழுதிய வாறேகாண் இரங்கும் மடநெஞ்சே**
கருதியவாறு ஆகுமா கருமம்? கருதிப்போய்க்
கற்பகத்தைச் சேர்ந்தோர்க்குக் காஞ்சிரங்காய் ஈந்ததேல்
முற்பருவத்தில் செய்த வினை.

இரங்கும்-வருந்துகின்ற; மடம்-அறியாமை கொண்ட; நெஞ்சே-மனமே! கருதி-நல்ல பயனை நினைத்து; போய்-சென்று; கற்பகத்தை-கேட்டதனைத் தரும் கற்பகமரத்திடம்; சேர்ந் தோர்க்கும்-அடைந்தோர்க்கும்; காஞ்சிரங்காய்-எட்டிக்காயை; ஈந்ததேல்-(அம்மரம்) வழங்கினால் (அது அவர்); முன்-சென்ற; பவத்தில்-பிறப்பில்; செய்த-செய்ததாகிய; வினை-செயலின் பலனாம் (ஆதலால்); கருமம்-ஒவ்வொரு செயலும்; கருதிய-நீ நினைத்த; ஆறு-வழியே; ஆமோ-கூடி வந்திடுமோ? (வராது); எழுதிய-அன்றே நான்முகன் எழுதிய; ஆறே-வழியின்படியே நடந்திடும். (காண்-அசை)

எச்செயலும் விதியின் வழியே நடக்கும். அதனை மீற முடியாது.

23. **கற்பிளவோடு ஒப்பர்கயவர் கடுஞ்சினத்துப்**
பொற்பிளவோடு ஒப்பாரும் போல்வாரே-வில்பிடித்து
நீர்கிழிய எய்த வடுப்போல் மாறுமே
சீர்ஒழுகு சான்றோர் சினம்.

(கடைநிலை) கயவர்-அறிவற்ற மூடர்; கடும்-கடுமையான; சினந்து-கோபத்தினால்; கல்-கல்லினுடைய; பிளவோடு-பிளப்புக்களோடு; ஒப்பர்-சமமாவர். (மீண்டும் ஒன்று சேரார்)

பொன்-பொன்னினுடைய; பிளவோடு-துண்டுகளோடு; ஒப்பர்-ஒத்தவராவர். (பொன்னை மீண்டும் காய்ச்சினால் ஒன்று சேரும்; அதுபோல் சிலர் சேர்த்து வைப்பின் இவர்கள் சேர்வர்-இது இரண்டாம் நிலை) சீர்-சிறந்த வழியில்; ஒழுகு-நடப்போர்; சான்றோர்-நன்கு படித்தவர்கள்; சினம்-கோபமானது; வில்-வில்லை; பிடித்து-கையில் கொண்டு; நீர்-தண்ணீரானது; கிழிய-பிளக்க; எய்த-விடப்பட்ட; (அம்பினால் ஏற்பட்ட) வடு-பிளவைப் போல-போன்றதாக; மாறும்-(உடன்) மறைந்துவிடும். (இது உயர்ந்தோர் நிலை) இப்பாட்டில் மூன்று நிலைகளைக் கூறுகிறார்.

முதல்நிலை - சான்றோர் கோபம் நீரில் ஏற்படும் வடு போன்றது. உடன் மறையும்.

இரண்டாம் நிலை - பொன்துண்டுகள் தீயில் காய்ச்ச ஒன்றுபடும். அதுபோல் பிறர் சேர்க்க இவர்கள் மீண்டும் கூடுவர்.

கடைநிலை - அறிவற்றார் பிரிந்தால் சேரார். இது கல் உடைந்த நிலை.

24. **நற்றா மரைக்கயத்தில் நல்அன்னம் சேர்ந்தாற்போல்**
கற்றாரைக் கற்றாரே காமுறுவர்-கற்புஇலா
மூர்க்கரை மூர்க்கர் முகப்பர் முதுகாட்டில்
காக்கை உகக்கும் பிணம்.

நல்-நல்ல; தாமரை-தாமரை மலர்கள் பூத்துள்ள; கயத்தில்-குளத்தில்; நல்-சிறந்த; அன்னம்-அன்னப்பறவை; சேர்ந்தாற் போல்-சேர்ந்ததைப் போல; கற்றாரை-நன்கு கற்றவர்களை; கற்றாரே-நன்கு படித்தவர்களே; காமுறுவர்-விரும்பிச் சேர்வர்; முதுகாட்டில்-சுடுகாட்டில் உள்ள; பிணம்-உயிரற்ற உடலை; காக்கை-காக்கையானது; உகக்கும்-விரும்பும் (அதுபோல); மூர்க்கரை-கல்லாத மூடர்களை; மூர்க்கர்-கல்லாத மூர்க்கர்; முகப்பர்-விரும்பர்.

தாமரைக் குளத்தில் அழகிய அன்னம் சேர்ந்ததைப் போல கற்றாரைக் கற்றாரே விரும்புவர். சுடுகாட்டில் பிணத்தை விரும்பும் காக்கைபோல கல்லா மூடரை மூடரே விரும்புவர்.

25. நஞ்சுடை மை தான்அறிந்து நாகம்கரந்துறையும்
அஞ்சாப்புறங் கிடக்கும் நீர்ப்பாம்பு-நெஞ்சில்
கரவுடையார் தம்மைக் கரப்பர் கரவார்
கரவிலாநெஞ்சத் தவர்.

நாகம்-நல்ல பாம்பானது; நஞ்சு-விடத்தை; உடைமை-வைத்திருத்தலை; தான்-தானே; அறிந்து-தெரிந்து; கரந்து-மறைந்து; உறையும்-வாழும்; நீர்ப்பாம்பு-தண்ணீர்ப் பாம்பானது; (நஞ்சு இல்லாததால்) அஞ்சா-பயப்படாமல்; புறம்-வெளியிலே; கிடக்கும்-வாழும்; (அதுபோல) நெஞ்சில்-மனத்தில்; கரவு-வஞ்சகத்தை; உடையார்-உடையவர்கள்; தம்மை-தங்களை; மறைப்பர்-மறைத்து வாழ்வர்; கரவு-வஞ்சகம்; இலா-இல்லாத; நெஞ்சத்தவர்-மனமுள்ளவர்; தம்மை-தங்களை; கரவார்-மறைத்து வாழார்.

நஞ்சுகொண்ட நாகப்பாம்பு மறைந்து வாழ்வது போல் வஞ்சகத்தன்மையுடையார் மறைந்தே வாழ்வர்; நஞ்சில்லா நீர்ப்பாம்பு வெளியில் வாழ்வது போல வஞ்சனை அற்றார் இயல்பாகவே வாழ்வர்.

26. மன்னனும் மாசுஅறக் கற்றோனும் சீர்தூக்கின்
மன்னனில் கற்றோன் சிறப்புடையன்-மன்னற்குத்
தன்தேசம் அல்லால் சிறப்புஇல்லை கற்றார்க்குச்
சென்ற இடம் எல்லாம் சிறப்பு.

மன்னனும்-அரசனும்; மாசு-குற்றங்கள்; அற-நீங்க; கற்றோனும்-நன்குபடித்தவனும்; சீர்-சிறப்பினைக் குறித்து; தூக்கின்-ஆராய்ந்து பார்த்தால்; மன்னனில்-அரசனைக் காட்டிலும்; கற்றோன்-நன்கு படித்தவன்; சிறப்பு-மேன்மையான உயர்வினை; உடையவன்-பெற்றவனாவான்; மன்னனுக்கு-அரசனுக்கு; தன்-தனது; தேசம்-நாட்டில்; அல்லால்-அல்லாமல்; சிறப்பு-பெருமை; இல்லை-கிடையாது; கற்றோர்க்கு-நன்கு கற்றவர்களுக்கு; சென்ற-செல்கின்ற; இடம் எல்லாம்-இடங்களில் எல்லாம்; சிறப்பு-பெருமையாகும்.

மன்னனில் கற்றோனே சிறப்புடையன். மன்னர்க்கு அவன் நாட்டில் தான் சிறப்பு. ஆனால் கற்றோனுக்கு செல்கின்ற இடங்களில் எல்லாம் சிறப்பு உண்டாம்.

**27. கல்லாத மாந்தர்க்குக் கற்றுஉணர்ந்தார் சொல்கூற்றம்
அல்லாத மாந்தர்க்கு அறம்கூற்றம்-மெல்லிய
வாழைக்குத் தான்ஈன்ற காய்கூற்றம் கூற்றமே
இல்லிற்கு இசைந்து ஒழுகாப் பெண்.**

கல்லாத-கற்காத; மாந்தர்க்கு-மக்களுக்கு; கற்று-நன்குபடித்த; உணர்ந்தார்-அறிந்து கூறும் நல்ல அறிவுரைகள்; கூற்றம்-எமனாகும்; அல்லாத-(அறவழியில்) நின்றிடாத; மாந்தர்க்கு-மக்களுக்கு; அறம்-அறக்கடவுளே; கூற்றம்-எமனாகும்.

மெல்லி-மென்மையான; வாழைக்கு-வாழை மரத்திற்கு; தான்-அதுதானே; ஈன்ற-பெற்ற; கால்-காயே; கூற்றம்-எமன். இல்லிற்கு-வீட்டிற்கு; இசைந்து-கணவனோடு சேர்ந்து; ஒழுகா-நடக்காத; பெண்-மனைவி; கூற்றம்-எமன்.

நான்கு காலன்களைக் கூறுகிறார்.

1. கல்லாத மக்களுக்கு கற்றார் கூறும் அறவுரை எமன்.
2. அறவழியில் நில்லாதவர்களுக்கு அறக்கடவுள் எமன்.
3. வாழைமரத்திற்குத் தான் ஈன்ற காயே எமன்.
4. கணவனோடு ஒத்து வாழாத மனைவி குடும்பத்திற்கே எமன்.

**28. சந்தன மென்குறடு தான்தேய்ந்த காலத்தும்
கந்தம் குறைபடாது ஆதலால்-தம்தம்
தனம் சிறியர் ஆயினும் தார்வேந்தர் கெட்டால்
மனம் சிறியர் ஆவரோ மற்று.**

சந்தனம்-சந்தன மரத்தின்; மெல்-மென்மையான; குறடு-கட்டை; தேய்ந்த-தேய்க்கத் தேய்க்க குறைபட்ட பொழுதும்; கந்தம்-தன் நறுமணத்தில்; குறைபடாது-குறைந்திடாது; ஆதலால்-ஆகையால்; தார்-மாலை அணிந்த; வேந்தர்-அரசர்; கெட்டால்-தாங்கள் தாழ்ந்தால்; தம்தம்-தங்களுடைய; தனம்-செல்வத்திலே; சிறியர்-சிறியவர்களாக (அற்பர்களாக); ஆவரோ-ஆகி விடுவரோ-ஆகமாட்டார். தான்; மற்று- அசைகள்.

சந்தனக்கட்டையானது தேய்ந்தாலும் மணத்தில் மாறாது. பேரரசர்கள் தம் செல்வம் குறைந்த காலத்தும் அற்பர்களாக மாறார்.

29. மருவுஇனிய சுற்றமும் வான்பொருளும் நல்ல
உருவும் உயர்குலமும் எல்லாம்-திருமடந்தை
ஆம்போது அவளோடும் ஆகும் அவள்பிரிந்து
போம்போது அவளோடும் போம்.

மருவு-சேர்ந்துள்ள; இனிய-இனிமையான; சுற்றமும்-உறவும்; வான்-சிறந்த; பொருளும்-பொருள்களும்; நல்ல-அழகிய; உருவமும்-வடிவமும்; உயர்-உயர்வாகிய; குலமும்-குடியும்; எல்லாம்-ஏனைய மற்றைய பெருமைகளும்; திருமடந்தை-திருமகளான இலக்குமி; ஆம்போது-ஒருவனை அடையும்போது; அவளோடு-அப்பெருமாட்டியோடு; ஆகும்-ஒருவனிடம் வந்து சேரும்; அவள்-அந்த இலக்குமி; அவளோடு-அவளுடனே; போம்-போய்விடும்.

திருமகளான இலக்குமி ஒருவனைச் சேரும்போது அனைத்து சிறப்புக்களும் கிட்டும்; அப்பெருமாட்டி அவனைவிட்டு நீங்கும்போது வந்த அனைத்தும் சென்றுவிடும்.

30. சாந்தனையும் தீயனவே செய்திடினும் தாம் அவரை
ஆந்துணையும் காப்பர் அறிவுடையோர்-மாந்தர்
குறைக்கும் தனையும் குளிர்நிழலைத் தந்து
மறைக்குமாம் கண்டீர் மரம்.

மரம்-மரமானது; மாந்தர்-மக்கள்; குறைக்கும் தனையும்-(தன்னை அடியோடு வெட்டி) வீழ்த்தும் வரையிலும்; குளிர்-குளிர்ச்சியான; நிழலை-நிழலை; தந்து-(வெட்டுவார்க்குத் தந்து; மறைக்கும்-வெய்யிலைத் தடுத்து நிழலைத்தரும். (அதுபோல) அறிவுடையார்-அறிவுடைய சான்றோர்; தீயனவே-பிறர் தமக்குத் தீயவைகளை; செய்திடினும்-செய்தாலும்; சாந்துணையும்-சாகும் வரையிலும்; தாம்-தாங்கள்; அவரை-அத்தீமை செய்தவரை; ஆந்துணையும்-(தங்களால்) முடிந்த அளவும்; காப்பர்-துன்பத்தினின்று காப்பாற்றுவர். மரத்தை வெட்டுவோனுக்கு அம்மரம் கீழ்விழும் வரை அவனுக்கு நிழல் தருவது போல அறிவுடையோர் தமக்குப் பிறர் தீமை செய்தாலும் சாகும்வரை அதனை மனத்தில் வைக்காது நன்மையே செய்வர்.

வாக்குண்டாம் (மூதுரை) முற்றிற்று.

○

ஔவையார் பாடிய

6. நல்வழி

இந்த நீதிநூற் களஞ்சியத்தில் மொத்தம் ஒன்பது நூல்கள். நவரத்தினங்கள்போல அமைந்துள்ளன.

சென்ற ஐந்து முடிந்து ஆறு; ஏழு; எட்டு; ஒன்பது தொடங்கவுள்ளன. அவை **ந**ல்வழி; **ந**ன்னெறி; **நீ**திவெண்பா; **நீ**திநெறி விளக்கம். இந்நூல்களின் முதல் எழுத்தினை நோக்குக. ந. தமிழில் 'ந' என்னும் எழுத்திற்குத் தனிச்சிறப்புண்டு. இயல்பாக இந்நிரலை அமைத்து நல்வழிக்கு உரைகாணும் பொழுதுதான் இச்சிறப்பு அறியப்பட்டது. எல்லாம் திருவருள். இனி நூலினுள் செல்வோம். கடவுள் வாழ்த்துத் தவிர நாற்பது செய்யுட்கள் இதன்பால் உள.

கடவுள் வணக்கம்

பாலும் தெளிதேனும் பாகும் பருப்பும் இவை
நாலும் கலந்துஉனக்கு நான் தருவேன்-கோலம்செய்
துங்கக் கரிமுகத்துத் தூமணியே நீஎனக்குச்
சங்கத் தமிழ்மூன்றும் தா.

கோலம்செய்-நல்லழகு பொருந்திய; துங்கம்-உயர்ந்த. கரி-யானையானது; முகத்து-முகத்தினையுடைய; தூ-ஒப்பற்ற மணியே! பாலும்-சிறந்த பாலும்; தெளிதேனும்-தெளிவான தேனும்; பாகும்-வெல்லப்பாகும்; பருப்பும்-நல்ல (முந்திரிப்) பருப்பும்; இவை-இவைகளை; கலந்து-ஒன்றாகக் கலந்து கூட்டி; உனக்கு-உங்களுக்கு; நான்-அடியேன்; தருவேன்-கொடுப்பேன்.

(இவற்றை நீங்கள் ஏற்றுக் கொண்டு அடியவனுக்கு) சங்கம்-சங்கத்தாரால் போற்றிக் காப்பாற்றப்பட்ட; மூன்றும்-இயல்; இசை; நாடகம் என்ற; தமிழ்-தமிழ்க் கல்வியை; தா-கொடு.

ஆனை முகத்தவனே! உனக்கு அடியவன் பாலும்; பழமும்; தெளிதேனும்; பாகும்; பருப்பும் கலந்து தருவேன்; அதனை ஏற்றுக்கொண்டு தாங்கள் அடியவனுக்கு இயல்; இசை; நாடகம் என்ற முத்தமிழையும் தந்தருள்க.

நூல்

1. **புண்ணியமாம் பாவம்போம் போனநாள் செய்தஅவை**
மண்ணில் பிறந்தார்க்குவைத்த பொருள்-எண்ணுங்கால்
ஈதொழிய வேறுஇல்லை எச்சமயத்தார் சொல்லும்
தீதொழிய நன்மை செயல்.

புண்ணியம்-நல்ல செயல்கள்; ஆம்-செய்ய வேண்டியது; பாவம்-தீயசெயல்; போம்-நீக்க வேண்டியது; போன நாள்-சென்ற பிறப்பில்; செய்த-செய்யப்பட்ட; அவை-அந்த புண்ணிய பாவங்களே; மண்ணில்-(இப்பிறப்பில்) இவ்வுலகில்; பிறந்தார்க்கு-பிறந்தவர்களுக்கு; வைத்த-தேடி வைத்துக்கொண்ட; பொருள்-பொருள்களாகும்; எண்ணுங்கால்-நினைத்து ஆராய்ந்து பார்க்குங் கால்; எ-எந்த; சமயத்தோர்-மதத்தைச் சேர்ந்தவர்களாகிய; சொல்லும்-கூறும்; ஈது-இதுவே; ஒழிய-அல்லாமல்; வேறு-மற்றொன்று; இல்லை-கிடையாது (ஆதலால்); தீது-தீயசெயல்; ஒழிய-நீங்க; நன்மை-நல்ல செயல்களையே; செயல்-செய்க.

நன்மை தருவது புண்ணியம். அழிவைத் தருவது பாவம். எனவே புண்ணியம் செய்க. புண்ணியம் செய்தால் மறுபிறப்பிற்கு அது தேடி வைக்கும் பெருஞ்செல்வம். இக்கருத்து அனைத்து சமயத்தார்க்கும் ஏற்றதே.

2. **சாதி இரண்டொழிய வேறில்லை சாற்றுங்கால்**
நீதி வழுவா நெறிமுறையின்-மேதினியில்
இட்டார் பெரியோர் இடாதார் இழிகுலத்தோர்
பட்டாங்கில் உள்ள படி.

பட்டாங்கில்-உண்மையான நூல்களில்; உள்ளபடி-இருக்கின்றபடி; சாற்றுங்கால்-உறுதியாய்க் கூறுமிடத்து; மேதினியில்-இவ்வுலகில்; சாதி-சாதிகளானவை; இரண்டு ஒழிய-இரண்டே தவிர; வேறு-மற்றொன்று; இல்லை-கிடையாது; நீதி-நல்ல அறம்; வழுவா-வழுவாமல்; நெறி-ஒழுங்காக; இட்டார்-யாசிக்கும் பிறர்க்குக் கொடுப்போர்; பெரியோர்-உயர்சாதியினர்; இடாதார்-யாசிப்போர்க்கு ஒன்றும் கொடாதவர்; இழி-தாழ்வான; குலத்தோர்-மிகத்தாழ்ந்த குலத்தவராவர்.

உலகில் இரண்டே சாதிகள் தான் உண்டு. 1. ஒன்று யாசிப்போர்க்குக் கொடுப்போர் உயர்ந்த சாதியினர்; யாசிப்போர்க்கு ஒன்றும் கொடாதவர் இழிகுலத்தவர்.

3. **இடும்பைக்கு இடும்பை இயல்உடம்பு இதுஅன்றே**
இடும்பொய்யை மெய்என்று இராதே-இடும்கடுக
உண்டாயின் உண்டாகும் ஊழில் பெருவலிநோய்
விண்டாரைக் கொண்டாடும் வீடு.

இடும்பைக்கு-துன்பமாகிய பொருட்களை; இடும்-இட்டு வைத்திருக்கும்; பை-பையினிது; இயல்-தன்மை; உடம்பு-உடம்பாகிய; இது அன்றே-இதுவே அன்றோ அல்லவா. இடும்-உணவினை இட்டு; பொய்யை-வளர்க்கும் உடம்பினை; மெய்யென்று-உண்மை என்று; இராதே-கருதி இருந்து விடாதே; இடும்-பிச்சை; கடுக-விரைவாகத்தரும்; உண்டாயின்-புண்ணியமானது வருமனையில்; உண்டாகும்-உருவாக்கும்; ஊழின்-முன் வினையால் ஏற்படும்; பெரு-மிக்க; வலி-வலிமைமிக்க; நோய்-பிணியிலிருந்து; விண்டாரை-விடுபட்டவரை; கொண்டாடும்-வரவேற்றுப் போற்றும்; வீடு-மோட்ச வீடு.

இவ்வுடம்பு துன்ப துயரங்களைப் போட்டு வைக்கும் பை. இந்த உணவைப் போட்டு வைக்கும் இவ்வுடலாலான பையை மெய்யென்று உணராதே. முற்பிறப்பில் பாவங்கள் செய்திருப்பின் அவை விலக இப்பிறப்பில் பற்றற்ற வாழ்வை மேற்கொள். அது முத்தி தரும். வீடுபேற்றிற்கு வழியாகும்.

4. **எண்ணி ஒருகருமம் யார்க்கும்செய் ஒண்ணாது**
புண்ணியம் வந்துஎய்து போதுஅல்லால்-கண்இல்லான்
மாங்காய் விழஎறிந்த மாத்திரைக்கோல் ஒக்குமே
ஆம்காலம் ஆகும் அவர்க்கு.

புண்ணியம்-(முற்பிறவியில் செய்த) நல்ல செயல்களின் பலன்; வந்துஎய்து-வந்து அடைகின்ற; போது-காலத்தில்; அல்லால்-அல்லாமல்; எண்ணி-நினைத்து; ஒரு கருமம்-ஒரு செயலால்; யார்க்கும்-எத்தன்மையர்க்கும்; செய்ய-செய்வதற்கு; ஒண்ணாது-முடியாது; கண்இல்லான்-கண் அற்ற குருடன்; மாங்காய்-மாங்காயை; விழ-கீழே விழும்படி; மாத்திரைகோல்-தன்வழி காட்டும்கோலை; எறிந்து-வீசி எறிந்ததை; ஒக்கும்-(நல்ல செயல் வந்து சேராத சமயத்தில் செய்யும் செயலை) ஒத்ததாகும்; ஆம்-ஆகும்; காலம்-காலத்தில்; அவர்க்கு-அச்செயல் செய்பவர்க்கு; ஆகும்-நினைத்த செயல் முடியும்.

எக்காரியம் செய்ய முற்படினும் புண்ணியம் சேர்ந்தால் தான் அக்காரியம் முடியும். மற்ற காலங்களில் முடியாது. மாங்காயைப் பறிக்கக் குருடன் தன் வழிக்கோலை வீசி எறிந்ததை ஒக்கும். (குருடன் கண் அற்றவன். அவன் மாங்காயைக் குறி வைத்து அடிக்க முடியுமோ! தன் வழிக்கோலை வீசி எறிந்தால் மாங்கா யும் விழாது. தன் வழிக்கோலையும் இழந்து துன்பப்படுவான்.)

5. **வருந்தி அழைத்தாலும் வாராத வாரா**
பொருந்துவன போமின்என்றால் போகா-இருந்துஏங்கி
நெஞ்சம்புண்ணாக நெடுந்தூரம் தாம்நினைந்து
துஞ்சுவதே மாதர் தொழில்.

வருந்தி-வருத்தப்பட்டு; அழைத்தாலும்-பலமுறை கூப்பிட் டாலும்; வாராதன-(நமக்கு) வந்து சேராதவை; வாரா-வரமாட்டா; பொருந்துவன-வந்து சேர்வன; போமின்-போய்விடுங்கள்; என்றால்-என்று கூறினால்; (போகா-(நம்மை) விட்டுப் போகமாட்டா; (இதனை அறியாமல்) இருந்து-ஓரிடத்தில் அமர்ந்து; ஏங்கி-ஏக்கமும் உற்று; நெஞ்சம்-மனமானது; புண்ணாக-புண்ணாகும்படி; நெடுந்தூரம்-நீண்ட நாள்; தாம்-தாங்கள்; நினைந்து-வராதனவற்றை நினைந்து;

துஞ்சுவரே-இறந்து போவதே; மாந்தர்-மக்களின்; தொழில்-செயலாக உள்ளது.

எத்துணை அளவு முயன்றாலும் கிடைப்பது தான் கிடைக்கும். நம்மிடம் வேண்டாதவற்றை 'வேண்டாம் சென்று விடுங்கள்' என்று சொன்னாலும் போகாது. இதை எண்ணாமல் நினைந்து நினைந்து ஏங்கி மனமானது புண்ணாகி இறப்பதே மக்களின் தொழிலாக உள்ளது.

6. **உள்ளது ஒழிய ஒருவர்க்கு ஒருவர்சுகம்**
கொள்ளக் கிடையா குவலயத்தில்-வெள்ளக்
கடல்ஓடி மீண்டு கரையேறி னால்என்
உடலோடும் வாழும் உயிர்க்கு.

குவலயத்தில்-இவ்வுலகத்தில்; ஒருவர்க்கு-ஒரு மனிதனுக்கு; உள்ளது-உள்ளதுதான்; ஒழிய-தவிர; பிறர்-மற்றொருவருடைய சுகம்-நல்ல இன்பங்கள்; கொள்ள-தாம் பெற்று அநுபவிக்க; கிடைய-கிட்டாது; வெள்ள-நீர்ப்பெருக்கினையுடைய; கடலின்-கடலின் வழியாக; ஓடி-பிற நாடுகளுக்குச் சென்று; மீண்டும்-திரும்பி; கரை-கரையிலுள்ள தம் ஊரை; ஏறினால்-அடைந்தால்; உடலொடு-உடம்போடு; வாழும்-கூடிவாழும் உயிர்க்கு; என்-அதனால் என்ன பயன்?

எல்லா நிலையிலும் தேடி; ஓடி அலைந்து திரிந்தாலும் நமக்குக் கிடைப் பனவேதான் கிட்டும்.

7. **எல்லாப் படியாலும் எண்ணினால் இவ்வுடம்பு**
பொல்லாப் புழுமலிநோய்ப் புன்குரம்பை-நல்லார்
அறிந்திருப்பார் ஆதலினால் ஆம்கமல நீர்போல்
பிரிந்திருப்பார் பேசார் பிறர்க்கு.

எல்லாப் படியாலும்-எல்லா வகைகளாலும்; எண்ணினால்-நினைத்துப் பார்த்தால்; இ உடம்பு-இந்த உடம்பானது; பொல்லா-கொடிய; புழு-புழுக்கள்; மலி-நிறைந்த; நோய்-பிணிகளுக்கு இருப்பிடமாக; புன்-தாழ்ந்த; குரம்பை-குடிசை போன்று உள்ளது; நல்லார்-(இதனால்) அறிவுடைய மேலோர்; அறிந்திருப்பர்-இதனைத் தெரிந்து இருப்பார்கள்; ஆதலின்-

அக்காரணத்தால்; கமலம்-தாமரை இலையின்மேல்; ஆம்-தங்கி உள்ள; நீர்போல்-நீரைப் போல பிறிந்து-இவ்வுடம்பில் எவ்விதப் பற்றும் இன்றி வேறுபட்டு; இருப்பர்-வாழ்வார்கள். பிறர்க்கு-அறவற்ற பிறரிடமும்; பேசார்-இதனைப் பற்றி பேச மாட்டார்கள்.

உடம்பு நிலையற்றதை உணர்ந்த அறிஞர் இதன்மேல் பற்றுவையார். இதனைப் பற்றியும் பிறரிடம் பேசார்.

8. **ஈட்டும் பொருள்முயற்சி எண்ணிறந்த ஆயினும்ஊழ்**
கூட்டும் படிஅன்றிக் கூடாவாம்-தேட்டம்
மரியாதைகாணும் மகிதலத்தீர் கேண்மின்
தரியாது காணும் தனம்.

மகிதலத்தீர்-உலகில் வாழ்பவர்களே!; கேண்மின்-கேளுங்கள்; பொருள்-செல்வத்தை; ஈட்டும்-தேடுதற்குரிய; முயற்சி-முயற்சிகள்; எண்-அளவு; இறந்த-கடந்தனவாக; ஆயினும்-இருப்பினும்; ஊழ்-முன்வினை; கூட்டும்படி-உண்டாக்கும் விதத்தால்; அன்றி-அல்லாமல்; கூடாவாம்-சேராவாம்; (மேலும்) தனம்-செல்வமானது; தரியாது-நிலைத்திராது. (ஆதலால்) தேட்டம்-தேட வேண்டியது; மரியாதை-நல்லமதிப்பே ஆகும்; காணும்-அசை.

செல்வம் ஒருவனிடம் சேரினும் நல்லூழ் இருப்பின் நிலைத்திருக்கும். இல்லையேல் செல்வம் அழியும். எனவே நாம் உயிரோடு இருக்கும் போது தேடவேண்டியது நல்ல மரியாதையே ஆகும்.

9. **ஆற்றுப் பெருக்குஅற்று அடிசுடும்அந் நாளும்அவ்வாறு**
ஊற்றுப் பெருக்கால் உலகுஊட்டும்-ஏற்றவர்க்கு
நல்ல குடிப்பிறந்தார் நல்கூர்ந்தார் ஆனாலும்
இல்லைஎன மாட்டார் இசைந்து.

ஆற்று-ஆற்றினுடைய; பெருக்கு-வெள்ளமானது; அற்று-வற்றி; அடி-நடப்பவரின் திருவடிகளை; சுடும்-சுட்டெரிக்கும். அ-அந்த; நாளும்-காலத்திலும்; அ-அந்த; ஆறு-ஆறானது; ஊற்று-நீர் சுரத்தலாகிய; பெருக்கால்-நீரினால்; உலகு-உலகத்திலுள்ள மக்களை; ஊட்டும்-தண்ணீர் கொடுத்துக்

காப்பாற்றும் (அதுபோல); நல்ல-சிறந்த; குடி-மரபிலே; பிறந்த-பிறந்திட்ட உயர்ந்தோர்; நல்கூர்ந்தார்-வறுமையாளராய்; ஆனாலும்-ஆகிவிட்டாலும்; ஏற்றவர்க்கு-(தம்மிடம் வந்து) கேட்டவர்க்கு; இசைந்து-மனமானது விரும்பி; இல்லை என-இல்லை என்று; மாட்டார்-கூற மாட்டார்.

ஆற்றில் ஓடிய வெள்ளம் வற்றி அதில் நடப்பவர்களின் கால்கள் சுடப்பட்டாலும் அதன் அருகே உள்ள ஊற்றுநீர் குடிக்க உதவுவது போல உயர்ந்தோர் தாழ்வுற்ற நிலையிலும் தம்மிடம் வந்து யாசிப்போர்க்கு இல்லை எனக்கூற மாட்டார்.

10. **ஆண்டாண்டு தோறும் அழுதுபுரண்டாலும்**
மாண்டார் வருவரோ மாநிலத்தீர்-வேண்டாம்
நமக்கும் அதுவழியே நாம்போம் அளவும்
எமக்குஎன் என்று இட்டுஉண்டு இரும்.

மாநிலத்தீர்-பெரிய மாநிலத்தீர்; ஆண்டாண்டு தோறும்-வருடந்தோறும்; அழுது-அழுது கொண்டே; புரண்டாலும்-தரையில் விழுந்து உருண்டு புரண்டிட்டாலும்; மாண்டார்-இறந்தவர்; வருவரோ-திரும்பி உயிருடன் வருவரோ? (வரமாட்டார்); வேண்டா-அழவேண்டியதில்லை; நமக்கும்-நமக்கெல்லாமும்; போம்-அவர்கள் சென்ற இடத்திற்குச் செல்கின்ற; அளவும்-கால வரையிலும்; எமக்கு-யாம் செய்வதற்கு; என் என்று-என்ன செயல் உளது என்று எண்ணி (அதன்படி); இட்டு-யாசிப்பார்க்குக் கொடுத்து; உண்டு-அதன்பின் உண்டு; இரும்-மகிழ்ச்சியாக இருங்கள்.

ஆண்டாண்டு தோறும் அழுது புரண்டாலும் மாண்டார் வருவதில்லை. ஆதலால் நம் வாழ்நாளில் யாசிப்போர்க்குக் கொடுத்து அதன்பின் உண்டுவாழ்ந்து மகிழ்ச்சியோடு இருத்தலே சிறந்தது.

11. **ஒருநாள் உணவை ஒழிஎன்றால் ஒழியாய்**
இருநாளைக்கு ஏல்என்றால் ஏலாய்-ஒருநாளும்
என்நோய் அறியாய் இடும்பைகூர் என்வயிறே
உன்னோடு வாழ்தல் அரிது.

இடும்பை-துன்பம்; கூர்-மிகுதியாகச் செய்யும்; என் வயிறே-என்னுடை வயிறே; ஒருநாள்-ஒரே ஒருநாள் உண்பதற்குரிய;

உணவை-உணவினை; ஒழி-கிடைக்காத போது விட்டுவிடு என்றால்; ஒழியாய்-விட்டுவிட மறுக்கின்றாய்; இரு நாளைக்கு-இரண்டு நாட்கள் உண்பதற்குரிய; உணவை-கிடைக்கும் உணவை; ஏல்-கிடைத்துள்ளது எடுத்துக்கொள் என்றால்; ஏலாய்-ஏற்றுக் கொள்ள மறுக்கின்றாய்; ஒருநாளும்-ஒரு நாளாயினும்; என்-என்னுடைய; நோய்-உணவிற்காக நாள்படும் வேதனையாம் நோயை; அறியாய்-ஏனோ அறிய மாட்டாது உள்ளாய்; (ஆதலால்) உன்னோடு-உன்னுடன்; வாழ்தல்-வாழ்க்கை நடத்துதல்; அரிது-கடினமாம்.

உண்ண உணவில்லை; எனவே இன்று பட்டினிகிட என்றாலும்; நிரம்ப உணவு கிடைத்துள்ளது இரண்டுநாள் தேவைக்கு எடுத்து உண் என்றாலும் ஏற்க மறுக்கும் என் வயிறே உன்னோடு வாழ்தல் மிகக்கடினம்.

12. **ஆற்றங்கரையின் மரமும் அரசுஅறிய**
வீற்றிருந்த வாழ்வும் விழும் அன்றே-ஏற்றம்
உழுதுஉண்டு வாழ்வதற்கு ஒப்புஇல்லை கண்டீர்
பழுது உண்டு வேறுஓர் பணிக்கு.

ஆற்றங்கரையின்-ஆற்றங்கரையிலுள்ள; மரமும்-பெரிய மரமும்; அரசு-அரசன்; அறிய-மதித்துநடக்கும்படி; வீற்று இருந்த-பெருமையோடு வாழ்ந்த; வாழ்வு-வாழ்க்கையும்; விழும்-திடீரென்று அழிந்துவிடும்; அன்றே-அல்லவா! (ஆதலால்) ஏற்றம்-உயர்ந்தது; உழுது-நிலத்தைப் பயிர்செய்து; உண்டு. அதனால் கிட்டும் வருவாய்மூலம் வாழ்வது; வாழ்வதே-நல்லவாழ்க்கை யாம்; அதற்கு. அப்பயிர் செய்யும் உழுவுத் தொழிலுக்கு; ஒப்பு-சரி நிகரான தொழில்; இல்லை-வேறு கிடையாது; வேறு-வேறு பணிகளுக்கு; பழுது-கேடு; உண்டு-உளதாம். கண்டீர்-அசை.

எல்லாத் தொழில்களுக்கும் பழுதுண்டு. உழவுத் தொழிலுக்குப் பழுதில்லை. அதற்கான ஒப்பான தொழிலும் வேறில்லை.

13. **ஆவாரை யாரே அழிப்பார் அதுஅன்றிச்**
சாவாரை யாரே தவிர்ப்பவர்-ஓவாமல்
ஐயம் புகுவாரை யாரே விலக்குவார்
மெய்யம் புவிஅதன் மேல்.

அம்-அழகிய; புவியதன்மேல்-உலகத்தில்; ஆவாரை-நன்முறையில் வாழ்வாரை; அழிப்பார்-அழிக்கவல்லவர்; யார்-எவருளர்? அது அன்றி-அதுவல்லாமல்; சாவாரை-இறப்பவரை; தவிர்ப்பவர்-தவிர்க்கவல்லவர்; யார்-எவருளர்? ஓவாமல்-இடைவிடாமல்; ஐயம்-பிச்சையெடுக்க; புகுவாரை-செல்பவர்களை; விலக்குவார்-தடுக்கவல்லவர்; யார்-எவருளர்? ஒருவரும் இல்லை; மெய்-உண்மையாகும்.

இந்தப் பூமியில் உண்மையாய் வாழ்வாரை. அழிக்கவல்லார் யார்? உலகில் பிறந்த இறப்பாரைத் தடுக்க வல்லாரும் உளரோ? ஓயாமல் பிச்சை எடுப்பதைத் தடுப்பவரும் உண்டோ?

14. பிச்சைக்கு மூத்த குடிவாழ்க்கை பேசுங்கால்
இச்சை பலசொல்லி இடித்துஉண்கை-சீச்சீ
வயிறு வளர்க்கைக்கு மானம் அழியாது
உயிர்விடுகை சால உறும்.

பிச்சைக்கு-பிறரிடம் சென்று பிச்சை கேட்டு வாழும் வாழ்க்கைக்கு; மூத்த-பெரிய; குடிவாழ்க்கை-பிழைத்திடும் பிழைப்பு; பேசுங்கால்-பேசுமிடத்து; இச்சை-பிறர் விரும்பும்படி; பல-பல்வேறு விதமான சொற்களை; சொல்லி-பேசி; இடித்து - பிச்சை பெறுவோரிடம் வற்புறுத்தி; உண்கை-உண்டாகும்; சிச்சீ-சீசீ! வயிறு வயிற்றை; வளர்க்கைக்கு-வளர்ப்பதற்கு; மானம்-பெருமை; அழியாது-அழிந்திடாது; உயிர்விடுகை-உயிரை விட்டு விடுதலே; சால-மிகவும்; உறும்-சிறந்ததாக அமையும்.

பிறரிடம் பிச்சை கேட்டு வாழ்வதினும் இழிவான செயல் எது என்றால் ஒருவனிடம் சென்று அவனைப் பலபடப் பாராட்டி; பொய்யாய் இல்லாத பலவற்றை அவன் மேல் புகழ்ந்து பேசி வயிறு வளர்ப்பதைக் காட்டிலும் உயிரை விட்டுவிடுவதே மிகச் சிறந்ததாம்.

15. சிவாய நமஎன்று சிந்தித்து இருப்போர்க்கு
அபாயம் ஒருநாளும் இல்லை-உபாயம்
இதுவே மதியாகும் அல்லாத எல்லாம்
விதியே மதியாய் விடும்.

சிவாயநம-சிவனுக்கு வணக்கம்; என்று-என; சிந்தித்து-மனத்தில் தியானித்து; இருப்பார்க்கு-இருப்பவர்களுக்கு அபாயம்-பெருந்துன்பம்; ஒருநாளும்-ஒருபோதும்; இல்லை-இல்லையாம். உபாயம்-தந்திரம்; இதுவே-இதுவாகும். மதியாகும்-அறிவான செயலுமாகும்; அல்லாத-அது இல்லாத எல்லாம்-பிற யாவும்; விதியே-முற்பிறப்பு வினையே; மதி-அறிவு; ஆய்விடும்-ஆகிவிடும்.

சிவாயநம என்ற திருவைந்தெழுத்தினை மனத்தினுள் எப்பொழுதும் தியானித்து இருப்பார்க்கு எவ்விதத் துன்பமும் இல்லை. நல்வாழ்விற்கு இதுவே சரியான வழி. ஏனைய விதிப்படி நடப்பனவாம்.

16. **தண்ணீர் நிலநலத்தால் தக்கோர் குணம்கொடையால்**
கண்ணீர்மை மாறாக் கருணையால்-பெண்ணீர்மை
கற்பழியா ஆற்றல் கடல்சூழ்ந்த வையகத்துள்
அற்புதமாம் என்றே அறி.

தண்ணீர்-தண்ணீரானது; நில-நிலத்தின்; நலத்தால்-நல்ல தன்மையால்; தக்கோர்-உயர்ந்தோர்; குணம்-குணமானது; கொடையால்-பிறர்க்கு வழங்கும் தன்மையாலும்; கண்-கண்களின்; நீர்மை-ஒளித்தன்மை; கருணையால்-அவர்களின் கருணைப் பார்வையால்; பெண்-பெண்ணின்; நீர்மை-அழகுத்தன்மை; கற்பு-ஒழுக்கநெறியில்; அழியா-நீங்காத; ஆற்றல்-வலிமையால்; கடல்-கடலானது; சூழ்ந்த-சூழப்பெற்ற; வையகத்துள்-உலகத்தில்; அற்புதமாம்-சிறப்பானவாம்; என்றே-என்று; அறி-அறிந்துகொள்.

நிலத்தின் தன்மையால் தண்ணீரையும்; கொடைச் சிறப்பால் நல்லாரின் குணச்சிறப்பையும்; கருணையான அன்புப் பார்வையால் கண்ணின் பெருமையையும்; கற்பு மேம்பாட்டால் பெண்ணின் உயர்நிலையையும் உலகம் வியக்க ஒக்கும்.

17. **செய்தீ வினைஇருக்கத் தெய்வத்தை நொந்தக்கால்**
எய்த வருமோ இருநிதியம்-வையத்து
அறும்பாவம் என்ன அறிந்து அன்று இடார்க்கு இன்று
வெறும்பானை பொங்குமோ மேல்.

செய்-போன பிறப்பில் செய்த; தீவினை-பாவமானது தொடர்ந்து இருக்கும்போது; நொந்தக்கால்-வருந்தப்பட்டால்; எய்த-அடைய; வருமோ-வந்து சேருமோ? இருநிதியம்-பெருஞ்செல்வம்; வையத்து-உலகில்; அறும்-இல்லாமல் போகும்; பாவம்-பாவம் யாவும்; என்ன-என்னவென்று; அறிந்து-அறிந்தபின்னும்; அன்று-அந்நாளில்; இடார்க்கு-பிச்சை கேட்டு இடாதவர்களுக்கு; இன்று-இந்நாளில்; வெறும்-வெறுமையான; பானை-பானையானது; பொங்குமோ-பொங்கிப் பெருகுமோ! மேல்-மேலே.

முற்பிறப்பில் செய்த பாவம் தொடர்ந்து இருக்கும்போது இப்பிறப்பில் இறைவனிடம் வேதனைப்படுவதில் பயனில்லை. அறம் செய்தால் பாவம் போகும் என்பதை அறிந்தும் அறம் செய்யாது உள்ளனரே. அறம் செய்யாதவர்களுக்குப் புண்ணியம் எப்படிக் கிட்டும்? வெறும் பானையை அடுப்பில் வைத்தால் அது பொங்குமோ?

18. **பெற்றார் பிறந்தார் பெருநாட்டார் பேருலகில்**
உற்றார் உகந்தார் எனவேண்டார்-மற்றோர்
இரணங் கொடுத்தால் இடுவர் இடாரே
சரணம் கொடுத்தாலும் தாம்.

பேர்-பெரிய; உலகில்-உலகத்தில்; பெற்றார்-இவர் எம்மைப் பெற்றவர்; பிறந்தார்-இவர் எம்மோடு பிறந்தார்; பெருநாட்டார்-இவர் எம்முடைய நாட்டில் வசிப்பவர்; உற்றார்-இவர் எம் உறவினர்; உகந்தார் - இவர் எம்மை விரும்புபவர்; என-என்று; வேண்டா-பிறரை விரும்பி ஒன்றனையும் தராத கருமிகள்; மற்றோர்-பிறர்; சரணம்-அடைக்கலம்; கொடுத்தாலும்-புகுந்தாலும்; இடார்-கொடுக்கமாட்டார். இணம்-பிறர் அடித்து காயமான புண்ணை; கொடுத்தால்-உண்டாக்கினால்; இடுவர்-கொடுப்பர்; ஏ-அசை.

கருமிகள் எளிதில் பிறர்க்கு ஈயார். தம்மை அடித்துத் துன்புறுத்தினாலன்றி பிறர்க்கு ஒன்றும் தரமாட்டார்.

(கரும்பு போல் கொல்லப் பயன்படும் கீழ்)

19. **சேவித்தும் சென்று இரந்தும் தெண்ணீர்க் கடல்கடந்தும்
பாவித்தும் பாராண்டும் பாட்டுஇசைத்தும்-போவிப்பம்
பாழின் உடம்பை வயிற்றின் கொடுமையால்
நாழி அரிசிக்கே நாம்.**

நாம்-நாம் அனைவரும்; வயிற்றின்-வயிற்றினது; கொடுமையால்-பசித்துன்பத்தால்; நாழி-ஒருபடி; அரிசி-அரிசிக்காக; சேவித்தும்-பிறரை வணங்கியும்; சென்று-பிறரிடம் போய்; இரந்து-பிச்சை கேட்டும்; தெள்-தெளிந்த; நீர்-நீரைக்கொண்ட; கடல்-கடலை; கடந்தும்-தாண்டிப்போயும்; பாவித்துப்-பிறரைப் பெரியவராகப் பாவித்தும்; பார்-உலகை; ஆண்டும்-ஆட்சி செய்தும்; பாட்டு-பாட்டுக்களை; இசைத்தும்-பிறர்மேல் பாடியும்; உடம்பை-நம் அரிய உடலை; பாழின்-வீணாக; போவிப்போம்-போக்கிடுகின்றோம்.

நாம் நம் பசியின் கொடுமையால் பிறரை வீணே வணங்கியும்; பிறரிடம் சென்று பிச்சை எடுத்தும்; அற்பர்களைப் போற்றிப் புகழ்ந்தும்; பூமியைச் சுற்றியும்; செல்வர்களைப் புகழ்ந்தும்; பாடியும் வருவது ஒருபடி அரிசிக்காகவே. வீணே உடலை வளர்க்கின்றோம்.

20. **அம்மி துணையாக ஆறுஇழிந்த ஆறுஒக்கும்
கொம்மை முலைபகர்வார் கொண்டாட்டம்-இம்மை
மறுமைக்கும் நன்றுஅன்று மாநிதியம் போக்கி
வறுமைக்கு வித்தாய் விடும்.**

செம்மை-ஒழுக்கம்; இலா வேசையர்தம்-இல்லாத பரத்தையருடைய; தீ-கெட்ட; நட்பு-கூட்டுறவு; அம்மி-அம்மிக்கல்லை; துணையாக-துணையாகக் கொண்டு; ஆறு-ஆற்று வெள்ளத்தில்; இழிந்த-இறங்கிய; ஆறு-தன்மையை; ஒக்கும்-ஒப்பாகும்; இம்மை-இப்பிறவிக்கும்; மறுமைக்கும்-மறுபிறவிக்கும்; நன்று-நல்லது; அன்று-அல்ல; மா-பெரிய; நிதியம்-செல்வத்தை; போக்கி-இப்பிறப்பில் ஒழித்து; (மறுபிறவியில்) வெறுமைக்கு-வறுமைக்கு; வித்தாய்-விதையாக; விடும்-(அக்கூட்டு) அமைந்து விடும்.

அம்மிக்கல்லைக் கட்டி ஆற்றில் விழுந்த கதைதான் பரத்தையரை நம்பி பணம் இழப்பதும். செல்வத்தை இழந்து வறுமைக்குச் செல்ல இதுவே வித்தாகும்.

21. **நீரும் நிழலும் நிலம்பொதியும் நெற்கட்டும்**
பேரும் புகழும் பெருவாழ்வும்-ஊரும்
வருந்திருவும் வாழ்நாளும் வஞ்சமில்லார்க்கு என்றும்
தரும் சிவந்த தாமரையாள் தான்.

சிவந்த-சிவந்த நிறம் பொருந்திய; தாமரையாள்-தாமரையில் வாழும் திருமகள்; வஞ்சகம்-கபடம்; இல்லார்க்கு-இல்லாதவர் கட்கு; நீரும்-நீர் வளத்தையும்; நிழலும்-நல்ல வீட்டு நிழலையும்; நிலம்-நல்ல விளைநிலமும்; பொதியும்-மூடிவிரும்பும்படியான; நெல்-நெல்லினது; கட்டும்-கட்டுக்களையும்; பேரும்-நல்ல பேரையும்; அகமும்-புகழ்ச்சியையும்; ஊரும்-நல்ல ஊரையும்; வரும்-வளர்கின்ற; திருவும்-செல்வத்தையும்; வாழ்நாளும்-நீண்ட ஆயுளையும்; என்றும் என்றைக்கும்; தரும்-தந்தருள்வாள். (தான்-அசை)

மனத்தில் கபடம் அற்றவர்களுக்குத் திருமகள் அனைத்து நலங்களையும் தந்தருள்வாள்.

22. **பாடுபட்டுத் தேடிப் பணத்தைப் புதைத்து வைத்துக்**
கெடுகெட்ட மானிடரே கேளுங்கள்-கூடுவிட்டு இங்கு
ஆவிதான் போயினபின்யாரே அனுபவிப்பார்
பாவிகள் அந்தப் பணம்.

பாடுபட்டு-மிகவருந்தி; தேடி-சம்பாதித்த; பணத்தை-பணத்தை; புதைத்து வைத்து-(ஒருவருக்கும் தெரியாமல்) பூமிக்குள் தோண்டிப் புதைத்து வைத்துவிட்டு; கேடுகெட்ட-மிகவும் கெட்டுப் போன; மானிடர்களே-மனிதர்களே; கேளுங்கள்-கேட்பீராக; பாவிகளே-பாவிகளே; கூடு-உடலை; விட்டு-பிரிந்து; ஆவி-உயிரானது; போயினபின்பு-போய்விட்ட பிறகு; அந்த-புதைத்து வைத்த; பணம்-பொருளை; இங்கு-இவ்வுலகில்; அனுபவிப்பார்-அனுபவிப்பவர்; ஆர்-யார்?

வருந்தித்தேடிய பணத்தை ஒருவருக்கும் தெரியாமல் பூமியில் புதைத்து வைக்கும் கேடுகெட்ட மானிடரே உங்கள் உயிர் போன பிற்பாடு அப்பணத்தை அனுபவிப்பார் யார்?

23. **வேதாளம் சேருமே வெள்ளெருக்குப் பூக்குமே**
பாதாள மூலிபடருமே-மூதேவி
சென்று இருந்து வாழ்வளே சேடன்குடி புகுமே
மன்று ஓரம் சொன்னார் மனை.

மன்று-நீதிமன்றத்தில்; ஓரம்-ஒருதலையாக; நீதி சொன்னார்-நீதி சொன்னவர்களுடைய; மனை-வீட்டிலே; வேதாளம்-பேய்கள்; சேரும்-போய்ச்சேரும்; வெள்எருக்கு-வெள்ளெருக்கஞ் செடி முளைக்கும்; பாதாள மூலி-பாதாள மூலி என்னும் கொடிய கொடி; படரும்-முளைத்துப் பரவும்; மூதேவி-மூதேவியானவள்; சென்று-போய்; இருந்து-தங்கி; வாழ்வாள்-குடியிருப்பாள்; சேடன்-பாம்பு; குடிபுகும்-குடியிருக்கும்; ஏ-ஐந்தும் அசைகள்.

ஒரு தலையாக நீதி கூறின் கூறியவர் வீடு அழிந்து நாசமாகும்.

24. **நீறு இல்லா நெற்றிபாழ் நெய்இல்லா உண்டிபாழ்**
ஆறு இல்லா ஊருக்கு அழகுபாழ்-மாறுஇல்
உடன்பிறப்பு இல்லா உடம்புபாழ் பாழே
மடக்கொடி இல்லா மனை.

நீறு-திருநீறு; இல்லா-அணிதல் இல்லாத; நெற்றி-நெற்றியானது; பாழ்-அழகற்ற வீணாகும்; நெய்-நெய்யானது; இல்லா-இல்லாத; உண்டி-உணவாவது; பாழ்-வீணானதாகும்; ஊருக்கு-சிறந்த ஊருக்கு; ஆறு-ஆறானது; இல்லா-இல்லா விட்டால்; அழகு-நல்ல அழகானது; பாழ்-வீணானதாகும்; மாறு-மாறுபாடு; இல்-இல்லாத; உடன் பிறப்பு-உடன்கூடப் பிறந்தவர்கள்; இல்-இல்லாத; உடம்பு-உடம்பானது; பாழ்-வீணானதாகும். மடக்கொடி-இளைய தன்மை கொண்ட கொடியனைய பெண் (மனைவி); இல்-இல்லாத; மனை-வீடானது; பாழே-பயனற்றதேயாகும். (ஏ அசை)

திருநீறு இல்லாநெற்றியும்; நெய்யற்ற உணவும்; ஆறு இல்லாத ஊரும்; உடன்பிறப்பு இல்லா வாழ்வும்; மனைவி இல்லா வீடும் ஆகியன யாவும் பாழே!

25. **ஆனமுதலில் அதிகம் செலவானால்**
மானம் அழிந்து மதிகெட்டுப்-போனதிசை
எல்லார்க்கும் கள்ளனாய் ஏழ்பிறப்பும் தீயனாய்
நல்லார்க்கும் பொல்லானாம் நாடு.

ஆன-உண்டான; முதலில்-வருவாயை நோக்கின்; அதிகம்-அதிகமாக; செலவு-செலவு செய்வது; ஆனால்-நடைபெற்றால் (அச்செலவு செய்வோனின்); மானம்-பெருமை; அழிந்து-கெட்டு; மதி-அறிவானது; கெட்டு-நீங்கி; (அவன்) போன-போகின்ற; திசை-திசைகள் (ஊர்களில்); எல்லாம்-அனைத்திலும்; கள்ளனாய்-திருடனாய்; ஏழ்பிறப்பும்-ஏழுபிறப்புக்களிலும்; தீயனாய்-மிகக் கொடியோனாய்; நல்லார்க்கும்-நல்லவர்களுக்கும்; பொல்லா னாய்-கொடியவனாய்; நாடு-நாடிடும்.

வருவாய்க்கு மீறி செலவு செய்தால் மிகமிகக் கொடிய நிலை ஏற்படும்.

26. **மானம் குலம்கல்வி வண்மை அறிவுடைமை**
தானம் தவம்உயர்ச்சி தாளாண்மை-தேனின்
கசிவந்த சொல்லியர்மேல் காமுறுதல் பத்தும்
பசிவந்திடப் பறந்து போம்

மானம்-பெருமை; குலம்-குடிப்பிறப்பு; வண்மை-வள்ளல் குணம்; அறிவுடைமை-அறிவு; தானம்-பிறர்க்குக் கொடுப்பது; தலம்-இறை வழிபாடு; உணர்ச்சி-பெருந்தன்மை; தாளாண்மை-முயற்சி; தேனின்-தேனினது; கசிவுவந்த-கசிவு போன்ற; சொல்லியர்மேல்-சொற்களை உடைய பெண்களிடத்து; காமுறுதல்-விருப்பங்கொள்ளல்; (ஆகிய) பத்தும்-மேற்கூறிய பத்தும்; பசி-பசியானது; வந்திட-(ஒருவனிடம் வந்து நீங்காமல் இருப்பின்) வந்தபோது; பறந்து-நீங்கி; போய்-போய்விடும்.

ஒருவனுக்குப் பசி வந்து நீங்காமல் இருந்தால் மேற்சொன்ன பத்தும் பறக்கும்.

27. **ஒன்றை நினைக்கின் அதுஒழிந்திட்டு ஒன்றாகும்**
அன்றி அதுவரினும் வந்துஎய்தும்-ஒன்றை
நினையாத முன்வந்து நிற்பினும் நிற்கும்
எனைஆளும் ஈசன் செயல்.

ஒன்றை-ஒருபொருளை; நினைக்கின்-அடைந்திட நினைத்தால்; அது-அப்பொருள்; ஒழிந்திட்டு-தவறி; ஒன்று-வேறொரு பொருள்; ஆகும்-கிட்டும்; அன்றி-அவ்வாறில்லாமல்; அது-நினைத்த அப்பொருளே; வரினும்-வந்து சேர்ந்தாலும்; வந்து சேரும்-வந்து கிட்டும்; (இதுவல்லாமல்) ஒன்றை-ஒரு பொருளை; நினையாத முன்-நாம் நினையாதிருக்கும்போது; வந்து-அதுதானே வந்து; ஏற்பினும்-நம்முள் நின்றாலும்; நிற்கும்-நின்றிடும் (இவையெல்லாம்); எனை-என்னை; ஆளும்-பேணிப் போற்றி வாழும்; ஈசன்-இறைவனின்; செயல்-செயலாகும்.

நாம் நினைக்கும் அனைத்துச் செயல்களும் இறைவனின் ஆணைப்படியே நடக்கும்.

28. **உண்பது நாழி உடுப்பது நான்கு முழம்**
எண்பது கோடி நினைந்து எண்ணுவன-கண்புதைந்த
மாந்தர் குடிவாழ்க்கை மண்ணின் கலம்போலச்
சாந்துணையும் சஞ்சலமே தான்.

உண்பது-ஒருநாளைக்கு உணவாக உண்பது; நாழி-ஒருபடி அரிசிச் சோறாம்; உடுப்பது-மானங்காக்கக் கட்டிக்கொள்வது; நான்குமுழம்-நான்கு முழத்துணியேயாம்; நினைந்து-சிந்தித்து; எண்ணுவன-கருதுகின்றனவோ; எண்பது கோடி-எண்பது கோடி ஆகும் (இது மிக அதிகமானதாகும்) (அதனால்); கண்-அறிவுக்கண்; புதைத்த-மூடப்பட்டுள்ளன; மாந்தர்-மக்களுடைய; குடிவாழ்க்கை-உயிர் வாழ்க்கை யானது; மண்ணின்-மண்ணால் செய்யப்பட்ட; கலம்-பாண்டத்தைப் போன்று; சாந்துணையும்-சாகும்வரையும்; சஞ்சலமே-மிகத்துன்பமே. தான்-அசை.

உண்பது நாழி; உடுப்பது நான்கு முழம். ஆனால் எண்ணமோ பல கோடி. மனித வாழ்க்கைக் கண்மூடித்தன மானது. உயிர் உள்ளவரை துன்பமே!

29. மரம் பழுத்தால் வௌவாலை வாவென்று கூவி
இரந்து அழைப்பார் யாவரும் அங்கு இல்லை-சுரந்து அமுதம்
கற்றா தரல்போல் கரவாது அளிப்ப ரேல்
உற்றார் உலகத் தவர்.

மரம்-மரமானது; பழுத்தால்-(அதிலுள்ள காய்கள்) பழுத்தால்; வௌவாலை-வௌவால் என்னும் பறவையை; வா-இங்குவருக; என்று-என; கூவி-அழைத்து; இரந்து-வேண்டி; அழைப்பார்-கூப்பிடுபவர்கள்; அங்கு-அம்மரத்தில்; இல்லை-ஒருவரும் இல்லை (ஆனால் அவை தாமே பழமரம் நோக்கி வருகின்றன) அதுபோல; கன்று-கன்றினையுடைய; ஆ-பசுவானது; அமுதம்-பாலை; சுரந்து-சுரக்கவிட்டு; தரல்போல்-தருதலைப் போன்று; கரவாது-நம்மிடம் உள்ளத்தை ஒளிக்காது; அளிப்பரேல்-பிறர்க்குக் கொடுப்பரேல்; உலகத்தவர்-உலகில் வாழ்பவர்கள்; உற்றார்-அவருக்கு உறவினர் ஆவர்.

நம்மிடம் உள்ளதை மறைக்காது. மறுக்காது பிறர்க்குக் கொடுத்து உதவினால் அவருக்குப் பலரும் உறவினராவர்.

30. தாம்தாம்முன் செய்தவினை தாமே அனுபவிப்பார்
பூந்தா மரையோன் பொறிவழியே-வேந்தே
ஒறுத்தாரை என்செயலாம் ஊரெல்லாம் ஒன்றா
வெறுத்தாலும் போமோ விதி.

வேந்தே-அரசனே! தாம்தாம்-அவரவர்; முன்-முற்பிறப்பில்; செய்த-செய்துள்ள; வினை-செயல்களின் பயனை; பூ-அழகிய; தாமரையோன்-தாமரையில் வீற்றிருக்கும் நான்முகன்; பொறி-விதியின்; வழி-முறைப்பு; தாமே-அவரே; அனுபவிப்பார்-அடைவார்கள்; ஒறுத்தாரை-துன்பம் செய்தவர்களை; என்-என்ன; செயல்ஆம்-நாம் என்ன செய்யக்கூடும்; ஊர்-ஊரிலுள்ளவர்; எல்லாம்-எல்லோரும்; ஒன்றா-ஒன்றாகக் கூடி வெறுத்தாலும்; விதி-நான்முகன் இட்ட விதியானது; போமோ-விட்டுப் போய்விடுமோ! (போகாது)

ஒவ்வொருவரும் தாமரை மலரில் வீற்றிருக்கும் நான்முகன் இட்ட விதிக்கு உட்பட்டே வாழவேண்டும். தீவினை செய்த

வர்கள் என்ன செய்தாலும்; ஊரார் ஒன்றுகூடி வெறுப்பினும் விதி தன் வேலையைச் செய்யும்.

31. **இழுக்குடைய பாட்டிற்கு இசைநன்று சாலும்**
ஒழுக்கம் உயர்குலத்தின் நன்று-வழக்குடைய
வீரத்தின்நன்று விடாநோய் பழிக்கு அஞ்சாத்
தாரத்தின் நன்று தனி.

இழுக்குடைய-குற்றம் உடைய; பாட்டிற்கு-பாடலுக்கு இசை-இசை ஒலி; நன்று-சிறந்தது; சால-மிகுந்த; ஒழுக்கம்-நல்ல நடத்தை; உயர்-உயர்ந்த குலத்தின்-பரம்பரைப் பெருமைச் சிறப்பைவிட; நன்று-நல்லது; வழக்கு-தவறு; உடைய-பொருந்தியுள்ள; வீரத்தின்-வீரத்தை விட; நன்று-நல்லது; விட-தீராத; நோய்-பிணி பழிக்கு-பிறரின் அவச்சொல்லுக்கு; அஞ்சாத-பயப்படாத; தாரத்தின்-மனைவியைவிட; நன்று-நல்லது; தனி-தனித்து இருப்பது.

குற்றமுள்ள பாடலுக்கு இசை நன்று; உயர் குடும்ப பிறப்பைவிட ஒழுக்கம் நன்று; குற்றமுள்ள வீரத்தை விட தீராத பிணியோடு இருப்பது நன்று; பிறர் பழிக்கு அஞ்சாத மனைவியோடு வாழ்வதை விட தனித்து இருப்பதே நன்று.

32. **ஆறிடும் மேடும் மடுவும்போல் ஆம்செல்வம்**
மாறிடும் ஏறிடும் மாநிலத்தீர்-சோறிடும்
தண்ணீரும் வாரும் தருமமே சார்பாக
உண்ணீமை வீறும் உயர்ந்து.

மாநிலத்தீர்-பெரிய நிலத்தினில் வாழும் மாந்தீர்! ஆம்-உங்களிடம் சேர்ந்துள்ள; செல்வம்-செல்வமானது; ஆறு-ஆற்றிலே; இடும்-வெள்ளத்தால் ஏற்படுகின்ற; மேடும்-மேட்டையும்; மடுவும்-பள்ளத்தையும்; போல்-போல; மாறிடும்-உங்களை விட்டு நீங்கிடும்; ஏறிடும்-இல்லாத இடத்தில் சென்று சேரும் (ஆதலால்); சோறு-சோற்றை; இடும்-பிறர்க்குக் கொடுத்து வாழுங்கள்; தண்ணீர்-தண்ணீரையும்; வாரும்-கொடுத்து மகிழுங்கள்; தருமமே-நீங்கள் செய்யும் இவ்வறமே; சார்பாக-துணையாக; உள்-உயிரினது; நீர்மை-தன்மை; உயர்ந்தது-சிறந்தது. வீறும்-சிறப்புறும்.

செல்வம் நிலையற்றது. அது செல்வோம் எனச்சென்று விடும். எனவே அறம் செய்து வாழுங்கள்.

**33. வெட்டனவை மெத்தனவை வெல்லாவாம் வேழத்தில்
பட்டு உருவும் கோல்பஞ்சில் பாயாது-நெட்டு இருப்புப்
பாரைக்கு நெக்குவிடாப் பாறை பசுமரத்தின்
வேருக்கு நெக்கு விடும்.**

வேழத்தின்-யானையினுடைய உடலில் பட்டு-தைத்து; உருவும்-வெளியேவரும்; கோல்-அம்பானது; பஞ்சில்-பஞ்சுப் பொதியில்; பாயாது-தைக்காது; நெடு-நீண்ட; இரும்பு-இரும்பாலாகிய; பாரைக்கு-கடப்பாறைக்கு; நெக்கு விடாது-பிளக்காது; பாறை-கற்பாறையானது; பசு-பசுமையாகிய; மரத்தின்-மரத்தினது; வேருக்கு-வேரின் நுழைவிற்கு; நெக்கு விடும்-பிளந்துவிடும் (அதுபோல); வெட்டனவை-கடினமான சொற்கள்; மெத்தனவை-மெல்லிய சொற்களை; வெல்லாவாம்-வெல்ல மாட்டாவாம்.

யானையைப் பிளக்கும் அம்பு பஞ்சுப் பொதியைப் பிளக்காது. மென்சொற்கள் எப்பொழுதும் நன்மை தரும். கடுஞ்சொல் தீமையே தரும்.

**34. கல்லானே ஆனாலும் கைப்பொருள்ஒன்று உண்டாயின்
எல்லாரும் சென்றுஅங்கு எதிர்கொள்வர்-இல்லானை
இல்லாளும்வேண்டாள் மற்றுஈன்றுஎடுத்த தாய்வேண்டாள்
செல்லாது அவன்வாயிற் சொல்.**

கல்லாத-படிக்காதவனாக; ஆனாலும்-இருந்தாலும்; கை-அவனிடத்து; பொருள் ஒன்று-பொருள் மாத்திரம்; உண்டாயின்-இருக்குமானால்; எல்லாரும்-அனைவரும்; சென்று-அவன்முன் போய்; எதிர்கொள்வர்-அவனைப் போற்றி வரவேற்பர்; இல்லானை-பொருள் இல்லாதவனை; இல்லாளும்-அவனுடைய மனைவியும்; வேண்டாள்-விரும்பாள்; ஈன்று-பெற்றெடுத்த; தாய்-தாயும்; வேண்டாள்-விரும்பாள்; அவன்-அவனுடைய; வாயின்-வாயிலிருந்து வரும்; சொல்-சொல்லானது; செல்லாது-மதிப்புப் பெறாது.

பொருள் இல்லாதவனை மனைவியும்; ஈன்ற தாயும் விரும்பாள்; அவன் வாய்ச்சொல் மதிப்புப் பெறாது.

35. **பூவாதே காய்க்கும் மரமும்உள மக்களுளும்**
ஏவாதே நின்று உணர்வார் தாம்உளரே-தூவா
விரைத்தாலும் நன்றுஆகா வித்து எனவே பேதைக்கு
உரைத்தாலும் தோன்றாது உணர்வு.

பூவாதே-பூக்காமலே; காய்க்கும்-காய்க்கின்ற; மரமும்-மரங்களும்; உள-இருக்கின்றன; (அதுபோல) மக்களுளும்-மக்களிடத்தும்; ஏவாதே-ஆணையிடாமலே; நின்று-இருந்தும்; உணர்வார்நாம்-அறிந்து செய்பவர்களும்; உளர்-இருக்கின்றனர்; தூவா-தூவி; விதைத்தாலும்-விதைத்தாலும்; நன்று-நன்றாக; ஆக-முளைத்தலாக; வித்து எனவே-விதையைப் போல; பேதைக்கு-அறிவில்லாதவனுக்கு; உரைத்தாலும்-எத்துணை முறை கூறினாலும்; உணர்வு-அறிவு; தோன்றாது-உண்டாகாது.

பூக்காமல் காய்க்கும் மரங்களைப் போல மக்களின் குறிப் பறிந்து செயல் ஆற்றும் சீலர்களும் உண்டு. நல்ல விதைகளைத் தூவினாலும் முளைக்காத விதையைப் போன்றோரும்; உணர்ந்து செயல்படாத மூடர்களும் உண்டு.

36. **நண்டுசிப்பி வேய்கதலி நாசம்உறும் காலத்தில்**
கொண்ட கருஅழிக்கும் கொள்கைபோல்-ஒண்டொடீஇ
போதம் தனம்கல்வி பொன்றவரும் காலம்அயல்
மாதர்மேல் வைப்பார் மனம்.

ஒள்-ஒளிபொருந்திய; தொடீஇ-வளையல்களை அணிந்த பெண்ணே! நண்டு-நண்டும்; சிப்பி-முத்துச்சிப்பியும்; வேய்-மூங்கிலும்; கதலி-வாழையும்; நாசம்-அழிவை; உறும்-அடைந்திடுங்காலத்தில்; கொண்ட-தாம் கொண்டுள்ள; கரு-கருப்பமே; அழிக்கும்-அவற்றை அழித்துவிடும்; கொள்கை-கோட்பாட்டை; போல்-போல; (மக்கள்) போதம்-தம்முடைய அறிவும்; தனம்-செல்வமும்; கல்வி-கல்வியும்; போன்ற-அழிய; வரும்-நேரும்; காலத்து-காலத்தில்; மாதர்மேல்-மகளிரிடத்து; மனம்-மனத்தை; வைப்பர்-செலுத்துவர்.

நண்டு; முத்துச்சிப்பி; வாழை; மூங்கில் போன்றவை கருஉற்று ஈனும் காலத்தில் அழிதல்போல; ஒருவன் கல்வி; செல்வம்; ஞானம் ஆகியவை அழியுங்காலத்து பெண்ணிடத்து ஆசை கொள்வர்.

37. வினைப் பயனை வெல்வதற்கு வேதம் முதலாம்
எனைத்து ஆய நூல்அகத்தும் இல்லை-நினைப்பதெனக்
கண்ணுறுவது அல்லால் கவலைப்படேல் நெஞ்சே மெய்
விண்உறுவார்க்கு இல்லை விதி.

வினை-முன்வினைச் செயலின்; பலனை-பயனை; வெல்வதற்கு-வெற்றி பெறுதற்கு; வேதம்-வேதத்தை; முதல்ஆம்-முதலாகக் கொண்ட எனைத்தாய-எப்படிப்பட்ட; நூல்-நூல்களின்; அகத்தும்-உள் இடத்திலும்; இல்லை-ஒருவழியும் இல்லை. (எனினும்) விண்-முத்தியுலகத்தை; உறுவார்க்கு-அடைபவர்களுக்கு; நினைப்பது என-நினைப்பது போல; கண்-அவர்களிடத்து. உறுவது-நடைபெறுவது; அல்லால்-அல்லாமல்; விதி-வினைப்பயன்; இல்லை-அவர்கட்கு இல்லை; (எனவே) நெஞ்சே-மனமே; கவலைப்படேல்-நீ வருந்தாதே. மெய்-இதுவே உண்மை.

முத்தியினை நாடுவார்க்கு ஊழ் ஓர் இடரையும் செய்யாது.

38. நன்று என்றும் தீதுஎன்றும் நான்என்றும் தான்என்றும்
அன்று என்றும் ஆம்என்றும் ஆகாதே-நின்றநிலை
தான் அதுவாம் தத்துவமாம் சம்புஅறுத்தார் யாக்கைக்குப்
போனவா தேடும் பொருள்.

நன்று-இது நல்லது; என்றும்-எனவும்; தீது-இது கெட்டது; என்றும்-எனவும்; நான்-நானே; என்றும்-இதனைச் செய்தவன் எனவும்; தாம்-அவன் என்றும் இதனைச் செய்தவன் இவனே என்றும்; அன்று-இது ஆகாது; என்றும்-எனவும்; ஆகாது-பிரித்து நினைக்கப்படாமல்; நின்ற-அமைந்துள்ள; நிலை-தன்மையே; தான்-ஆன்மா. அது-அப்பதியாக; ஆம்-ஆகின்ற; தத்துவம்-உண்மைநிலை; ஆம்-ஆகும். (அது) சம்பு-கோரைப்புல்லை; அறுத்தார்-அறுத்தவர்கள்; யாக்கைக்கு-அதனைக் கட்டுதற்கு;

தேடும்-வேண்டும்; பொருள்-பொருளானது; போனவா-வேரில்லாது போன தன்மை போன்றதாகும். ஏ-அசை.

புல்லை அறுத்தவர் அதனையே திரித்து கயிறு ஆக்கிக் கட்டாமல் கயிறைத் தேடுவது போல அனைத்தையும் அவன் கவனிப்பான் என எண்ணி அலைதல் தவறாம்.

39. **முப்பதாம் ஆண்டுஅளவில் மூன்றுஅற்று**
ஒருபொருளைத்
தப்பாமல் தன்னுள் பெறான் ஆயின்-செப்பும்
கலைஅளவே ஆகுமாம் காரிகையார் தங்கள்
முலை அளவே ஆகுமாம் மூப்பு.

முப்பதாம்-முப்பதாவது; ஆண்டு-வயது; அளவில்-காலத்தில் மூன்று-மண்; பெண்; பொன் என்று மூன்று ஆசைகள்; அற்று-அறவே நீங்கி; ஒரு-ஒப்பற்ற; பொருளை-இறைவனாம் பரம் பொருளை; தப்பாமல்-மறவாமல்; தன்-தனது; உள்-மனத்தினுள்; பெறானாயின்-அடையப் பெறாதவனானால்; செப்பும்-சொல்லு கின்ற; கலை-கற்றபடிப்பு; அளவே-அந்த அளவினதாகவே; ஆகுமாம்-அமையுமாம்; காரிகையார்-பெண்கள்; தங்கள்-அவர்களின் முலை-மார்பகம்; அளவே-சிறுத்த அளவிலேயே; ஆகுமாம்-அமையுமாம். மூப்பு-முதுமைப் பருவம்.

ஒருவன் முப்பது வயதிற்குள் ஆசையை விடுத்து ஒன்றான பரம்பொருளை நினைத்து அறிய முற்பட வேண்டும். இல்லை யெனில் படித்த அளவிலேயே கற்றது நிற்கும். ஒரு பெண் கணவ னோடு கூடி வாழ்ந்து நல்லின்பம் துய்க்காது குறையுடையவள் போல் அவன் வாழ்வும் அமையும்.

40. **தேவர் குறளும் திருநான் மறைமுடிவும்**
மூவர் தமிழும் முனிமொழியும்-கோவை
திருவாசகமும் திருமூலர் சொல்லும்
ஒருவா சகம் என்று உணர்.

தேவர்-திருவள்ளுவத் தேவர்; குறளும்-திருக்குறளும்; திரு-சிறந்த; நான்-நான்கு; மறை-மறைகளின்; முடிவும்-இறுதிப்பொருளும்; மூவர்-திருஞானசம்பந்தர்; திருநாவுக்கரசர்;

சுந்தரர் போன்ற மூவரின் தமிழும்-தேவாரமும்; முனி-பதஞ்சலி முனிவர்; மொழி-பொழிந்த யோக சூத்திரம்; கோவை-திருக்கோவையார்; திருவாசகமும்-மாணிக்கவாசகர் பாடிய கோவையும்; வாசகமும்; திருமூலர்-திருமூலர் என்பார் பாடிய; சொல்லும்-திருமந்திரமும்; ஒரே-ஒரே கருத்துடைய; வாசகம்-சொற்கள்; என்று-என; உணர்-உணர்ந்திடு.

வள்ளுவர் குறளும்; மூவர் தேவாரமும் திருக்கோவையார்; திருவாசகம்; திருமூலர் பாடிய திருமந்திரம் ஆகியன நான்மறையும்; யோக சூத்திரங்களும் ஒன்றே என்று உணர்ந்திடு.

நல்வழி முற்றிற்று.

○

சிவப்பிரகாச சுவாமிகள் பாடிய

7. நன்னெறி

கற்பனைக் களஞ்சியம் எனப் போற்றப்பெறும் சிவப்பிரகாச சுவாமிகள் வீரசைவ சமயத்தினர். 17-ஆம் நூற்றாண்டில் வாழ்ந்தவர். காஞ்சியில் பிறந்தார்.

பெரம்பலூருக்கு அண்மையிலுள்ள துறைமங்கலத்தில் வாழ்ந்தார். சிறந்த தவசி. துறைமங்கலம் சிவப்பிரகாச சுவாமிகள் என அழைக்கப் பெற்றார். இன்று அந்த ஊர் 'தொறமங்கலம்' என வழங்கப்படுகிறது.

பிரபுலிங்க லீலை; நான்மணி மாலை; சீதகாளத்திப் புராணம் தவிர அந்தாதி; கோவை; உலா போன்ற பல பாடியுள்ளார்.

சுவாமிகள் பொம்மபுரத்தில் இருந்தபோது கடற்கரையில் தனித்திருந்தபோது அங்கிருந்த மணற்பரப்பில் நன்னெறி நாற்பது வெண்பாக்களை எழுதி பின்னர் தன் தம்பியை அனுப்பி அதனை எழுதிவரப் பணித்தார். அதுவே நன்னெறியாக அமைந்தது.

கடவுள் வணக்கம்

மின்னெறி சடாமுடி விநாயகன் அடிதொழ
நன்னெறி வெண்பா நாற்பதும் வருமே.

மின்-மின்னலைப் போன்று; ஏறி-ஒளிவீசும்; சடாமுடி-சடைமுடியினையுடைய; விநாயகன்-விநாயகக் கடவுளின்; அடி-திருவடிகளை; தொழ-வணங்கிட; நன்னெறி-நன்னெறி என்னும் நூலிலுள்ள; வெண்பா-வெண்பாக்கள்; நாற்பதும்-நாற்பதும்; வரும்-எளிதில் கிட்டிடும்.

விநாயகப் பெருமானை போற்றி வணங்கி நன்னெறி நூலினைப் படிக்கத் தொடங்க எளிமையாய்ப் பொருள் பதியும்.

நூல்

1. **என்றும் முகமன் இயம்பா தவர்கண்ணும்**
சென்று பொருள் கொடுப்பர் தீதற்றோர்-துன்றுசுவை
பூவின் பொலிகுழலாய் பூங்கைபுகழவோ
நாவிற்கு உதவும் நயந்து.

பூவின்-பூவினால்; பொலி-அழகு பெற்று விளங்குகின்ற; குழலாய்-கூந்தலையுடைய பெண்ணே!; பூ-அழகிய; கை-கையானது; துன்று-மிகுந்த; சுவை-சுவையான பொருள்களை; நாவிற்கு-நாவினுக்கு; நயந்து-விரும்பி; உதவும்-தரும் (கை அவ்வாறு தருவது); புகழவோ-நாவால் புகழப்படவோ! (அன்று) அதுபோல; தீது-குற்றம்; அற்றோர்-நீங்கிய மேலோர்; என்றும்-எக்காலத்தும்; முகமன்-முகத்திற்கு நேராக அன்புச் சொற்களை; இயல்பாதவர்-பேசமாட்டார்; கண்ணும்-இடத்திலும்; சென்று-போய்; பொருள்-அவர்களுக்கு வேண்டிய பொருளை; கொடுப்பர்-கொடுத்து உதவுவர்.

நாவிற்கு நல்லுணவை அள்ளித் தருகின்ற கை புகழை விரும்புவது இல்லை. அதுபோல் உயர்ந்தோர் புகழை விரும்பாது பிறர்க்கு உதவி செய்வர்.

2. **மாசற்ற நெஞ்சுடையார் வன்சொல்இனிது ஏனையவர்**
பேசுற்ற இன்சொல் பிறிதுஎன்க-ஈசற்கு
நல்லோன் எறிசிலையோ நல்நுதால் ஒண்கரும்பு
மில்லோன் மலரோ விருப்பு.

நல்நுதால்-அழகிய நெற்றியையுடைய பெண்ணே! ஈசற்கு-சிவபிரானுக்கு; நல்லோன்-நல்லோராகிய சாக்கிய நாயனார்; எறி-வீசிய; சிலையோ-கல்லோ (அல்லது); ஒண்-சிறந்த; கரும்பு-கரும்பாலாகிய; வில்லோன்-வில்லினையுடைய மன்மதன் வீசிய; மலரோ-மலர்தானோ; விருப்பு-விருப்பத்தக்கது. (நல்லவரான சாக்கியர் வீசிய கல்லோ) அதனால்; மாசு-குற்றம்; அற்ற-நீங்கிய; நெஞ்சு-மனம்; உடையார்-உடையவர்களது; வன்-கொடிய;

சொல்-சொல்லானது; இனிது-நல்லதாகும்; ஏனையவர்-குற்றம் பொருந்தியவர்களால் மனம் உடையவர்கள்; பேச உற்ற-பேசப்பட்ட; இன்-இனிமையான; சொல்-சொல்லானது; பிறிது-தீமையானது. என்க-என அறிக.

நல்லார் சொல்லின் விளைவு நன்மையையே தரும். தீயோர் சொற்கள் இனியவை போன்று இருப்பினும் நஞ்சிற்குச் சமம்.

3. **தங்கட்கு உதவிலர்கைத் தாம்ஒன்று கொள்ளின்அவர்**
தங்கட்கு உரியவரால் தாம்கொள்க-தங்கநெடும்
குன்றினால் செய்தனைய கொங்கையாய் ஆவின்பால்
கன்றினால் கொள்ப கறந்து

தங்கம்-பொன்மயமாகிய; நெடு-நீண்ட; குன்று-மேரு மலையை; அனைய-ஒத்த; மேன்மை-சிறந்த குணங்களை; உடையாய்-பெற்றுள்ள பெண்ணே! ஆவின்-பசுவினது; பால்-பாலை; கன்றினால்-அதனுடைய கன்றின் உதவியினால்; கறந்து கொள்ப-கறந்து கொள்ளலாம்; (அதுபோல) தங்கட்கு-தங்களுக்கு; உதவிலர்-நேரே உதவி செய்யாதவர்களை; கை-இடத்திலிருந்து; தாம்-ஒருவர்; ஒன்று-ஒரு பொருளை; கொள்ளின்-பெறவேண்டுமானால்; அவர்-தங்கட்கு நேரே உதவாத அவர்கட்கு; உரியவரால்-வேண்டியவர்களுடைய உதவியினால்; தாம்-அவர்; கொள்க-பெற்றுக் கொள்க.

தமக்கு நேரே எவ்வித உதவியும் செய்யாதவரிடத்து ஓர் உதவி வேண்டின் அவர் அறிந்தார்மூலம் அவ்வுதவியை நாம் பெறவேண்டும். கன்றுமூலம் ஆவிடம் பால் பெறுதல் போல.

4. **பிறர்க்குஉதவி செய்யார் பெரும்செல்வம் வேறு**
பிறர்க்குஉதவி யாக்குபவர் பேறாம்-பிறர்க்குஉதவி
செய்யாக் கருங்கடல்நீர் சென்று புயல்முகந்து
பொய்யாக் கொடுக்கும் பிறர்க்கு.

பிறர்க்கு-மற்றவர்களுக்கு; உதவி-உதவி செய்தலை; செய்யா-செய்யாத; கரு-கருமையாகிய; கடல்-கடலிலுள்ள; நீர்-தண்ணீரை; புயல்-மேகமானது; சென்று-கடலிடம் சென்று; முகந்து-கொண்டு; பெய்து-மாரிவுரியாகப் பெய்து; கொடுக்கும்-

பிறர்க்கு உதவும் (அதுபோல)-பிறர்க்கு; மற்றவர் களுக்கு; உதவி-உதவி செய்தலை; செய்யார்-செய்யாதவர் களுடைய; பெரு-பெரிய; செல்வம்-செல்வமானது. வேறு-வேறு முறையில்; பிறர்க்கு-மற்றவர்களுக்கு; உதவி-உதவுதலை ஆக்குபவர்-செய்பவர்களின்; வேறு-செல்வமாக; ஆம்-அது அமையும்.

பிறர்க்கு உதவாத கருமிகள் செல்வத்தைப் பிறர் எடுத்து ஒன்றும் அற்றவர்களுக்குப் பயன்படும்படி வழங்க வேண்டும். கடல்நீரை மேகம் மொண்டு உலகத்திற்கு மழையாகத் தருதல் போன்று.

5. **நீக்கம் அறும் இருவர் நீங்கிப் புணர்ந்தாலும்**
நோக்கின் அவர்பெருமை நொய்த்தாகும்-பூக்குழலாய்
நெல்லின் உமிசிறிது நீங்கிப் பழமைபோல்
புல்லினும் திண்மைநிலை போம்.

பூ-பூவினைச் சூடிய; குழலாய்-கூந்தலையுடைய பெண்ணே; நெல்லின்-நெல்லினின்று; உமி-உமியானது; சிறிது-கொஞ்சம்; நீங்கி-பிறகு; பழமைபோல்-முன்போல்; புல்லினும்-பொருந்தினாலும்; திண்மைநிலை-பழைமையான உறுதித்தன்மை; போம்-போய்விடும் (அதுபோல) நீக்கம்-பிரிந்த; அறும்-இல்லாத; இருவர்-இரண்டு நண்பர்கள்; நீங்கி-சுற்றும் பிரிந்து; புணர்ந்தாலும்-மீண்டும் கூடினாலும்; நோக்கின்-ஆராயுமிடத்து; அவர்-அந்த நண்பர்களுடைய; பெருமை-நட்பின் வலிமை; நொய்து-முன்பு இருந்ததில் குறைவாகவே; ஆகும்-அடையும்.

நெல்லினின்று உமி பிரிந்தால் பண்டுபோல் பயிர் வளராது; கண்டு முதலும் காணாது. அதுபோல் பிரிந்த நண்பர்கள் மீண்டும் கூடின் பழைய நட்பு போன்று புதிய நட்பு மலராது.

6. **காதல் மனையாளும் காதலனும் மாறுஇன்றித்**
தீதில் ஒருகருமம் செய்யவே-ஓதுகலை
எண்ணிரண்டும் ஒன்றுமதி என்முகத்தாய் நோக்கல்தான்
கண்இரண்டும் ஒன்றையே காண்.

ஓது-கூறும்படியான; கலை-கலைகள்; எண்இரண்டு-(8x2=16) பதினாறும்; மதிஎன்-சந்திரனைப் போன்று; முகத்தாய்-

முகத்தில் உடைய பெண்ணே! கண்-கண்கள்; இரண்டும்-இரண்டும் கூடி; ஒன்றையே-ஒருபொருளையே; நோக்கும்-பார்க்கும் (அதுபோல) காதல்-நல்ல அன்புள்ள; மனையாளும்-மனைவியும்; காதலனும்-கணவனும்; மாறு-எவ்வித மாறுபடும்; இன்றி-இல்லாமல்; தீது-குற்றம்; இல்-இல்லாத; ஒரு கருமம்-ஒரு செயலை; செய்ய-செய்திட வேண்டும். ஏ; மால்; காண்-அசைகள்.

இருகண்களும் ஒரு பொருளையே காண்பது போல அன்பான மனைவியும் கணவனும் ஒன்றினையே சிந்தித்து வாழ வேண்டும்.

7. **கடலே அனையம்யாம் கல்வியால் என்னும்**
அடலேறு அனையசெருக்கு ஆழ்த்தி-விடவே
முனிக்கு அரசு கையால் முகந்து முழங்கும்
பனிக்கடலும் உண்ணப் படும்.

முனிக்கு-முனிவர்களுக்கு; அரசு-அரசர் போன்ற அகத்தியரது; கையினால்-அவர்தம் கையினால்; முழங்கும்-பேரொலி கொண்டு ஒலிக்கும்படியான; பனி-குளிர்ந்த; கடலும்-அகன்ற சமுத்திரமும்; உண்ணப்படும்-குடிக்கப் படும். (ஆதலால்) யாம்-நாம்; கல்வியால்-கற்கும் கல்வியால்; கடல்-பெருங்கடலை; அனையம்-ஒத்த தன்மையுடையோம்; என்னும்-என்ற நிலைக்கு; அடல்-வலிமை பொருந்திய; ஏறு-ஆண்சிங்கத்தை; அனைய-ஒத்த; செருக்கு-கருவத்தில்; ஆழ்ந்துவிடல்-மூழ்கி விடல் வேண்டா. ஏ-அசை.

கல்வியில் சிறந்தோம்; அனைத்தையும் கற்றோம் என்ற பெருஞ்செருக்குக் கூடாது.

8. **உள்ளம் கவர்ந்துஎழுந்து ஓங்கு சினம்காத்துக்**
கொள்ளும் குணமே குணம்என்க-வெள்ளம்
தடுத்தல் அரிதோ தடம்கரைதான் பேர்த்து
விடுத்தல் அரிதோ விளம்பு.

வெள்ளம்-நீர்ப்பெருக்கை; தடுத்தல்-அணைகட்டித் தடுத்தல்; அரிதோ-அருமையோ! தடம்-பெரிய; கரை-கரையே; பேர்த்து-

பெயர்த்து; விடுத்தல்-தண்ணீரை வெளியே ஓடும்படி விடுப்பது; அரிதோ-அருமையோ! விளம்பு-நீ கூறுவாயாக. (வெள்ளத்தைத் தடுப்பதே அருமை அதுபோல) உள்ளம்-மனத்தை; கவர்ந்து-தன்னிலைப்படுத்தி; எழுந்து-வெளிப்பட்டு; ஓங்கு-மிகுதியாகு கின்ற; சினம்-சினத்தைக் காத்திடல் வேண்டும்.

பொங்கி வரும் வெள்ளத்தை அடக்கி அணைகட்டல் சிறப்பு. இருக்கும் அணையை உடைப்பது அரிய செயலோ! அன்று. அதுபோல மனத்தில் எழும் சினத்தை அடக்கி வாழ்தலே சிறப்புடையது.

9. **மெலியோர் வலிய வீரவலரை அஞ்சார்**
வலியோர் தமைத்தாம் மருவில்-பலியேல்
கடவுள் அவிர்சடைமேல் கட்செவிஅஞ் சாதே
படர்சிறைய புள்அரசைப் பார்த்து.

பலி-அன்பர்கள் செய்திடும் பூசையை; ஏல்-ஏற்றுக் கொள்ளும்; கடவுள்-இறைவனான சிவபிரான்; அவிர்-விளங்குகின்ற; சடைமேல்-சடையின் இடத்திலுள்ள; கட்செவி-பாம்பானது; படர்-விரிந்த; சிறைய-சிறகுகளையுடைய; புள் அரசை-கருடனை; பார்த்து-கண்டு; அஞ்சாது-சிறிதும் பயப்படாது; (அதுபோல்) மெலியோர்-வலிமையற்றவர்கள்; வலியோர்தமை-நல்ல வலிமை பெற்றவர்களை; மருவில்-சேர்ந்திருந்தால்; வலிய-தம் மீனும் வலிமையுடைய; வீரவலவரை-பகைவரைக் கண்டு; தாம்-அவர்கள்; அஞ்சார்-அச்சம் கொள்ள மாட்டார்.

வலிமை குறைந்தோர் வலிமை உற்றாரைச் சேர்ந்து வாழின் எவருக்கும் அஞ்சார்.

10. **தம்குறை தீர்வுள்ளார் தளர்ந்து பிறர்க்குறூஉம்**
வெங்குறை தீர்க்கிற்பார் விழுமியோர்-திங்கள்
கறைஇருளை நீக்கக்கருதா துலகில்
நிறை இருளை நீக்கும்மேல் நின்று.

திங்கள்-சந்திரனானவன்; கறை-தன்னிடம் உள்ள களங்கமாகிய; இருளை-இருட்டினை; நீக்க-போக்கிக் கொள்ள;

கருதாது-நினைத்திடாது; மேல்-மேலே உள்ள விண்ணில்; நின்று-இருந்து; இருளை-இருட்டை; நீக்கும்-போக்கும் (அதுபோல); விழுமியோர்-சிறந்தோர்; தம்-தங்களிடமுள்ள; குறை-குறைகளை; தீர்வு-தீர்த்துக் கொள்ளாமல்; உள்ளார்-நினையாதவர்களாய்; பிறர்க்கு-மற்றவர்களுக்கு; உறும்-நேர்ந்துள்ள; வெம்-கொடிய; குறை-துன்ப துயரங்களை; தளர்ந்து-மனம் இரங்கி; தீர்க்கிற்பார்-போக்குவார்கள்.

சிறந்தோர் தமக்குள்ள குறைகளைப் பற்றி எண்ணாது பிறரின் துன்ப துயரங்களைப் போக்க முற்படுவர்.

11. **பொய்ப்புலன்கள் ஐந்துநோய் புல்லியர்பால் அன்றியே**
மெய்ப்புலவர் தம்பால் விளையாவாம்-துப்பின்
சுழற்றும்கொல் கல்தூணைச் சூறாவளிபோய்
கழற்றும் சிறுபுன் துரும்பு.

சூறாவளி-சுழல்காற்றாம் சூறாவளி; போய்-சென்று; சிறு-சிறிய; புன்-அற்பமான; துரும்பு-துரும்பினை; சுழற்றும்-சூழலச் செய்யும்; தும்பின்-தனது வலிமையினால்; கல்-கல்லாலான; தூணை-தூணினை; சுழற்றுங்கொல்-சுழலச் செய்யுமோ! (செய்யாது) அதுபோல; பொய்-தவறான வழியில் செல்லும்; புலன்கள்-ஐம்புலன்கள்; ஐந்தும்-சுவை; ஒளி; ஊறு; ஓசை; நாற்றம் என்ற ஐந்தும்; நோய்-பிணியை; புல்லியர்பால்-அறிவற்ற கீழோரிடத்தில்; அன்றி-துன்பம் செய்யும் அல்லாமல்; மெய்-உண்மை உணர்ந்த புலவர்தம்; பால்-அறிவு சான்ற பெரியோர் இடத்து; விளையா-துன்பத்தைச் செய்யா. ஏ; ஆம்-அசைகள்.

மயக்கத்தைத் தரும் ஐம்புலன்கள் கீழோரைத் துன்புறுத்தும்; அறிவுசான்ற பெரியோரை ஒன்றும் செய்யா.

12. **வருந்தும் உயிர்ஒன்பான் வாயில் உடம்பில்**
பொருந்துதல் தானே புதுமை-திருந்து இழாய்
சீதநீர் பொள்ளல் சிறுகுடத்து நில்லாது
வீரலோ நிற்றல் வியப்பு.

திருந்து-திருத்தமான; இழாய்-அணிகளை அணிந்துள்ள பெண்ணே! சிதம்-குளிர்ந்த; நீர்-தண்ணீரானது; பொள்ளல்-தொளைகளையுடைய; சிறு-சிறிய; குடத்து-குடத்தினுள்ளே;

நில்லாது-தங்கியிராது; வீரலோ-வெளியே ஒழுகிவிடுதலோ; வியப்பு-ஆச்சரியம்; நிற்றல்-ஒழுகாது தங்கியிருத்தலோ; வியப்பு-ஆச்சரியமாகும் (அதுபோல); வருந்தும்-துன்பப்படு கின்ற; உயிர்-உயிரானது; ஒன்பான்-ஒன்பது; வாயில்-வழி களைக் கொண்ட; உடம்பில்-உடம்பினுள்; பொருந்துதல் தானே-தங்கியிருப்பதே; புதுமை-புதிய ஆச்சரியமாகும். தான்-அசை.

ஓட்டைப் பாத்திரத்தில் தண்ணீர் நிற்காது. ஆனால் ஒன்பது துவாரங்கள் கொண்ட உடம்பில் உயிர்க்காற்று நிற்பது மிக ஆச்சரியம்.

13. **பெருக்க மொடுசுருக்கம் பெற்றபொருட்டு ஏற்ப**
விருப்ப மொடுகொடுப்பர் மேலோர்-சுரக்கும்
மலையளவு நின்ற முலைமாதே மதியின்
கலையளவு நின்ற கதிர்.

இரக்கம்-கருணையானது; மலையளவு-மலையளவு மிகுதி யாக; நின்ற-பொருந்திய; எழில்-அழகிய; மாதே-பெண்ணே; மதியின்-சந்திரனின்; கலை-கலைகளின்; அளவு-அளவுக்கு ஏற்பவே; கதிர்-அதனின் கதிர்கள்; நின்ற-அமைந்தன. (அது போல) மேலோர்-அறிவிற் சிறந்த சான்றோர்; பெற்ற-தாம் அடைந்துள்ள; பொருட்டு-பொருளுக்கு; ஏற்ப-பொருந்த; பெருக்கமொடு-மிகுதியாகவும்; சுருக்கம்-குறைவாகவும்; விருப்பொடு-விருப்பமான அன்போடு; கொடுப்பர்-பிறர்க்கு ஈவர்.

சந்திரன் தனக்குள்ள கதிர்கள்போல் விளங்குதல் போல் சான்றோர் தம்மிடம் உள்ள பொருளுக்கு ஏற்ப பிறர்க்கு அன்போடு உதவுவர்.

14. **தொலையாப் பெருஞ்செல்வத் தோற்றத்தோம் என்று**
தலையா யவர்செருக்குச் சார்தல்-இலையால்
இரைக்கும்வண் டூதுமலர் ஈர்ங்கோதாய் மேரு
வரைக்கும்வந் தன்று வளைவு.

இரைக்கும்-ஒலி செய்யும்; வண்டு-வண்டுகள்; ஊதும்-ஊதிடும்படியான; மலர்-மலர்களால் கட்டப்பட்ட; ஈர்-குளிர்ந்த; கோதாய்-மாலையை அணிந்த பெண்ணே! மேருவரைக்கும்-மிக

உயர்ந்த மேருமலைக்கும்; வளைவு-வளைந்திடும் தன்மை; வந்தன்று-(அகத்தியரால்) வந்தது (ஆதலால்); தலையாயவர்-அறிவில் சிறந்த சான்றோர்; தொலையா-அழியாத; பெரு-பெரிய; செல்வம்-செல்வநிலையில்; தோற்றத்தோம்-(யாம்) பெற்றுள் ளோம் என்று-என நினைத்து; செருக்கு-கர்வம்; சார்தல்-கொள்ளுதல்; இல்லை-கிடையாது.

நீண்டு உயர்ந்து இருக்கும் மேருமலைக்கு ஒருநிலையில் வளைவு ஏற்பட்டது. அதனால் சான்றோர் யாம் பெருஞ்செல்வம் பெற்றுள்ளோம் என்று கர்வம் கொள்ள மாட்டார்.

15. **இல்லானுக்கு அன்புஇங்கு இடம்பொருள் ஏவல்மற்று**
எல்லாம் இருந்தும்அவற்கு என்செய்யும்-நல்லாய்
மொழியிலார்க்கு ஏது முதுநூல் தெரியும்
விழிஇலார்க்கு ஏது விளக்கு.

நல்லாய்-நற்குணங்கள் வாய்க்கப்பெற்ற பெண்ணே! மொழி-பேசுதல்; இல்லாத-இல்லாத ஊமையர்களுக்கு; முது-பழைமையான; நூல்-நூல்களினால்; ஏது-பயன்உண்டோ? தெரியும்-நன்கு பார்க்கும்படியான; விழி-கண்கள்; இல்லார்க்கு-இல்லாத குருடர்களுக்கு; விளக்கு-விளக்கினால்; ஏது-பயன் ஏது? கிடையாது. (அதுபோல்) அன்பு-அன்பானது; இல்லானுக்கு-இல்லாத ஒருவனுக்கு; இடம்-அறம் செய்தற்கு ஏற்ற இடமும்; பொருள்-வேண்டிய செல்வமும்; ஏவல்-பணியாளர்களும்; மற்று-பிறவேறு; எல்லாம்-அனைத்து வசதிகளும்; இருந்தும்-பெற்றிருந்தாலும்; அவற்கு-அந்த அன்பு அற்றவனுக்கு; என் செய்யும்-என்ன பயனைத் தரும்-அவை கொடுக்கும் பயன் ஒன்றும் இல்லை.

அன்பு உள்ளவனே அறம் செய்ய விரும்புவான்; செய்வான்.

16. **தம்மையும் தங்கள் தலைமையையும் பார்த்து உயர்ந்தோர்**
தம்மை மதியார் தமை அடைந்தோர்-தம்மின்
இழியினும் செல்வர் இடர்தீர்ப்பர் அங்கு
கழியினும் செல்லாதோ கடல்.

கடல்-பெரிய கடலானது; அலகு-சிறிய; கழியினும்-உப்பங்கழியிலும்; செல்லாதோ-சென்று பாயாதோ! பாய்ந்திடும்

(அதுபோல); உயர்ந்தோர்-அறிவிற்சிறந்த சான்றோர்; தம்மையும்-தங்களையும்; தங்கள்-தங்களுடைய; தலைமையையும்-சிறப்பையும்; பார்த்து-எண்ணிக்கண்டு; தம்மை-தங்களை; மதியார்-தங்களையே பெரியதாக எண்ணிக் கொள்ளாதவராய்; தமை-தங்களை; அடைந்தோர்-அடைக்கலமாகச் சேர்ந்தவர்களை; தம்மின்-தங்களைப் பார்க்கினும்; இழியினும்-குறைந்தோராய் இருப்பினும்; செல்வர்-அவரிடம் செல்வார்கள் (சென்று); இடர்-(அவர்கள் படும்) துன்பத்தை; தீர்ப்பார்-போக்குவர்.

அறிவிற் சிறந்த சான்றோர் தம்மினும் கீழோரைப் புறக்கணிக்காது அவர்கள் பால் சென்று அவர்கள் படும் இன்னலைப் போக்குவர்.

17. எந்தைநல் கூர்ந்தான் இரப்பார்க்குஈந்து என்றவன்
மைந்தர்தம் ஈகைமறுப்பரோ-பைந்தொடீ
நின்று பயன்உதவி நில்லா அரம்பையின்கீழ்க்
கன்றும் உதவும் கனி.

பைந்தொடீ-பசுமையான வளையல்களை அணிந்த பெண்ணே! நின்று-நிலைத்து; பயன்-பழமாகிய நற்பலனை; உதவி-செய்து; (அதனால்) நில்லா-அழிந்த; அரம்பையின்-வாழையின் கீழே-கீழே தோன்றுகின்ற; கன்றும்-அதன் கன்றாகிய வாழைக் கன்றும்; கனி-நல்லபழத்தை; உதவும்-கொடுக்கும் (அதுபோல); எந்தை-என்னுடை தகப்பன்; இரப்பார்க்கு-இல்லை என்று கேட்கும் யாசிப்போர்க்கு; ஈந்து-கொடுத்து; நல்கூர்ந்தார்-வறுமையுற்றார்; என்று-என நினைத்து; அவன்-அந்தக் கொடை வள்ளலின்; மைந்தர்-மக்கள்; தம்-தம்முடைய; ஈனு-கொடுத்தலாகிய செயலை; மறுப்பரோ-செய்ய மறுப்பரோ? மறுக்கார்.

பிறர்க்கு ஈந்து வறுமையுற்றாலும் நல்லோர் சந்ததியினர் கொடுப்பதை நிறுத்தார்.

18. இன்சொலால் அன்றி இருநீர் வியனுலகம்
வன்சொலால் என்றும் மகிழாதே-பொன்செய்
அதிர்வளையாய் பொங்கா தழற்கதிரால் தண்ணென்
கதிர்வரவால் பொங்கும் கடல்.

பொன்-பொன்னால்; செய்து-செய்யப்பட்ட; அதிர்-ஒலிக்கும்படியான; வளையாய்-வளையல்களை அணிந்த பெண்ணே! கடல்-கடலானது; தண்என்-குளிர்ந்த; கதிர்-ஒளிக்கிரணங்களையுடைய சந்திரனது; வரவால்-வருகையால்; பொங்கும்-அலைகள் மிகுந்து ஒலிக்கும்; (ஆனால்) அழல்-வெப்பம் பொருந்திய; கதிரால்-வெப்ப ஒளிகதிர்களையுடைய; சூரியனது வருகையால்; பொங்காது-மிகுந்து ஒலிக்காது (அதுபோல்) இரு-பெரிய; நீர்-கடலால் சூழப்பெற்ற; விலன்-சிறந்த; உலகம் உலகத்திலுள்ள மக்கள்; இன்-இனிமையான; சொல்லால்-சொற்களினால்; அன்றி-மகிழ்ச்சியடையவரல்லாமல்; வன்-கடுமையான; சொல்லால்-சொற்களினால்; என்றும்-என்றைக்கும்; மகிழாது-மகிழ்வுற மாட்டார்கள்.

சந்திரனின் குளிர்ச்சியான ஒளிக்குக் கடல்நீர் பொங்கும்; சூரிய வெப்பத்தில் பொங்காது அதுபோல உலகமக்கள் இன்சொல்லிற்கு மகிழ்வர்; வன்சொல்லிற்கு வருந்துவர்.

19. **நல்லோர் வரவால் நகைமுகம்கொள் புன்புறீஇ**
அல்லோர் வரவால் அழுங்குவர்-வல்லோர்
திருந்தும் தளிர்காட்டித் தென்றல்வரத் தேமா
வருந்தும் சுழற்கால் வர.

தே-இனிய கனிகளைத் தரும் மாமரமானது; தென்றல்-மெல்லிய தென்றற்காற்று; வர-வருதலினால்; தளிர்-துளிரை; காட்டிவிட்டு; திருந்தும்-அழகுபெறும்; சுழல்-சுழற்றி வீசும்படியான; கால்-கடுங்காற்று; வர-வருதலினால்; வருந்தும்-இலையை உதிர்த்துத் துன்பப்படும்; (அதுபோல) வல்லோர்-கல்வியில் சிறந்த சான்றோர்; நல்லோர்-நல்லோர்களுடைய; வரவால்-வருகையால்; நகை-மலர்ந்த; முகம் கொண்டு-முகத்தைக் காட்டி; இன்பு-மகிழ்ச்சி; உறீஇ-அடைந்து; அல்லோர்-நல்லோர் அற்ற தீயோரின்; வரவால்-வருகையால்; அழுங்குவர்-வருந்துவர்.

கற்ற சான்றோர் நல்லோர் வரவால் மகிழ்வார்; தீயோரைக் கண்டால் வருந்துவர்.

**20. பெரியவர்தம் நோய்போல் பிறர் நோய்கண்டு உள்ளம்
எரியின் இழுதாவர் என்க-தெரி இழாய்
மண்டு பிணியால் வருந்தும் பிறஉறுப்பைக்
கண்டு கலுழுமே கண்.**

தெரி-ஆராய்ந்தெடுத்த; இழாய்-அணிகலன்களை அணிந்த பெண்ணே! மண்டு-பொருந்திய; பிணியால்-நோயால் வருந்து-துன்பப்படுகின்ற; பிற-மற்ற; உறுப்பை-உறுப்புக்களை; கண்டு-பார்த்து; கண்-கண்களானது; கலுழும்-அழும் (அதுபோல) பெரியவர்-மேலோர்; தம்-தமக்கு; உற்ற நோய்போல்-பிணியைப் போல; பிறர்-பிறர்க்கு வந்த நோய்-பிணியை; கண்டு-பார்த்து; உள்ளம்-மனம்; எரியின்-தீயிலிட்ட; இழுது-வெண்ணெய் போல் ஆவர்-உருகிநிற்பர்; என்க-என்றுகூறுக.

உயர்ந்தோர் பிறர்க்கு உற்ற பிணியைப் பார்த்து அது நமக்கு உற்ற பிணி என்று எண்ணி தீயிலிட்ட வெண்ணெய் போல் உருகுவர்.

**21. எழுத்துஅறியார் கல்விப்பெருக்கம் அனைத்தும்
எழுத்து அறிவார் காணின் இலையாம்-எழுத்து அறிவார்
ஆயும் கடவுள் அவிர்சடை முன் கண்டளவில்
வீயும் சுர நீர் மிகை.**

சுரநீர்-ஆகாய கங்கையானது. மிகை-பெருக்கமிகுதி. எழுத்து-நூல்கள்; அழிவார்-கற்றறிந்த சான்றோர்களால்; ஆயும்-போற்றப்படுகின்ற; கடவுள்-சிவபிரானின்; அவிர்-விளங்குகின்ற; சடை-சடையை; முன்-தனக்குமுன்னே; கண்ட அளவில்-பார்த்தவுடனே; வீயும்-அடங்கி விடும்; (அதுபோல) எழுத்து-இலக்கண நூல்களை; அறியார்-கற்று அறியாதவருடைய; கல்வி-இலக்கியக் கல்வியின்; பெருக்கம்-அறிவின் பெருக்கமெல்லாம்; எழுத்து-இலக்கண நூலை; அறிவார்-கற்று அறிந்தவரை; காணின்-கண்டால்; இலைஆம்-பயனற்றதாம்.

இலக்கணம் கற்ற கல்வியே கல்வி; இலக்கணம் கல்லா கல்வி; கல்வி அல்ல.

22. **ஆக்கும் அறிவான் அலது பிறப்பினால்**
மீக்கொள் உயர்வுஇழிவு வேண்டற்க-நீக்கு
பவர்யார்? அரவின் பருமணிகண்டு என்றும்
கவரார் கடலின் கடு.

அரவின்-நஞ்சுள்ள பாம்பிடத்து உண்டான; பரு-பருத்த; மணி-மாணிக்கத்தை; கண்டு-பார்த்து; நீக்குவோர்-வெறுத்து ஒதுக்குவோர்; ஆர்-யார்?; கடலின்-கடலில் உண்டான; கடு-நஞ்சை; என்றும்-எப்பொழுதும்; கவரார்-கைக்கொள்ள மாட்டார் (ஆகையால்); மீ-மேலாக; கொள்ளும்-மதிக்கும்; உயர்வு-உயர்வையும்; இழிவு-இழிவையும்; ஆக்கும்-நல்ல தன்மையை உண்டாக்கும்; அறிவால்-கல்வி அறிவால்; அலது-அல்லாமல்; பிறப்பினால்-பிறந்திருக்கும் பிறப்பின் காரணமாய்; வேண்டற்க-கொள்ளுதலை விரும்பாதிருக்க.

அறிவினால் தான் உயர்வும் தாழ்வுமே ஒழிய பிறப்பினால் இல்லை.

23. **பகர்ச்சி மடவார் பயிலதேநோன்பு ஆற்றல்**
நிகழ்ச்சி தருநெஞ்சத் திட்பம்-நெகிழ்ச்சி
பெறும்பூரிக் கின்றமுலைப் பேதாய் பலகால்
எறும்பூரக் கற்குழியும் மே.

பூரிக்கின்ற-மகிழ்ச்சியுறுகின்ற; மனம்-மனங்கொண்ட; பேதாய்-பெண்ணே! பல்கால்-பலமுறை; எறும்பு-சின்னஞ்சிறிய சிற்றெறும்பு; ஊர-ஊர்ந்து சென்றிட; கல்-வலிய பாறாங்கல்லும்; குழியும்-குழிவிழும் (ஆதலால்); மடவார்-மகளிரோடு; பகர்ச்சி-பேசுதலை; பயில-செய்து கொண்ட; நோன்பு-நல்ல தவத்தை; ஆற்றல்-ஒருவன் செய்தலில்; நிகழ்ச்சி தரும்-தவத்தில் பொருந்தி விளங்கும்; நெஞ்சம்-மனத்தினது; திட்பம்-உறுதியானது; நெகிழ்ச்சி-தளர்ச்சியை; பெறும்-நாளடைவில் அடையும்.

மகளிரோடு பேசிக்கொண்டு தவம் செய்யின் அவனின் மனஉறுதி குலையும்.

24. உண்டு குணம்இங்கு ஒருவர்க்கு எனினும்கீழ்
கொண்டு புகல்வதுஅவர் குற்றமே-வண்டுமலர்ச்
சேக்கை விரும்பும் செழும்பொழில்வாய் வேம்புஅன்றோ
காக்கை விரும்பும் கனி.

வண்டு-வண்டுகள்; மலர்-மலராகிய; சேக்கை-படுக்கையை; விரும்பும்-விரும்பி அடையும்; செழும்-செழுமையாகிய; பொழில்வாய்-சோலையினிடத்து; காக்கை-காக்கையானது; விரும்பும்-விரும்புகின்ற; பழம்-பழமானது; வேம்பு அன்றோ-கப்பு மிகுந்த வேப்பம் பழம் அன்றோ! (அதுபோல) இங்கு-இவ்வுலகில்; ஒருவர்க்கு-ஒருவனுக்கு; குணம்-நற்குணங்கள்பல; உண்டு-இருக்கின்றன; எனினும்-என்றாலும்; கீழ்-கீழான மக்கள்; கொண்டு-எடுத்து; புகல்வது-பேசுவது; அவர்-நற்குணங்கள் பல இருக்க; குற்றமே-குற்றத்தையே எடுத்துக் கொள்வர்.

சோலையில் பல கனிகள் இருக்க காக்கையானது கசப்பான வேப்பம்பழத்தையே நாடிடும் அதுபோல உயர்ந்த நற்குணங்கள் பல இருப்பினும் கீழோர் குற்றத்தையே நாடிச் செல்வர்.

25. கல்லா அறிவின் கயவர்பால் கற்றுஉணர்ந்த
நல்லார் தமதுகனம் நண்ணாரே-வில்லார்
கணையில் பொலியும் கருங்கண்ணாய் நொய்தாம்
புணையில் புகும்ஒண் பொருள்.

வில்-வில்லினிடத்து. ஆர் பொருந்திய; கணையில்-அம்பினைப் போல; பொலியும்-விளங்குகின்ற; கண்ணாய்-கண்களையுடைய பெண்ணே! புனையில்-தெப்பத்தில்; புகும்-சேர்கின்ற; ஒன்-சிறந்த கனமான; பொருள்-பொருளானது; நொய்து-மிக லேசானதாக; ஆம்-ஆகும்; (அதுபோல) கல்லா-படிக்காத; அறிவின்-மூட அறிவினைக் கொண்ட; கயவர்-பால்-கீழ்மக்களிடத்து; கற்று-நூல்களைக் கற்றுணர்ந்த; உணர்ந்த-செய்திகளை; நல்லார்-நல்லவர்கள்; தமது-தம்முடைய; கனம்-பெருமையை; நண்ணார்-பெறமாட்டார்.

கனமற்ற தெப்பத்தில் கனமான பொருள் சேரின் இரண்டும் வீணாகி விடும். அதுபோல கல்லாப் புல்லரிடத்து நன்கு கற்றோர் சேரின் பாழாம்.

26. உடலின் சிறுமை கண்டு ஒண்புலவர் கல்விக்
கடலின் பெருமை கடவார்-மடவரால்
கண்ணளவாய் நின்றதோ காணும் கதிர்ஒளிதான்
விண்ணளவா யிற்றோ விளம்பு.

மடவரால்-இளம் பெண்ணே! காணும்-காணுகின்ற கதிர்-சூரியனது; ஒளி-ஒளியானது; கண்-கண்ணினுடைய; அளவாய்-அளவாகவே; நின்றதோ-அடங்கி இருந்ததோ; விளம்பு-நீ கூறுவாயாக. (ஆகையால்) உடலின்-உடம்பில்; சிறுமை-சிறிய தோற்றத்தை; கண்டு-பார்த்து; ஒண்-சிறந்த; புலவர்-சான்றோர் களுடைய; கல்வி-கற்ற கல்வியை; கடலின்-பெருஞ்சமுத்திரத் தின்; பெருமையை-பெருமையை; கடவார்-எவரும் கடக்க மாட்டார்.

சூரிய ஒளி அதனைக் காண்பாரின் கண் ஒளியில் அடங்கி விட்டதா? விண் முழுமையும் சூரிய ஒளிபரவி இருக்கும். அது போல புலமை மிக்காரின் உடலின் சிறுமை அவரின் அளப்பரிய கல்விக்கடல் பெருமை மிகுதியானது! அலட்சியப் படுத்தாதே!

27. கைம்மா றுகவாமல் கற்று அறிந்தோர் மெய்வருந்தித்
தம்மால் இயல்உதவி தாம்செய்வர்-அம்மா
முளைக்கும் எயிறு முதிர்சுவை நாவிற்கு
விளக்கும் வலியனதாம் மென்று.

முளைக்கும்-வாயில் முளைத்துள்ள; எயிறு-பற்கள்; வலியன-கடினமான உணவுப் பொருட்களை; தாம்-தாமே; மென்று-அதக்கி மென்று கடித்து; முதிர்-மிகுந்த; சுவை-சுவையினை; நாவிற்கு-நாவினுக்கு; விளக்கும்-உண்டாக்கித் தருதல் போல; கற்று-பல்வேறு நூற்களைக் கற்றுணர்ந்த; அறிந்தோர்-அறிந்தவ ரான சான்றோர்; கைம்மாறு-எதிர் உதவியை; உகவாமல்-விரும்பாமல்; மெய்-உடம்பினை; வருந்தி-வருத்தமுற உழைத்து; தம்மால்-தங்களால்; இயல்-செய்யக்கூடிய; உதவி-உதவியை; தாம்-(பிறர் வேண்டாமல்) தாமே; செய்வர்-செய்வார்கள்.

பற்கள் கடினமானவற்றைக் கடித்து; மென்று சுவை அறிய நாவிற்கு உதவுகிறது அதுபோல கற்றறிந்த சான்றோர் பிறர் கேளாமலேயே தம் உடலால் பிறர்க்கு உதவி செய்வர்.

**28. முனிவினும் நல்குவர் மூதறிஞர் உள்ளக்
கனிவினும் நல்கார் கயவர்-நனிவிளைவில்
காயினும் ஆகும் கதலிதான் எட்டிபழுத்து
ஆயினும் ஆமோ அறை.**

கதலி-வாழையின்காய்; நனி-மிக நன்றாக; விளைவு-முற்றி; இல்-இல்லாமல்; காயினும்-காயாக இருந்தாலும்; ஆகும்-பயன்படும். எட்டி-எட்டி மரத்தின் காயானது; பழுத்தாயினும்-நன்கு பழுத்தாலும்; ஆமோ-பயன் அளிக்குமோ? அறை-அதை நீ கூறுவாயாக. (பயன்படாது) அதுபோல; மூதறிஞர்-சிறந்த அறிவுடைய பெரியோர்; முனியினும்-சினம் கொண்ட சமயத்திலும்; நல்குவர்-பிறர்க்கு உதவுவர்; கயவர்-அறிவில்லா கீழோர்; நெஞ்சம்-மனம்; கனிவினும்-மகிழ்ச்சியாய் இருக்கும் போதும்; நல்கார்-பிறர்க்கு ஒரு போதும் உதவார்.

அறிவு சார்ந்த சான்றோர் சினந்திருப்பினும் பிறர்க்கு உதவுவர்; கீழ்மக்கள் மகிழ்ந்திருக்கும்போதும் உதவார்.

**29. உடற்கு வரும் இடர்நெஞ்சு ஓங்குபரத்து உற்றோர்
அடுக்கும் ஒருகோடி யாக-நடுக்கமுறார்
பண்ணில் புகலும் பனிமொழியாய் அஞ்சுமோ
மண்ணில் புலியைமதி மான்.**

மண்ணின்-இசைபோல; புகலும்-பேசுகின்ற; பனி-குளிர்ச்சியான; புகலும்-பேசும்; மொழியாய்-பேசிடும் பெண்ணே! மதி-சந்திரனிடத்துள்ள; மான்-மானானது; மண்ணில்-நிலவுலகிலுள்ள; புலியைக் கண்டு-புலியைப் பார்த்து; அஞ்சுமோ-அச்சங் கொள்ளுமோ? (அதுபோல); நெஞ்சு-மனமானது; ஓங்கு-சிறந்த; பரத்து-கடவுளிடத்து; உற்றோர்-உறவு கொண்ட ஞானிகள்; உடற்கு-அழியும் இந்த உடலுக்கு; வரும்-வருகின்ற; இடர்-துன்பங்களைக் கண்டு; அடுக்கும்பல-அடுக்கியபல; ஒருகோடி-ஒரு கோடியாக; ஆக-இருப்பினும்; நடுக்கம்-அச்சம்; உறார்-கொள்ள மாட்டார்.

நிலவிலுள்ள மான் பூமியிலுள்ள புலியைக் கண்டு அஞ்சாதது போல கடவுளிடம் உறவு கொண்ட ஞானிகள் அழியும் உடம்பிற்கு வரும் துன்ப துயரங்களைக் கண்டு அஞ்சார்.

30. கொள்ளும் கொடுங்கூற்றம் கொல்வான் குறுகுதன் முன்
உள்ளங் கனிந்தறம்செய் துய்கவே-வெள்ளம்
வருவதற்கு முன்னர் அணைகோலி வையார்
பெருகுதற்கண் என்செய்வார் பேசு.

வெள்ளம்-பெரிய நீர்ப்பெருக்கானது; வருவதற்கு-குறை வருவதற்கு; முன்னர்-முன்னமே; இணை-கரைகளை; கோலி-கட்டி; வையார்-வைக்காதவர்கள்; பெருகுதற்கண்-அவ்வெள்ளம் பெருகிவந்த பின்னர்; என் செய்வர்-என்ன செய்வார்கள்? பேசு-நீ கூறுவாயாக (வெள்ளம் வரும் முன் அணைபோடு என்ற பழமொழி பேசப்பட்டுள்ளது) (ஆகையால்); கொள்ளும்-உயிரைப் பற்றிச் செல்லும்முன்; கொடு-பிறர்க்குக்கொடு; கொடுங்கூற்றம்-கொடியகாலன்; கொல்வான்-கொல்வதற்காக; குறுகுதல்முன்-வருமுன்னே; செய்து-அறத்தைச் செய்து; உய்க-பிழைக்க.

வெள்ளம் வரும் முன் கரையைச் சரிசெய். காலன் வரும்முன் பிறர்க்குக்கொடு; அறம் செய் பிழைக்க வழிதேடு.

31. பேரறிஞர் தாக்கும் பிறர்துயரம் தாங்கியே
வீரமொடுகாக்க விரைவோர்-நேர்இழாய்
மெய்சென்று தாக்கும் வியன்கோல் அடிதன்மேல்
கைசென்று தாங்கும் கடிது.

நேர்-பொருத்தமான; இழாய்-நல்ல அணிகலன்களை அணிந்த பெண்ணே! மெய்-உடம்பில்; சென்று-போய்; தாக்கும்-மோதுகின்ற; வியன்-நீண்ட; கோல்-கோலினது; அடி-அடியை; கை-கையானது; கடிது-மிக விரைந்து; சென்று-போய்; தன்மேல்-தன்மேல் படும்படி; தாங்கும்-ஏற்கும்; (அதுபோல) பேர்அறிஞர்-சிறந்த அறிஞர்கள்; பிறர்-மற்ற வகை; தாக்கும்-வருத்துகின்ற; துயரம்-துன்ப துயரங்களை; தாங்கி-தாங்கள் ஏற்பர்; வீரமொடு-வீரத்தோடு; காக்க-காப்பதற்காக; விரைவோர்-முற்படுவர்.

உடம்பில் படும் அடியைக் கையானனது விரைந்து சென்று பற்றித் தாங்குவது போல சான்றோர் பிறருக்குவரும் துயரங்களை விரைந்து சென்று காக்க முற்படுவர்.

32. பன்னும் பனுவல் பயன்தேர் அறிவுஇலார்
மன்னும் அறங்கள் வலியிலவே-நல்நுதலால்
காழ்ஒன்று உயர்திண் கதவு வலியுடைத்தோ
தாழ் ஒன்று இலதுஆயின் தான்.

நல்-நல்ல; நுதல்-நெற்றியையுடைய பெண்ணே! காழ்-வயிரம்; ஒன்று-பொருந்திய; உயர்-உயர்வான; திண்-வலிய; கதவு-கதவானது; தாழ்-தாழ்ப்பாள்; ஒன்று-ஒன்று; இலதாயின்-இல்லாவிட்டால்; வலிஉடைத்தோ-வலிமை உடைத்தது ஆகுமோ? ஆகாது (அதுபோல) பன்னும்-சிறப்பித்துக் கூறப்படும்; பனுவல்-நூல்களில்; பயன்-பொருள்களை; தேர்-ஆராயக்கூடிய; அறிவிலார்-அறிவில்லாதவர்கள்; மன்னும்-பொருந்திய; அறங்கள்-அறச்செயல்களை; வலி-பயன் தரும்நிலையை; இல-இல்லாததாகும்.

கல்வி அறிவு அற்றார் சரியான முறையில் அறச்செயல்களைச் செய்ய முடியாது.

33. எள்ளாது இருப்ப இழிஞர்போற் றற்குஉரியர்
விள்ளா அறிஞரது வேண்டாரே-தள்ளாக்
கரைகாப்பு உளதுநீர் கட்டுகுளம் அன்றிக்
கரைகாப்பு உளதோ கடல்.

தள்ளா-நீங்கப்பெறாத; சுரை-சுரையாகிய; காப்பு-காவலை; உளது-கொண்டது; நீர்-நீரை; கட்டு-கட்டிவைத்திருக்கும் படியான; குளம்-குளமே; அன்றி-அல்லாமல்; கடல்-கடலானது கரை-கரையாகிய; காப்பு-காவலை; உளதோ-கொண்டு உளதோ? (இல்லை) அதுபோல இழிஞர்-தாழ்ந்தவர்; எள்ளாது இருப்பது-அவமதிக்காமல் இருப்பதற்காக; போற்றுதற்கு-நம்மால் ஆதரிப்பதற்கு உரியர்-உரியராவர்; விள்ளா-நீங்கா; அறிஞர்-நல்லறிவு கொண்ட மேலோர்; அது-அக்காத்தலை; வேண்டா-விரும்பார்.

சிறிய குளத்திற்கு கரை தேவை; கடலுக்கு வேண்டா. இழிவானவர் தம்மைக் காத்துக் கொள்ள பிறர்க்கு உதவி செய்து அவர்களை வசப்படுத்துவர்; சான்றோர் அங்ஙனம் செய்யார்.

34. **அறிவுடையார் அன்றி அதுபெறார் தம்பால்**
செறிபழியை அஞ்சார் சிறிதும்-பிறைநுதால்
வண்ணம்செய் வாள்விழியே அன்றே மறைகுருட்டுக்
கண்அஞ்சுமோ இருளைக் கண்டு.

பிறை-பிறைச் சந்திரனைப் போன்ற; நுதல்-நெற்றியையுடைய பெண்ணே! வண்ணம்-அழகை; செய்-தருகின்ற; வாள்-ஒளி பொருந்திய; விழி-தெரியும்கண்; அன்றி-அல்லாமல்; மறை-ஒளிமறைந்திட்ட; குருட்டுக்கண்-தெரியாத கண்; இருளை-இருட்டை; கண்டு-பார்த்து; அஞ்சுமோ-பயப்படுமோ? அதுபோல அறிவுடையார்-நல்லறிவுடையார்; அன்றி-அல்லாமல்; அது-அவ்வறிவை; பெறார்-முயலாத மூடர்கள்; தம்பால்-தம்மிடத்து; செறி-சேர்கின்ற; பழியை-பழியைக் குறித்து; சிறிதும்-கொஞ்சமும்; அஞ்சார்-பயப்பட மாட்டார்.

கண்பார்வை உடையவர் இருளுக்கு அஞ்சுவர்; குருடர் அஞ்சுவரோ? அறிவுடையோர் பழிபாவத்திற்கு அஞ்சுவர்; மூடர் அஞ்சார்.

35. **கற்ற அறிவினரைக் காமுறுவர் மேன்மக்கள்**
மற்றையர்தாம் என்றும் மதியாரே-வெற்றிநெடும்
வேல்வேண்டும் வாள்விழியாய் வேண்டா புளிங்காடி
பால்வேண்டும் வாழைப்பழம்.

வெற்றி-வெற்றியைத் தரும்படியான; நெடும்-நீண்ட; வேர்-வேலினை; வேண்டும்-வேண்டிடும்; வாள்-ஒளிபொருந்திய; விழியாய்-கண்களை உடைய பெண்ணே! வாழைப்பழம்-வாழைப்பழமானது; பால்-பாலினை; வேண்டும்-விரும்பும் (ஆனால்) புளி-புளிப்பாக உள்ள; காடி-காயானது (மாலை); வேண்டா-விரும்பாது; (அதுபோல) கற்று-படித்த; அறிவினரை-அறிவுகொண்ட மேலோரை மேன்மக்கள்-உயர்வானவர்கள்; காமுறுவர்-விரும்புவர். மற்றையர்-பிற அறிவில்லாதவர்கள்; என்றும்-எக்காலத்தும்; மதியார்-மதிக்கமாட்டார்.

வாழைப்பழம் பாலை விரும்பும். ஆனால் புளியங்காடி பாலை விரும்பாதது போல கற்றோரைக் கற்றோரே விரும்புவர்.

36. தக்கார்க்கே ஈவர் தகார்க்கு அளிப்பார் இல்என்று
மிக்கார்க்கு உதவார் விழுமியோர்-எக்காலும்
நெல்லுக்கு இறைப்பதே நீர்அன்றிக் காட்டுமுளி
புல்லுக்கு இறைப்பரோ போய்.

எக்காலும்-எக்காலத்திலும்; நீர்-தண்ணீரை; நெல்லுக்கு-நெற்பயிருக்கு; இறைப்பதே-பாய்ச்சுவதையே; அன்றி-அல்லாமல்; காட்டு-காட்டிடத்தில்; முளி-வளர்ந்திருக்கும் முள் செடிக்கும்; புல்லுக்கு-புல்லுக்கு; போய்-சென்ற; இறைப்பதோ-நீர்பாய்ச்சுவரோ (மாட்டார்) அதுபோல தக்கார்க்கே-தகுதியுள்ளார்க்கே; அளிப்பார்-கொடுப்பார்; இல்என்று-இல்லை என்று; விழுமியோர்-மேலோர்; மிக்கார்க்கு-நியதி மீறிய நடத்தையுள்ளார்க்கு; உதவார்-ஒன்றையும் எப்பொழுதும் தர மாட்டார்.

நெற்பயிர்க்கு நீர் இறைப்பரேயன்றி தானே காட்டில் முளைத்து இருக்கும் முட்செடிக்கும்; புல்லுக்கும் நீர் இறைக் காதது போல நல்லவர்களுக்கே கொடுப்பாரன்றி கீழோருக்கு ஒன்றையும் ஈயார்.

37. பெரியோர் முன் தன்னைப் புகழ்ந்து உரைத்த பேதை
தரியாது உயர்வுஅகன்று தாமும்-தெரியாய்கொல்
பொன்உயர்வு தீர்த்த புணர்முலையாய் விந்தமலை
தன் உயர்வு தீர்ந்தன்று தாழ்ந்து.

பொன்-பொன்னால்; செய்து-செய்யப்பட்ட; உயர்ந்த-சிறந்த; பொருந்து-பொருத்தமான; இழாய்-அணிகலன்களை அணிந்த பெண்ணே! விந்தமலை-செருக்குற்று இருந்த விந்தமலையானது; தாழ்ந்து-கீழ்அழுந்தி; தன்-தன்னுடைய; உயர்வு-சிறப்பினை; தீர்ந்தன்று-நீங்கப் பெற்றது (அகத்திய முனிவரால்) தெரியாய் கொல்-நீ இதனை அறியாயோ? அதுபோல பெரியோர்-பெரியவர்களின்; முன்-முன்னே; தன்னை-தன்னைப்பற்றி; புகழ்ந்து-வீணே சிறப்பித்து; உரைத்த-பேசிய; பேதை-அறிவில்லாதவன்; தரியாது-தங்காமல் உயர்வு-சிறப்பு; அகன்று-நீங்கும் தாமும்-தாழ்வடையும்.

தனக்குத்தானே செருக்கிப் புகழ்ந்து பேசுபவன் விரைவில் சிறுமைப் படுவான்; தற்புகழ்ச்சி வேண்டா.

38. நல்லார் செயுங்கேண்மை நாள்தோறும் நன்று ஆகும்
அல்லார் செயுங்கேண்மை ஆகாதே-நல்லாய்கேள்
காய்முற்றின் தின்தீங் கனியாம் இளம்தளிர்தான்
போய் முற்றின் என்ஆகிப்போம்.

நல்லாய்-நற்குணம் வாய்க்கப் பெற்ற பெண்ணே! கேள்-கேட்பாயாக. காய்-காயானது; முற்றின்-நன்கு முற்றினால்; தின்-தின்பதற்குரிய தீம்-இனிய; கனி-பழமாக; ஆம்-ஆகும் (ஆனால்) இளம்-இளமையான; தளிர்-தளிரானாது; முற்றின்-முற்றுமானால்; என்-எப்பயனைத் தரும்? (ஒரு பயனும் இல்லை) ஆகிப்போய்-ஒன்றும் இல்லாமல் போய்விடும் (அதுபோல) நல்லார்-நல்லவர்கள்; செய்யும்-செய்கின்ற; கேண்மை-நட்பானது; நாள்தோறும்-ஒவ்வொரு நாளும்; நன்று-பெரிதாக; ஆகும்-வளர்ந்து பயனைத் தரும். அல்லார்-தீயவர்; செய்யும்-செய்யும் படியான; கேண்மை-நட்பானது; ஆகாது-ஒரு பயனையும் தராது அழிந்து ஒழியும்.

நல்லார் நட்பு வளரும்; தீயார் நட்பு கெட்டழியும்.

39. கற்று அறியார் செய்யும் கடுநட்பும் தாம்கூடி
உற்று உழியும் தீமைநிகழ்வு உள்ளதே-பொற்றொடி
சென்று படர்ந்த செழுங்கொடியின் பூமலர்ந்த
அன்றே மணம்உடைய தாம்.

பொன்-பொன்னால் செய்யப்பட்ட; தொடீஇ-வளையல்களை அணிந்த பெண்ணே! சென்று-போய்; படர்ந்த-பரவிய செழு-செழுமிய; கொடி-கொடியின் இடத்தில்; மென்-மென்மையான; பூ-பூவானது; மலர்ந்த-பூத்த; அன்றே-அப்பொழுதே; மணம்-நறுமணத்தை; உடையதாகும்-பெற்றிருக்கும். (அதுபோல) கற்று-நல்ல நூல்களைப் படித்து; அறியார்-உண்மையை உணராத மூடர்கள்; செய்யும்-செய்கின்ற; நடு-நெருங்கிய; நட்பும்-நட்பானதும்; தாம்-அவர்கள்; கூடிய-சேர்ந்து; உற்ற-பொருந்திய; உழியும்-அவ்விடத்தும்; தீமை-தீமைகள்; நிகழ்வு-விளைதல்; உளது-உண்டாகும்.

இச்செய்யுளில் எதிர் உவமை வந்துள்ளது. பூமணம் கமழ்தல் நன்று. மூடர்களின் நட்பால்வரும் நிகழ்ச்சி தீமையே தரும். (மலர் மலர்ந்ததும் மணம் வீசும்; மூடர்கள் நட்பு தீமை தரும்)

40. பொன் அணியும் வேந்தர் புனையாப் பெருங்கல்வி
மன்னும் அறிஞரைத்தாம் மற்று ஒவ்வார்-மின்னுமணி
பூணும் பிறஉறுப்புப் பொன்னே அதுபுனையாக்
காணும்கண் ஒக்குமோ காண்.

மின்னும்-திருமகளை ஒத்தவளே! மின்னும்-ஒளிவீசும்படியான; அணி-அணிகலன்களை; பூணும்-அணிந்து கொண்டுள்ள பிற-மற்றைய உறுப்பு உறுப்புகள்; அது-தாம் அணிந்துள்ள அந்த ஆபரணங்களை; புனையா-அணியப்பெறாத; காணும்-பார்ப்பதற்குரிய; கண்-கண்ணிற்கு; ஒக்குமோ-ஒப்பாகுமோ? (அதுபோல) பொன்-பொன்னால் செய்திட்ட அணிகலன்களை; அணியும்-தரித்துள்ள; வேந்தர்-மன்னர்; புனையா-அவ்வணிகலன்களை அணியாத; பெரு-பெரிய; கல்வி-கல்வியால்; மன்னும்-நிறைந்த; அறிஞரை-நல்லறிவு கொண்ட புலவரை; ஒவ்வார்-ஒத்திருக்க மாட்டார்.

அணிகள் பல அணிந்த உறுப்புகளை விட கண்ணே சிறந்தது. அதேபோல் பல்வேறு அணிகலன்களை அணிந்திட்ட அரசரைக் காட்டிலும் கல்வியிற் சிறந்த புலவரே சிறந்தவர்.

நன்னெறி முற்றிற்று.

○

8. நீதிவெண்பா

ஆசிரியர் பற்றி

ஆசிரியர் யார் என்று தெரியவில்லை? ஒருவரா பலரா என்பதே இன்றுவரை ஐயம். கூறிய கருத்துக்கள் முன்னும் பின்னும் வருகின்றன. காப்புச் செய்யுளை நோக்கின் ஒருவர் எனத் தெரிகின்றது.

நூலைப்பற்றி

வெண்பாவால் நூறு பாக்கள் நீதியை வற்புறுத்திப் பாடப்பட்டதால் நீதிவெண்பா என்று பெயர் பெற்றது. வடமொழி நீதிசாத்திரத்தைப் பின்பற்றிப் பாடப்பட்ட நூல் என்பர். பதினெண்கீழ்க் கணக்கு நூல்களில் காணப்படும் நீதிக்கருத்துக்கள் பின்னர் வந்த மூதுரை; நல்வழி; நன்னெறி; நீதிநெறி விளக்கம் போன்ற நூல்களின் கருத்துக்களும் காணப்படு கின்றன. சில 3; 16; 67 வெண்பாக்களில் எடுத்துக்காட்டாகக் கதையும் கூறப்பட்டுள்ளது.

கடவுள் வணக்கம்

மூதுணர்ந்தோர் ஓதுசில மூதுரையைப் பேதையேன்
நீதிவெண்பா வாக நிகழ்த்துவேன்-ஆதிபரன்
வாமான் கருணை மணியுதரம் பூத்தமுதற்
கோமான் பெருங்கருணை கொண்டு.

ஆதிபரன்-ஆதியாகிய சிவனின்; வாமம்-இடப்பாகத்தில்; மான்-மான் போன்ற உமையம்மையின்; கருணை-நல்லருளால்; மணி உதரம்பூத்த-அப்பெருமாட்டியின் திருவயிற்றில் உதித்த

முதல் கோமான்-முதல்வரான விநாயகரின்; பெருங்கருணை கொண்டு-சிறந்த திருவருளினால்; மூது உணர்ந்தோர் ஓது-பழைமையான நூலில் கற்றவர் பாடிய; சில மூதுரையை-சில அருமையான சொற்களை; பேதையேன்-அறிவற்றவனாகிய யான்; நீதி வெண்பா ஆக-நீதி வெண்பா என்னும் நூலாக; நிகழ்த்துவேன்-கூறுவேன்.

விநாயகப் பெருமானை வணங்கி நல்ல நீதிகளை நீதிவெண்பா என யான் கூறுவேன்.

நூல்

தாமரைபொன் முத்துச் சவரங்கோ ரோசனைபால்
பூமருதேன் பட்டுப் புனுகு செவ்வா-தாம ழல்மற்று
எங்கே பிறந்தாலும் எள்ளாரே நல்லோர்கள்
எங்கே பிறந்தாலும் என்

தாமரை-தாமரையும்; பொன்-பொன்னும்; முத்து-முத்தும்; சவரம்-சாமரையும்; கோரோசனை-கோரோசனையும்; பால்-பாலும்; பூமருதேன்-பூவிலுள்ள தேனும்; பட்டு-பட்டும்; புனுகு-புனுகும்; சவ்வாது-சவ்வாதும்; அழல்-நெருப்பும்; ஆம் மேற் கூறிய இவை; எங்கே பிறந்தாலும்-எவ்விடத்தில் பிறந்திட்டாலும்; எள்ளாரே-இகழமாட்டார்கள்; (இத்தன்மை போன்று) நல்லோர்கள்-நற்குணமுடையவர்கள்; எங்கே பிறந்தாலும்-எக் குலத்தில் பிறந்தாலும்; என்-என்ன? (ஒரே தன்மையானவரே யாவர்)

நற்குணமுடையோர் எக்குலத்தில் பிறப்பினும் என்? அவர் உயர்ந்தோரே!

2. **அரிமந் திரம்புகுந்தா லானை மருப்பும்**
பெரு கொளிசேர் முத்தும் பெறலாம்-நரிநுழையில்
வாலுஞ் சிறிய மயி ரெலும்பும் கர்த்தபத்தின்
தோலு மல்லால் வேறுமுண்டோ சொல்.

அரிமந்திரம்-சிங்கம் வாழும் குகையில் புகுந்தால்-சென்றால்; ஆனை மருப்பும்-யானையின் தந்தங்களையும்; பெருகு-

பெருகுகின்ற; ஒளிசேர்-ஒளிவீசும்; முத்தும்-முத்துக்களையும்; பெறலாம்-(நாம்) பெற்றுக் கொள்ளலாம் நரி நுழையில்-நரிவாழும் குழியில்; (சென்றால்) வாலும்-வால்களும்; சிறிய மயிர்-சிறிய மயிர்களும்; எலும்பும்-எலும்புகளையும்; கர்த்த பத்தின்-கழுதையின்; தோலும் அல்லால்-தோல் அல்லாமல்; வேறு-வேறான சிறந்த பொருள்கள்; உண்டோ-அங்குக் கிட்டுமோ. நீ-சொல்.

சான்றோரைச் சேரின் ஞானம் கிட்டும். சிறியோரைச் சேரின் சிறுமையே வரும்.

3. **அறிவன் பகையேனும் அன்புசேர் நட்பாம்**
சிறுவன் பகையாம் செறிந்து-அறிவுடைய
வென்றி வனசரன்றான் வேதியனைக் காத்தான்முன்
கொன்றதொரு வேந்தைக் குரங்கு.

முன் செறிந்த-முற்காலத்தில் மிகுந்த; அறிவு உடைய-நல்லறிவினையுடைய; வென்றி வனசரன்-வீரம் மிக்க வேடன் ஒருவன்; வேதியனை-அந்தணனை காத்தான்-காப்பாற்றினான். குரங்கு-குரங்கானது; ஒரு வேந்தை-ஓர் அரசனை; கொன்றது-கொலை செய்தது (அதுபோல) அறிவன்-அறிவுள்ளவனுடைய; பகையேனும்-பகையானாலும்; அன்புசேர் நட்பாம்-(அது) அன்பான நட்பாகும் சிறுவன்-மூடனுடையது; பகைஆம்-நட்பும் பகையாகும்.

மூடர் நட்பினும் பெரியோர் பகையே நன்று.

அறிவுடையவன் என்றி வனசரன்தான் வேதியனைக் காத்தபின். இதில் அடங்கிய பகை.

ஓர் அரசன் ஓர் அந்தணனுக்கு மாணிக்கம் ஒன்று தந்து ‘அதை விற்றுப் பிழைத்துக் கொள்’ என்றுகூறித் தந்தான். அந்தணன் செல்லும் வழி காட்டுவழி. ஆதலால் ‘நீ அதனை விழுங்கி உன் ஊர் சென்று எடுத்து பிழைத்துக் கொள்’ என்றான். இதனை எப்படியோ ஒற்றர் மூலம் திருடர் அறிந்து அந்தணன் வருகைக்காக காட்டு வழியில் காத்திருந்தனர்.

அந்தணன் வர அவனை வழிமறிந்த திருடன் உன் வயிற்றைக் கீறி மாணிக்கத்தை எடுக்கப் போகிறோம் என்றனர். அவ்வழி வந்த ஒருவன் வாழ்நாள் முழுவதும் தீமையே செய்தவன். அந்தணன் ஒருவன் இறக்கப்படுவதை அறிந்து அவனைப் பிழைக்கவைக்க வேண்டி அத்திருடனிடம் எங்கள் இருவரிடமும் எவ்வித மாணிக்கமும் இல்லை. இது உண்மை. உனக்குச் சந்தேகம் இருப்பின் என் வயிற்றை முதலில் கீறி சோதித்துப் பார் என்றான். கொள்ளையனும் அங்ஙனம் செய்ய ஒன்றும் இல்லாமல் இருப்பதை அறிந்து அந்தணனை அவன் வழியே போகச் செய்தான்.

முன் கொன்றதொரு வேந்தைக் குரங்கு

ஓர் அரசன் செல்லமாக ஒரு குரங்கை வளர்த்து வந்தான். எங்குச் சென்றாலும் அதனை அழைத்துச் செல்வான். ஒருநாள் ஒரு சோலைக்குச் சென்று ஓய்வு எடுத்தான். அப்போது குரங்கு கையில் ஒரு வாளைத் தந்து 'என்னை எவராவது தீண்டினால் வெட்டு' என்று கூறி உறங்கினான். சற்று நேரத்தில் ஓர் ஈ அரசன் கழுத்தில் அமர குரங்கு வாளை ஓங்கி மன்னன் கழுத்தை வெட்ட மன்னன் இறந்தான்.

4. **மென்மதுர வாக்கால் விரும்பும் சகம்கடின**
வன்மொழியினால் இகழும் மண்ணுலகம்-நன்மொழியை
ஓதுகுயில் ஏதங் குதவியது கர்த்தபந்தான்
ஏதுஅப ராதம் செய்த தின்று

நன்மொழியை-நல்லோசையை; ஓதுகுயில்-கூவுகின்ற குயிலானது ஏது உதவியது-உலகவர்க்கு என்ன நன்மையைச் செய்தது?; கர்த்தபம்-கழுதை; ஏது அபராதம் செய்தது-(வல்லோசையைக் கத்துவதால்) என்ன தீங்கினைச் செய்தது? இன்று-இவ்விரண்டும் இல்லை. (எனவே) சகம்-உலகில் உள்ள வர்கள்; மென்மை மதுரவாக்கால்-மென்மையான இன்சொற் களைக் கேட்பதால்; விரும்பும்-விரும்பிப் போற்றுவார்கள்; மண்உலகம்-மண்உலகமக்கள்; கடின வன்மொழியால்-கடுமை யான வன்சொற்களை கேட்பதில்; இகழும்-வெறுத்து ஒதுக்கும்.

இன்சொல்லை அனைவரும் விரும்புவர்; வன்சொல்லை விரும்பார்.

5. **பகைசேரும் எண்ணான்கும் பற்கொண்டே நன்னா**
வகைசேர் சுவையருந்து மாபோல்-தொகைசேர்
பகைவரிடம் மெய்யன்பு பாவித் தவரால்
சுகமுறுதல் நல்லோர் தொழில்.

நன்மைநா-நல்லறிவு கொண்ட நாவானது; பகை சேரும்-தனக்குப் பகையான; எட்டு நான்கு-8x4=முப்பத்திரண்டு பற்களைக் கொண்டே; வகைசேர்-பல்வேறுபட்ட வகையான; சுவை அருந்தும்-சுவைப் பொருள்களை உண்ணும்; ஆறுபோல்-வழிபோல; நல்லோர் தொழில்-நல்லறிவுடையார் தொழிலானது; தொகைசேர்-தமக்குக் கூட்டமாய் உள்ள; பகைவரிடம்-பகைவரிடத்தில்; மெய்-உண்மையான; அன்புபாவித்து-அன்பினைப் பாராட்டி; அவரால்-அவர்களால்; சுகம் உறுதல்-சுகம் அடைதலாம்.

நல்லோர் பகைவரையும் நேசித்து அவர்களால் சுகம் பெறுவர்.

6. **காந்தனில் லாத கனங்குழலாள் பொற்பவமாம்**
சாந்தகுணம் இல்லார் தவம்அவமாம்-ஏந்திழையே
அன்னையில்லாப் பிள்ளை இருப்பது அவமாமே
துன்எயிறு இல்லார்ஊண் சுவை.

ஏந்து இழையே-தாங்கப்பெற்ற அணிகலன்களை உடையவளே! காந்தன் இல்லாத-கணவன் இல்லாத; கனம் குழலாள்-மேகம் போன்ற கூந்தலையுடைய; பொற்பு அவம் ஆம்-பெண்ணின் பேரழகு வீணாகும்; சாந்தகுணம்-பொறுமைக் குணம்; இல்லார்-இல்லாதவர்களின்; தவம் அவம் ஆம்-தவம் வீணாகும்; அன்னை இல்லாதாய் இல்லாத பிள்ளை; இருப்பது அவமாம்-உயிரோடு இருப்பது வீணாம்; துன்எயிறு-(நன்கு) பொருத்தப்பெற்ற பற்கள்; இல்லார் ஊண்-இல்லாதவர்களின் உணவுச் சுவை; அவம்-வீணே.

கைம்பெண்ணின் அழகும்; பொறுமையற்றார் தவமும்; தாயற்ற பிள்ளையின் வாழ்வும்; பல்லற்றார் உணவும் பாழாம்.

7. **வருத்தவளை வேயரசர் மாமுடியின் மேலாம்**
வருத்த வளையாத மூங்கில்-தரித்திரமாய்
வேழம்பர் கைப்புகுந்து மேதினியெல் லாம்திரிந்து
தாழுமவர் தம்மடிக்கீழ்த் தான்.

வருத்த-வருந்தி; வளை-வளைக்கின்ற; வேய்-மூங்கில்; அரசர் மாமுடியின்-அரசர்கள் அணியும் கிரீடத்தின் மேல் (பல்லக்கின் மேல்) மேல் ஆம்-மேலாய் வீற்றிருக்கும்; வருத்த-(அம்முறையில்) வருந்தி; வளைக்காத-வளைக்கப்பெறாத; மூங்கில்-மூங்கிலானது தரித்திரம் ஆய்-மிகக் கேவலமாய்; வேழம்பர்-கழைக்கூத்தாடிகள் கைப்புகுந்து-கையில் அகப்பட்டு; மேதினி எல்லாம்-பூமிஎங்கும்; திரிந்து-சுற்றி அலைந்து; அவர்-அவர்களின்; அடிகீழ்த்தாழும்-அக்கழைக்கூத்தாடிகளின் காலினால் மிதிபட்டுத் தாழ்வடையும்.

இளமையில் வருந்திக் கற்றால் மேன்மை யுறலாம்.

8. **நொய்தாந் திரணத்தின் நொய்தாகும் வெண்பஞ்சின்**
நொய்தான் இரப்போனும்நுவலங்கால்-நொய்யசிறு
பஞ்சுதனி நொய்யானைப் பற்றாதோ காற்றானுக
அஞ்சுமவன் கேட்பது அறிந்து.

நுவலுங்கால்-சொல்லுமிடத்து; இரப்போன்-பிச்சையெடுப் போன்; நொய்து ஆம் திரணத்தின்-அற்பமாகிய துரும்பைக் காட்டிலும்; நொய்து ஆகும்-அற்பமாகும்; வெண்பஞ்சின்-இலவம் பஞ்சைக் காட்டிலும்; நொய்தாம்-அற்பமானவனாவன் (ஆகையால்) காற்று-காற்றானது; பஞ்சுதனின் நொய்யானை-பஞ்சனைக் காட்டிலும் அற்பமான பிச்சைக்காரனை; பற்றாதோ-அடித்துச் செல்லாதோ? (ஏனென்றால்) அவன் கேட்பது-அவன் ஏதாவது கேட்பான் என்று; அறிந்து-தெரிந்து நெருங்க அச்சப்படும்.

ஒன்றும் இல்லாதவன் அனைவருக்கும் பொல்லாதவனா கின்றான்.

9. **ஒருபோது யோகியே ஒண்தளிர்க்கை மாதே**
இருபோது போகியே யென்ப-திரிபோது
ரோகியே நான்குபோது உண்பாள்உடல்விட்டுப்
போகியே என்று புகல்.

ஒண் தளிர்க்கை மாதே-அழகிய தளிர்போலும் கையை யுடைய பெண்ணே! ஒருபோது யோகி-ஒருவேளை உணவு உண்பவன் யோகியாவன்; இருபோது-இரண்டு வேளை உணவு உண்பவன் போகியே-நல்ல ஆண்மகன்; திரிபோது-மூன்று வேளை உணவு உண்பவன்; ரோகியே-நோயாளியே! நான்கு போது-நான்கு வேளை உணவு உண்பவன். உடல்விட்டு-உடலை விட்டு; உயிர்போகி ஏ-உடலிலிருந்து உயிர் சென்று விடும் என்று புகல்-என்று கூறு.

ஒருவேளை உண்பவன் யோகி; இருவேளை உண்பவன் போகி, மூன்றுவேளை உண்பவன் ரோகி; நான்கு வேளை உண்டால் உயிர் போகும்.

10. **கண்ணிரண்டே யாவர்க்கும் கற்றோர்க்கு மூன்றுவிழி**
எண்ணுவிழி யேழாகு ஈவோர்க்கு-நண்ணும்
அநந்தத் தவத்தால் அருண்ஞானம் பெற்றோர்க்கு
அநந்தம் விழியென்று அறி.

யாவர்க்கும் கண் இரண்டு-அனைவர்க்கும் கண்கள் இரண்டே ஆகும்; கற்றோர்க்கு-நன்கு படித்தவர்களுக்கு; விழி மூன்று-கண்கள் மூன்றாம்; ஈவோர்க்கு-கொடையாளர்களுக்கு; எண்ணும்விழி-கணக்கிடப்படும் விழிகள்; ஏழாகும்-ஏழாகும்; நண்ணும்-பொருந்திய; அனந்தம் தவத்தால்-பல தவத்தால்; அருள் ஞானம்-திருவருள் ஞானத்தை; பெற்றார்க்கு-பெற்றவர் களுக்கு; விழி-கண்கள்; அனந்தம்-பல-பல என்று அறி.

அனைவர்க்கும் கண்கள் இரண்டு; கற்றோர்க்கு மூன்று கண்கள்; கொடையாளர்க்கு ஏழு கண்கள்; அருள் பெற்றார்க்கு கண்கள் பல.

11. **உற்றபெருஞ் சுற்றம்உறநன் மனைவியுடன்**
பற்றிமிக வாழ்க பசுவின்வால்-பற்றி
நதிகடத்தல் அன்றியே நாயின்வால் பற்றில்
நதி கடத்தல் உண்டோ நவில்.

பசுவின்வால் பற்றி-பசுவின்வாலைப் பற்றிக் கொண்டு; நதி கடத்தல்-ஆற்றைக் கடத்தல்; அன்றி-அல்லாமல்; நாயின்வால்-நாயின் வாலைப்பற்றி; நதி கடத்தல் உண்டோ-ஆற்றைக் கடத்தல் முடியுமோ? (அதுபோல) நீ சொல். உற்றபெருமை-அன்பு பொருந்திய; சுற்றம் கூற-உறவின் முறையார் சூழ; நன் மனைவியுடன்-கற்புடைய மனைவியோடு; பற்றி-கூடி; மிகவாழ்க-புகழ் ஓங்க வாழ்ந்திடுக.

நாய் வாலைப் பற்றி ஆற்றைக் கடக்க முடியாது; ஆவின் வாலைப் பற்றி ஆற்றைக் கடக்கலாம். கற்புடைய மனைவியோடு கூடிவாழ்.

12. **ஆசைக்கு அடியானே அகிலத்தினுக்கும்**
ஆசற்ற நல்லடியான் ஆவானே-ஆசை
தனையடிமை கொண்டவனே தப்பாது உலகம்
தனையடிமை கொண்டவனே தான்.

ஆசைக்கு-ஆசைக்கு; அடியான் ஏ-அடிமை ஆளாகி; அகிலத்தினுக்கும் அனைத்து உலகங்களுக்கும்; ஆசுஅற்ற-குற்றம் இல்லாமல்; நல்லடியான் ஆவான்-நல்ல நன்மை கொண்ட அடியவன் ஆனால்; உலகம் தன்னை-உலகங்களைத் தப்பாமல்; தப்பாது-தவறாது; அடிமை கொண்டவன்-தனக்கு அடிமையாகக் கொண்டவன்.

ஆசையை அறுத்தவன் அகில உலகினை ஆள்வான்.

13. **ஆன் அந்தணர் மகளிர் அன்பாம் குழந்தைவதை**
மானம் தரும்பிசி வார்த்தைஇவை-மேனிரையே
கூறவரு பாவம் குறைமா தொன்றுக்கு
நூறு அதிகம் அன்றே நுவல்.

ஆன்-பசு; அந்தணர்-அந்தணர்; மகளிர்-பெண்டிர்; அன்பாம் குழந்தை-அன்பான குழந்தையையும்; வதை-கொல்வதையும்; மானம் தரும்-இகழ்வைத்தரும்; பிசிவார்த்தை-பொய் வார்த்தைப் பேசுதலும்; இவை-ஆகிய இவை; மேல்நிரையே-நல்ல வரிசையாய்ச் சொல்ல வரும் பாவத்தில்; குறையாது-குறையாமல்; ஒவ்வொன்றுக்கு-ஒவ்வொன்றுக்கும்;

நூறு அதிகம் என்றே-ஒன்றினுக்கு ஒன்று நூறு அதிகமாவது என்றே. நுவல்-சொல்.

பசு; அந்தணர்; பெண்; குழந்தை இவர்களைக் கொல்லல்; பொய் பேசுதல்; ஆகியன பெரும் பாவம். இப்பாவங்களுக்கு குறைவில்லை. இவை ஒன்றுக்கு ஒன்று நூறாகும்.

14. பெற்றமையும் என்னாப் பெரியோரும் பெற்றபொருள்
மற்றமையும் என்றே மகிழ்வேந்து-முற்றியநன்
மானமிலா இல்லாளும் ஆனமுறு வேசியரும்
ஈனம் உறுவார் இவர்.

பெற்று அமையும்-கிடைக்கப் பெற்றதைக் கொண்டு; என்னாத பெரியோரும்-மனம் நிறைவுறாத பெரியோர்களும்; பெற்ற பொருள்-கிடைக்கப் பெற்ற பொருள்; மற்று அமையும் என்றே-கிடைத்த பொருள் போதும் போதும் என்று மனநிறைவு கொள்ளும் மன்னனும்; முற்றிய-மிகுந்த; நல்மானம் இல்லாத-கற்புடன் மானம் இல்லாத; மனைவியும்-இல்லாளும்; மானம் உறு-மானத்தைப் பேணும்; வேசியரும்-பொது மகளிரும் ஆகிய இவர் ஈனம்; உறுவார்-இவர்கள் தாழ்வினையே அடைவார்கள்.

கிடைத்ததைக் கொண்டு மனம் மகிழாத பெரியோர்; கிடைத்தது போதும் என மனம் மகிழும் மன்னர்; கற்பற்ற குலமகளிர்; மானம் பேணும் பொதுமகளிர் ஆகியோர் தாழ்வினை அடைவார்கள்.

15. கற்றோர் களமறிவர் கற்றாதே கற்றறியா
மற்றோர் அறியார் வருத்தமுறப்-பெற்றறியா
வந்தி பரிவாய் மகவைப் பெறுந்து யரம்
நொந்துஅறிகு வாளோ நுவல்.

வருத்தம் உற-இடுப்பிலே வலி உண்டாக; பெற்று அறியாத-பிள்ளையைப் பெற்று அறிந்திராத; வந்தி-மலடி; பரிவு ஆய்-ஆசையோடு பிள்ளையை; மகவைப்பெறும்-பிள்ளைப்பெறும்; துயரம்-துன்ப துயரங்களை; நொந்து-வருந்தி; அறிகுவளோ-அறிவாளோ; நுவல்-நீ கூறு. (அதுபோல) கற்றோர் கனம்-கற்றறிந்த பெரியோர் பெருமையை; கற்றோரே அறிவர்-கற்றறிந்த

சான்றோரே அறிவர். (இல்லாமல்) சற்று அறியாத-கல்லாத மூடர்; மற்றோர் அறியார்-பிறர் அறிய மாட்டார்கள்.

பிள்ளைப் பெற்றாரே அதன் வலியை அறிவர் பெறாதவர் அறியார். கற்றோரைக் கற்றோரே அறிவர் கல்லாத மூடர் அறியார்.

16. **செய்யும் ஒருகருமம் தேர்ந்து புரிவதன்றிச்**
செய்யின் மனத்தாபம் சேருமே-செய்யவொரு
நற்குடியைக் காத்த நகுலனைமுன் கொன்றமறைப்
பொற்கொடியைச் சேர்துயரம் போல்.

செய்ய ஒரு நற்குடியை-விளக்கமான ஒரு சிறந்த நல்ல குடும்பத்தைக் காத்த-காப்பாற்றிய; நகுலனை-கீரியை; முன்கொன்ற-முன் யோசனையின்றிக் கொன்ற; பொன்மறை-ஓர் அழகிய அந்தணர்; கொடியைச் சேர் துயரம் போல்-பெண்ணின் துயரம் போன்று; செய்யும் ஒரு கருமம்-செய்கின்ற ஒரு வேலையானது; தேர்ந்து புரிவது அன்றி-ஆராய்ந்து செய்வது அல்லாமல்; செய்யின்-செய்தால்; மனத்தாபம் சேரும்-மனத்தே துயரம் சேரும்.

இதனை விளக்கும் கதை. பொற்கொடியைச் சேர்துயரம் போல்.

ஓர் அந்தணப் பெண் தனக்குக் குழந்தை இல்லாததை அறிந்து ஒரு கீரிப்பிள்ளையைத் தன் குழந்தையைப் போல் வளர்த்து வந்தாள். ஆண்டுகள் சில செல்ல அவள் கர்ப்பமுற்று ஓர் ஆண் குழந்தைக்குத் தாய் ஆனாள். அப்பொழுதும் கீரிப் பிள்ளையை நன்கு வளர்த்து வந்தாள்.

ஒருநாள் பெற்ற பிள்ளையைத் தொட்டிலில் படுக்க வைத்து நீர் கொண்டுவர வெளியே சென்றாள். கீரிப்பிள்ளை குழந்தைக்குக் காவலாக இருந்தது. அந்நிலையில் பாம்பு ஒன்று ஊர்ந்து தொட்டில் கம்பி வழியே இறங்குவதைக் கண்டு கீரி உடன் அதனைத் தன் கூரிய பற்களால் பற்றித் துண்டாக்கிக் குழந்தையைக் காப்பாற்றியது. தன் செயலைத் தன்னை வளர்க்கும் தாயிடம் காண்பிக்க வேண்டி வாயிலில் நிற்க; நீர்க்குடத்துடன்

வந்த பெண் கீரிப்பிள்ளையின் வாயில் குருதியைக் கண்டு அஞ்சி தான் பெற்ற மகவினை 'இது கொன்றது போலும்' என எண்ணி நீர்க்குடத்தை அதன்மேல் போட்டாள். கீரி இறக்கக் குழந் தையைக் காணச் சென்ற அவள் குழந்தை விளையாடுவதையும்; அதன் அருகே பாம்பு துண்டாகக் கிடப்பதையும் கண்டு அதிர்ச்சியுற்று தன் ஆராயாத செயலுக்கு வருந்தினாள்.

எண்ணித் துணிக கருமம்.

17. **நாவின் நுனியில் நலம்இருக்கில் பூமாதும்**
நாவினிய நல்லோரும் நண்ணுவர்-நாவின்நுனி
ஆங்கடினமாகில் அத்திருவும் சே ராண்முன்
ஆங்கே வருமரண மாம்.

நாவின் நுனியில்-நாக்கின் நுனியில்; நயம் இருக்கில்-நல்ல இனிய சொற்கள் இருந்தால்; பூமாதும்-தாமரையில் வீற்றிருக்கும் இலக்குமியும்; நா இனிய நல்லோரும்-இனிய சொல் பேசும் நல்லவர்களும்; நண்ணுவர்-வந்து சேர்வார்கள்; நாவின் நு-நாக்கின் நுனியானது; கடினம் ஆம் ஆகில்-வன்சொற்களைப் பேசும் நிலை கொண்டால்; அத்திருவும்-அந்த இலக்குமியும்; சேராள்-வந்து சேரமாட்டாள்; ஆங்கே முன்-அதற்கு முன்பே; மரணம் வரும் ஆம்-மரணமும் கிட்டும்.

வன்சொற்களைப் பேசாதே; இன்சொற்களைப் பேசு.

18. **ஈக்கு விடம்தலையில் எய்துஇருந் தேளுக்கு**
வாய்த்த விடங்கொடுக்கில் வாழுமே-நோக்கரிய
பைங்கண்அர வுக்குவிடம் பல்லளவே துர்ச்சனருக்கு
அங்கம் முழுவதும்விடமே யாம்.

ஈக்குத் தலையில்-ஈக்குத் தலையில்; விடம் எய்தும்-நஞ்சு இருக்கும்; தேளுக்கு-தேளுக்கு; வாய்த்த இடம்-நஞ்சு உள்ள இடம் கொடுக்கில்; வாழும்-இருக்கும்; நோக்கு அரிய-அரிய பார்வை கொண்ட; பைங்கண்-அழகிய கண்களை உடைய; அரவுக்கு-பாம்புக்கு; பல் அளவே விடம்-பல்லில்தான் நஞ்சு; (ஆனால்) துர்ச்சனனுக்கு-தீயோர்களுக்கு; அங்கம் முழுவதும்-உடல் முழுவதும்; விடம்-நஞ்சேயாகும்.

ஈக்குத் தலையில்; தேளுக்குக் கொடுக்கில்; பாம்பிற்குப் பல்லில் நஞ்சு. ஆனால் தீயோர்க்கு உடல் முழுவதும் நஞ்சே!

19. **துர்ச்சனரும் பாம்பும் துலையொக்கி னும்பாம்பு**
துர்ச்சனரை ஒக்குமோ தோகையே-துர்ச்சனர்தாம்
எந்த விதத்தாலும் இணங்காரே பாம்பு மணி
மந்திரத்தால் ஆமே வசம்.

தோகையே-மயில் போலும் சாயலை உடைய பெண்ணே!; துர்ச்சனரும்-தீயோரும்; பாம்பும்-பாம்பும்; துலை ஒக்கினும்-தீமை செய்வதில் ஒத்திருந்தாலும்; பாம்பு-பாம்பானது; துர்ச்சனரை-தீயவரை; ஒக்குமோ-ஒத்திருக்குமோ? (இராது; ஏனெனில்) துர்ச்சனர்-தீயோர்; எந்த விதத்தாலும்-எந்த நிலையிலும்; இணங்கார் ஏ-வசப்பட மாட்டார்கள்; பாம்பு-பாம்பானது; மந்திரத்தால் வசம் ஆம்-மந்திரங்களுக்குக் கட்டுப்படும்.

தீயவர் பாம்பினும் கொடியரே!

20. **கொம்புளதற்கு ஐந்து குதிரைக்குப் பத்து முழம்**
வெம்புகரிக்கு ஆயிரந்தான் வேண்டுமே-வம்புசெறி
தீங்கினர்தம் கண்ணிற் தெரியாத தூரத்து
நீங்குவதே நல்ல நெறி.

கொம்பு உளதற்கு-கொம்புள்ள மிருகங்களுக்கு; ஐந்து-ஐந்து முழத் தொலைவு; குதிரைக்கு-குதிரைக்கு; பத்துமுழம்-பத்து முழத் தொலைவு; வெம்புகரிக்கு-சினக்கும் தன்மை கொண்ட யானைக்கு; ஆயிரம் தான் வேண்டும்-ஆயிரம் முழத் தூரமும் விலக வேண்டும்; வம்புசெறி-அநியாயங்கொண்ட தீயோருக்கு; தீங்கினர்தம்-தீங்கு செய்வோர்; கண்ணில்-பார்வைக்கு; தெரியாத தூரத்து-அவர்களை அறியாத நீண்ட தூரத்தை; நீங்குவதே-தப்பிப்பதே நல்லநெறி-நல்ல வழியாம்.

தீயோரைக் கண்டால் தூர விலக வேண்டும்.

21. **அவ்விய நெஞ்சத்து அறிவில்லாத் துர்ச்சனரைச்**
செவ்விய ராக்கும் செயலுண்டோ-திவ்வியநற்
கந்தம் பலவும் கலந்தாலும் உள்ளிதன்துர்
கந்தம் கெடுமோ கரை.

திவ்விய நற்கந்தம் பலவும்-உயர்வான நல்ல பல மணங்கள் பலவும்; கலந்தாலும்-கலந்து சேர்த்தாலும்; உள்ளி தன் துர்கந்தம்-பூண்டானது தனது கெட்ட வாசனையினின்று நீங்குமோ? (நீங்காது) அது போல. அவ்விய நெஞ்சத்து-பொறாமை கொண்ட மனமானது; அறிவு இல்லாத-அறிவற்ற; துர்ச்சனரை-தீயோரை; செவ்வியர்-நல்லவர்; ஆக்கும்-உண்டாக்கும்; செயல்-செயல்; உண்டோ-நடைபெறுமோ; கரை-(நீ) சொல்.

தீயோர்க்கு எவ்வளவு கூறினாலும் அவர் திருந்தார் நல்லவராக மாட்டார்.

22. **துன்னும் இருமலும் துர்ச்சனரும் ஒக்குமே**
மன்னும் இனிமையான் மாறாகிப்-பன்னும்
கடுவும் கடுநேர் கடுமொழியும் கண்டாற்
கடுக வசமா கையால்.

மன்னும்-முறையே; இனிமையான்-இனிமையால்; மாறுஆகி-ஏறுமாறுஆகி; பன்னும்-தாழ்வாக; கடுவும்-கூறும்; கடுநேர் கடுமொழியும்-கசப்பான; நஞ்சிற்குச் சமமான கடுஞ்சொல்லையும் கண்டால்; கடுகவசம் ஆகையால்-விரைவில் வசப்படுமாகையால்; துன்னும் இருமலும்-(உடலில்) நிலைபெற்ற இருமலும்; துர்ச்சனரும் ஒக்கும்-இருமலும் தீயவரும் ஒப்பர்.

தீயவரை வன்சொல் கூறி வென்றிட வேண்டும்.

23. **செங்கமலப் போதலர்ந்த செவ்விபோ லும்வதனம்**
தங்குமொழிசந் போலும்-பங்குயெறி
கத்தரியைப் போலும்இளங் காரிகையே வஞ்சமனம்
குத்திரர்பால் மூன்று குணம்.

இளம் காரிகையே-இளம் பெண்ணே! வதனம்-முகம்; செங்கமலம்-செந்தாமரைப்பூ; அலர்ந்த செவ்வி போலும்-மலர்ந்திட்ட அழகு போன்றிருக்கும்; வஞ்சமனம்-வஞ்சகம் நிறைந்த மனம்; பங்குளறி-மயிரினை வெட்டும்; கத்தரியைப் போலும்-கத்தரிக்கோல் போல் கடுமையாய் இருக்கும். இவை-இவை; குத்திரர்பால்-வஞ்சக நெஞ்சம் உடையாரிடத்து; மூன்றுகுணம்-மூன்று குணங்களாம்.

வஞ்சகம் கொண்டார்க்கு மனம் கடுமையாக இருக்கும். ஆனால் முகமும் சொல்லும் இனிதாக இருக்கும்.

24. **நீசனோ நீசன் நினையுங்கால் சொற்றவாறு**
நீசனே நீசன் அவனையே-நீசப்
புலையனா என்றுரைக்கும் புல்லியனே மேலாம்
புலையனாம் என்றே புகல்.

நினையுங்கள்-யோசிக்குமிடத்தில்; சொல்தவறும்-சொன்ன வார்த்தையை; தவறும்-தப்பும்; புலையனே; புலையன்-அற்பனிலும் அற்பன்; நீசனே நீசன்-தாழ்வுற்றோனிலும் தாழ்வுற்றோம்; அவனே நீசன்-அத்தன்மை கொண்டோனே; புலையன் என்று உரைக்கும்-என்று இழிந்து கூறும்; புலையனே-கீழானவனே; மேல்ஆம்-சிறந்தோன்; என்றுபுகல்-என்று கூறு.

சொன்ன சொல் தவறுவோன் கீழானவனிலும் கீழானவன்.

25. **ஞானம்ஆசாரம் நயவாரிடைப் புகழும்**
ஏனைநால்வேதம் இருக்கும்நெறி-தான்மொழியிற்
பாவநிறை சண்டாளர் பாண்டத்துக் கங்கைநீர்
மேவும்நெறி என்றே விடு.

மொழியின்-எடுத்துச் சொன்னால்; ஞானம்-உயர் அறிவும்; ஆசாரம்-ஒழுக்கத்தையும்; நயவாரிடை-விரும்பாதவரிடத்து; புகழும்-புகழ்ந்து பேசப்பெறும்; ஏனைய-மற்றைய; நால் வேதமும்-நான்கு வேதங்களும் (ருக்கு; யஜூர்; சாமம்; அதர்வணம்); இருக்கும்நெறி-அமைந்திடும் வழி; பாவம் நிறை-பாவம் நிறைந்த சண்டாளர் பாண்டத்து-சண்டாளர்களின் கலன்களில்; கங்கைநீர்-புனிதமான கங்கைநீர்; மேவும்நெறி-பொருந்தி இருத்தலை ஒத்தது.

பிறப்பும் ஒழுக்கமும் குன்றிட அனைத்தும் குன்றும்.

26. **குணநன்கு உணராக் கொடியோர் இடத்தில்**
குணநன்கு உடையார் குறுகார்-குணமுடைமை
நண்ணாச் சமண நகரத்தில் தூசொலிக்கும்
வண்ணானுக்கு உண்டோ வழக்கு.

குணம் உடைமை-உடுத்திடும் குணத்தைப் பொருந்தாத; சமணர் நகரத்தில்-சமணர் வாழ்ந்திடும் ஊரில்; தூசு ஒலிக்கும்-ஆடையை வெளுத்திடும்; வண்ணானுக்கு-சலவைத் தொழிலாளிக்கு; வேலை உண்டோ-வேலை இருக்குமோ (இருக்காது) அதுபோல. குணம் நன்கு உணராத-குணத்தின் சிறப்பை அறியாத; கொடியோர் இடத்தில்-தீயவரிடத்தில்; குணம் நன்கு-குணத்தின் சிறப்பை; உடையார்-பெற்றவர்; குறுகார்-சேரமாட்டார்.

(சமணர் துணியைத் துவைத்துக் கட்டார்)

தீயோர்மாட்டு நல்லார் என்றும் சேரமாட்டார்.

27. **ஆனை மருப்பும் அருங்கவரி மான்மயிரும்**
கான வரிஉகிரும் கற்றோரும்-மானே
பிறந்தஇடத்து அன்றிப் பிறிதொருதே சத்தே
செறிந்தஇடத்து அன்றோ சிறப்பு

மானே-பெண்ணே! ஆனை மருப்பும்-யானையின் தந்தமும்; அரும்கவரி-அருமையான கவரிமான்; மயிரும்-மயிரும்; வரிஉகிரும்-வரிகளைக் கொண்ட காட்டுப்புலியின் நகமும்; கற்றோரும்-நன்கு படித்தோரும்; பிறந்த இடத்து அன்றி-தான் தோன்றிய இடத்து அல்லாமல்; பிறிது ஒரு தேசத்து-மற்றொரு தேசத்தில்; செறிந்த இடத்து-சேர்ந்த இடத்தில்; அன்றோ-அல்லவா; சிறப்பு-சிறப்பாம்.

கற்றோர்க்குச் சென்ற இடமெல்லாம் சிறப்பாம்.

28. **தலைமயிரும் கூருகிரும் வெண்பல்லும் தத்தம்**
நிலையுடைய மானவரும் நிற்கும்-நிலைதவறாத்
தானத்தில் பூச்சியமே சாரும் நிலைதவறும்
தானத்தில் பூச்சியமோ தான்.

தலைமயிரும்-தலையிலுள்ள மயிரும்; கூர்உகிரும்-கூர்மையான நகமும்; வெண்பல்லும்-வெண்மையான பல்லும்; தம்தம் நிலை-தம்தம் நிலையில்; உடையமானவரும்-பொருந்தியுள்ள மக்களும்; நிற்கும் நிலை-தாம் நின்றிடும் நிலையில்; தவறாத-மாறாத; தானத்தில்-இடத்தில்; பூச்சியமே-

சிறப்புடையனவே. சாரும்-பொருந்திய; நிலைதவறும்-நிற்கும் நிலையில் மாறினால்; தானத்தில் பூச்சியமோ-புகுமிடத்தில் சிறப்பு அடையுமோ?

அவரவர் நிலைகளினின்று மாறினால் சிறப்பு இல்லை; அவமானமே கிட்டும்.

29. **வென்றி வரிஉகிரும் வெண்கவரி மாண்மயிரும்**
துன்று மதயானைச் சுடர்மருப்பும்-நிறைநிலை
வேறுபடி னும்சிறப்பா மெய்ஞ்ஞானி நின்றநிலை
வேறுபடி னும்சிறப் பாமே.

வென்றி-வெற்றிமிகும்; வரிஉகிரும்-வரிகள் கொண்ட புலியின் நகமும்; வெண்கவரிமான் மயிரும்-வெண்மையாகிய கவரிமான் மயிரும்; துன்னும் மதயானை-மதங்கொண்ட யானையின் சுடர் மருப்பும்-ஒளி பொருந்திய தந்தமும்; நின்றநிலை-தத்தம் நிலையில் வேறுபட்டாலும்; சிறப்புஆம்-சிறப்புக் கொண்டதாகும். அவைபோல. மெய்ஞ்ஞானி-உண்மையான ஞானி; நின்நிலை-நின்றிடும் நிலையில்; வேறுபடினும்-வேறுபட்டாலும்; சிறப்பாமே-சிறப்புடையதாகும்.

மெய்ஞ்ஞானி நின்றநிலையில் மாறினும் சிறப்புறுவான்.

30. **அன்னை தயையும் அடியாள் பணியும்மலர்ப்**
பொன்னி அழகும் புவிப்பொறையும்-வன்னமுலை
வேசி துயிலும் விறன்மந் திரிமதியும்
பேசில் இவைஉடையாள் பெண்.

பேசில்-சொல்லப் புகுந்தால்; அன்னைதயையும்-தாயின் அன்பும்; அடியாள் பணியும்-வேலை செய்பவனின் பணிவும்; மலர்ப் பொன்னின் அழகும்-செந்தாமரையில் வாழ்ந்திடும் திருமகளின் அழகும்; புவிப்பொறையும்-நிலமகளின் பொறுமையும்; வன்னமுலை-அழகுமிக்க முலை கொண்ட; வேசிதுயிலும்-பரத்தையின் படுக்கை இன்பமும்; விறல்மந்திரி-ஆற்றல் கொண்ட மந்திரியின்; மதியும்-அறிவும்; இவை உடையாள்-ஆகிய இவைகளைப் பெற்றிருப்பவளே; பெண்-இல்லில் வாழும் பெண் ஆவாள்.

அன்பில் அன்னையாய்; பணிவிடையில் பணியாளாய்; அழகில் திருமகளாய்; பொறையில் நிலமகளாய்; இன்பம் தருவதில் வேசியாய்; அறிவில் அமைச்சராய் அமைபவளே பெண்ணாவாள்.

31. பெண்ணொருத்தி பேசில் பெரும்பூமி தான்அதிரும்
பெண்ணிருவர் பேசில்விழும் வான்மீன்கள்-பெண்மூவர்
பேசில் அலைசுவலும் பேதையே பெண்மலர்தாம்
பேசிலுல என்ஆமோ பின்.

பேதையே-பெண்ணே! பெண் ஒருத்தி பேசில்-ஒரு பெண் பேசினால்; பெரும் பூமி அதிரும்-பெரிய பூமியே அதிரும்; பெண் இருவர் பேசினால்-இரு பெண்கள் பேசினால்; வான் மீன்கள் விழும்-விண்ணிலுள்ள நட்சத்திரங்கள் விழும்; பெண் மூவர் பேசினால்-மூன்று பெண்கள் பேசினால்; அவை சுவலும்-சமுத்திரத்திலுள்ள அலைகள் வற்றிவிடும்; பெண்பயம் பேசினால்-பல பெண்கள் பேசினால்; பின் உலகு-உலகம் பின்பு; என் ஆகுமோ-உலகம் என்ன ஆகுமோ?

ஒரு பெண் பேச பூமி அதிரும்; இரு பெண்கள் பேச நட்சத்திரங்கள் விழும்; மூன்று பெண்கள் பேச சமுத்திரம் வற்றும்; பல பெண்கள் பேசினால் உலகம் என்ன ஆகுமோ?

32. என்னே கிரேதா சிரேணுகையே கூற்றுவனாம்
தன்னேர் திரேதத்தில் சானகியே-பின்யுகத்தில்
கூடும் திரௌபதியே கூற்றாம் கலியுகத்தில்
வீடுதொறும் கூற்றுவனா மே.

கிரேதத்து-கிரேதாயுகமாகிய; முதல் யுகத்தில் இரேணு கையே-இரேணுகையே கூற்றுவன் ஆம்-காலனாம்; தன்நேர்-தனக்குத்தானே சமமாகிய; திரேதாயுகத்தில்-திரேதாயுகமாகிய இரண்டாம் யுகத்தில்; சீதையே யமனாம்-சீதையே காலனாம்; பின்யுகத்தில்-அதன் பின்னான; துவாபராயுகத்தில்-துவாபர யுகமாகிய மூன்றாம் யுகத்தில்; திரௌபதியே யமனாம்-திரௌபதியே காலனாம்; கலியுகத்தில்-நான்காம் யுகமான கலியுகத்தில்; வீடுதோறும்-வீட்டிலுள்ள பெண்கள் அனைவரும்; கூற்றுவன் ஆமே-காலன் ஆவார். என்னே-ஈது என்ன அதிசயம்.

முதல் யுகமான திரேதாயுகத்தில் இரேணுகா காலன்

இரண்டாம் யுகமான திரேதாயுகத்தில் சீதை காலன்

மூன்றாம் யுகமான துவாபராயுகத்தில் திரௌபதி காலன்

நான்காம் யுகமான கலியுகத்தில் வீட்டிலுள்ள பெண்கள் காலன்.

33. **கற்பூரம் போலக் கடலுப்பு இருந்தாலும்**
கற்பூரம் ஆமோ கடலுப்பு-பொற்பூரும்
புண்ணியரைப் போல இருந்தாலும் புல்லியர்தாம்
புண்ணியர் ஆவாரோ புகல்.

கடல் உப்பு-கடலில் விளையும் உப்பு; கற்பூரம் போல-கற்பூரம் போல; காட்சி தந்தாலும்-காட்சி அளித்தாலும்; அது-அவ்வுப்பு; கற்பூரம் ஆமோ-கற்பூரம் ஆக முடியுமா? (முடியாது; அதுபோல) பொற்பு ஊரும்-குணஅழகு; புண்ணியரை-புனிதரை; போல-போன்று; இருந்தாலும்-காணப்படினும்; புல்லியர்-தீயோர்; புண்ணியர் ஆவரோ-நல்லவர் ஆவரோ?

தோற்றத்தால் மயங்காதே! உண்மையை ஆய்ந்து பார்.

34. **சீலமில்லா னேதேனும் செப்பிடினும் தான்அந்தக்**
காலம்இடம் அறிந்து கட்டுரைத்தே-ஏலவே
செப்பும் அவனுந்தானே சிந்தை நோா காதகன்று
தப்பும்அவன் உத்தமனே தான்.

சீலன் இல்லான்-ஒழுக்கம் இல்லாதவன்; ஏதேனும் செப்பிடினும்-நல்லதன்றி தீயதையே கூறினாலும்; தான்-ஒழுக்கமிலானாகிய அவன்; அந்தக்காலம்-அந்தக்காலத்தை; இடம் அறிந்து-இடத்தையும் தெளிந்து; கட்டுரைத்து-உறுதி மொழிகள் கூறி; ஏல-அவனுக்குத்தக்கபடி; செப்புபவனும்-பேசுபவனும்; தான்சிந்தை-தன் மனம் வருந்தாது; நோகாது அகன்று-அப்பாற் சென்று; தப்புபவன்தான் உத்தமன்-தப்பிச்செல்பவனே உத்தமனாவான்.

ஒழுக்கமற்றவன் ஏதேனும் கூறின் அகன்று செல்லுதலே உயர்வாம்.

35. சிற்றுணர்வோர் என்றும் சிலுசிலுப்பர் ஆன்றமைந்த
முற்றுணர்வோர் ஒன்றும் மொழியாரே-வெற்றி பெறும்
வெண்கலத்தின் ஓசை மிகுமே விரிபசும்பொன்
ஒண்கலத்தின் உண்டோ ஒலி.

வெற்றிபெறும்-வெற்றியைக் கொள்ளும்; வெண்கலத்தின் ஓசை-வெண்கலத்தின் ஒலி; மிகும்-அதிகமாகும்; விரிபசும் பொன்-மாற்று உயர்ந்த பசும் பொன்னால்; ஒண்கலத்தின்-அழகான பாத்திரத்தின்; ஒலி உண்டோ-ஒலி ஏற்படுமோ? இல்லை. (அதுபோல) சிறு உணர்வோர்-அற்ப அறிவுடையோர்; என்றும்-எப்பொழுதும்; சிலுசிலுப்பர்-அளவுகடந்து பேசுவர்; ஆன்று அமைந்த-(கல்வி கேள்விகளில்) நிறைவாக உள்ளோர்; முற்று உணர்வோர்-முழுவதும் உணர்ந்த சான்றோர்; ஒன்றும்-ஒன்றினைக்கூட; மொழியார்-பேசார்.

முற்றும் முழுதுணர்ந்தோர் அளவோடு பேசுவர்; சிற்றறிவாளர் சிலுசிலுப்பர்.

36. உள்ளபொழு தேஉவந்து அளிப்பது அல்லால்ஓர்
எள்ளளவு ஈயஇசையுமோ-தெள்ளுதமிழ்ச்
சீரளித்தோன் உண்ட நாள்மேகத்துக்கு அருந்த
நீரளித்த தோமுந்நீர் இன்று.

தெள்ளு தமிழ்-தெளிந்த தமிழுக்கு; சீர் அளித்தோன்-சிறப்புத்தந்த அகத்திய முனிவர்; உண்டநாள்-(கடல்நீரை) உண்ட காலத்தில்; சேர்முகத்துக்கு-(தன்னைச்) சார்ந்த மேகத்திற்கு; அருந்த-குடிக்கும்படி; முந்நீர்-கடலானது; நின்றுநீர் அளித்ததோ-வற்றாமல் நீரைக் கொடுத்து உதவியதோ? இல்லை (அதுபோல) உள்ள பொழுது-தம் கையில் பொருள் உள்ள பொழுதே; உவந்து அளிப்பது-மகிழ்ச்சியுடன் கொடுப்பது; அல்லால்-அல்லாமல் (இல்லாதபோது); ஓர் எள் அளவும்-சிறிய எள் அளவு கூட; ஈய-கொடுக்க; இசையுமோ-முடியுமோ?

கையில் பொருள் இருக்கும் பொழுதே ஈயவேண்டும்; இல்லாத போது தர இயலாது.

37. பேதயரைக் கண்டால் பெரியோர் வழிவிலகி
நீதியொடு போதல் நெறியன்றோ-காதமத
மாகரத்த யானை வழிவிலகல் புன்மலத்தின்
சூகரத்துக்கு அஞ்சியோ சொல்.

காத மதமா-சினந்திடும் இயல்பையும் மதம் பொழியும்; சுரத்த யானை-நிலையையும் கண்ட நீண்ட துதிக்கையையுடைய யானை; வழிவிலகல்-தன் வழியை விட்டு அகன்று போகுதல்; சூகரத்திற்கு-இழிவான மலத்தைத் தின்றிடும் பன்றிக்கு; அஞ்சியோ-பயந்தோ! சொல்-நீ கூறுவாயாக. (அதுபோல) பெரியோர்-சான்றோர்; பேதையரைக் கண்டால்-அற்பமான மூடர்களைக் கண்டால்; வழிவிலகி-தங்கள் வழியைவிடுத்து; நீதியோடு போதல்-மாறிச் செல்லுதல்; நெறி அன்றோ-முறை அல்லவா!

சான்றோர் மூடரைக் காணின் விலகிச் செல்லல் சிறப்பாம்.

38. மந்திரமும் தேவும் மருந்தும் குருவருளும்
தந்திரமும் ஞானத் தருமுறையும்-யந்திரமும்
மெய்யென்னில் மெய்யாய் விளங்குமே மேதினியில்
பொய்யென்னில் பொய்யாகிப் போம்

மேதினியில்-இப்பூவுலகில்; மந்திரமும்-மந்திரங்களும்; தேவும்-கடவுளும்; மருந்தும்-பிணி தீர்க்கும் மருந்துகளும்; குருஅருளும்-ஆசிரியருடைய ஆசியும்; தந்திரமும்-சாத்திர நூல்களும்; ஞானகுரு உபதேசமும்-ஞானாசிரியரின் வாழ்த்தும்; தருமுறையும்-சாத்திர முறைகளும்; யந்திரங்களும்-மந்திரம் கூறித்தருவோர் சக்கரத்தாபனங்கள் ஆகிய யாவும்; மெய் என்னில்-உண்மை என்று கூறுதியாய் நம்பி எண்ணினால்; மெய் ஆய்விளங்கும்-உண்மையாகவே விளங்கும்; (உண்மையென எண்ணாமல் ஐயத்தோடு) பொய்என்னில்-பொய் என்றால்; பொய் ஆகிப்போம்-பொய்யே ஆகிவிடும்.

நம்பினால் நான்மறை உதவும்; இல்லையேல் மறைஅல்ல நூல்.

39. ஈசன்எதிர் நின்றாலும் ஈசன்அருள் பெற்றுயர்ந்த
நேசர்எதிர் நிற்பதுஅரிதாமே-தேசுவளர்
செங்கதிர்முன் நின்றாலும் செங்கதிர் வன்கிரணம்
தங்குமணல் நிற்கஅரிதே தான்.

தேசு வளர் செம்மை-ஒளிமிகும் செங்கதிர்களையுடைய; கதிர்முன் நின்றாலும்-வெய்யில் (ஒளிதரும் சூரியனின் முன்) நின்றாலும்; செம் கதிரவன்-அந்த செம்மையான கதிர்கள் கொண்ட சூரியனின்; கிரணம் தங்கும்-வெப்பக்கதிர்கள் தாங்கிய; மணல்-மணலில்; நிற்றல்-நிற்பது; அரிது-மிகக்கடினம். (அதுபோல) ஈசன் எதிர்நின்றாலும்-சிவபிரான் எதிரே நின்றாலும்; ஈசன் அருள்பெற்று-சிவபிரானின் அருளைப்பெற்று; உயர்ந்தோர்-உயர்ந்தோராகிய அடியார்களின்; முன் நிற்பது-முன்னே நிற்பது; அரிது-இயலாத காரியம்.

சிவனைப் பகைக்கினும் அவன் அடியார்பகை கூடாது.

40. முற்றும் இறைசெயலே முற்றிடினும் தன்னருளைப்
பெற்றவர்தம் பாவே பெரிதாகும்-பற்றுபெருந்
தாபத் திடத்தே தழன்றிடினும் நற்சோதி
தீபத்து இடத்தே சிறப்பு.

நல்சோதி-நல்ல ஒளியானது; பற்றுபெரும்-எரிகின்ற பெரும்; தாபத்திடத்தே-காட்டுத்தீயில்; சுழன்றிடினும்-சுழன்று வீசினும்; தீபத்து-சிறிய விளக்கின்; இடத்தே-இடத்தில்தான்; சிறப்பு-சிறப்பு உண்டாம். (அதுபோல) முற்றும்-முழுவதும்; இறை செயலே-சிவன் செயலே; முற்றிடினும்-நிறைந்திருந்தாலும்; தன் அருளை-அவன் அருளை; பெற்றவர்-பெற்றவரிடத்தில்; பெரிது ஆகும்-அது அதிகமாகத் தோன்றும்.

அரனின் அருளினும் அடியார் அருளே அதிகம் பயன்தரும்.

41. கன்னியரைப் பொன்னாண் கழிந்தோரை மற்றயலார்
பன்னியரை மாயப் பரத்தையரை-முன்னரிய
தாதியரை நல்லோர் தழுவநினை யார்நரகத்
தீதுவரும் என்றே தெரிந்து.

கல்லோர்-அறிவுடையோர்; நரகத்தீது வரும் என்று தெரிந்து-நரகத்துயர் வரும் என்று தெரிந்து கொண்டே; கன்னியரை-மணமாகாத கன்னிப் பெண்களை; பொன் நாண்கழிந்தோரை-பொன்னால் செய்யப்பட்ட மாங்கல்யத்தை இழந்த கைம்பெண்ணை; அயலார்-பிறர்; மன்னியரை-மனைவியரை; மாயப் பரத்தையரை-வஞ்சகப் பொது மகளிரை முன் அரிய-விரும்பத்தகாத; தாதியரை-பணிப்பெண்களை; தழுவ நினையார்-சேர நினையார்.

நல்லோர் மனைவியைத் தவிர பிற பெண்களை விரும்பார்.

42. **தன்னன அளித்தான் தமையன் மனைகுருவின்**
பன்னி அரசன் பயில்தேவி-தன்மனையைப்
பெற்றான் இவர்ஐவர் பேசில் எவர்க்கும்
நற்றாய் என்றே நவில்.

பேசில்-சொன்னால்; தன்னை அளித்தாள்-தன்னை ஈன்று எடுத்தவளும்; தமையன்-அண்ணன்; மனைவியும்-அண்ணியும்; குருவின் பள்ளி-ஆசான் மனைவி; அரசன்-அரசனின் மனைவி; பயில்தேவி-தன் மனைவியைப் பெற்ற மாமியும் ஆகிய; இவர்-இந்த; ஐவர்-ஐவரும்; எவர்க்கும்-இத்தொடர்புடையார்க்கும்; நல்தாயர்-நற்றாயை ஒப்பர்; என்றே நவில்-என்றே கூறு.

தன்னை ஈன்ற தாய்; அண்ணி; ஆசான் மனைவி; அரசன் மனைவி; மாமியார் ஆகிய இவ்வைவரும் நற்றாயே ஆவர்.

43. **வாவியுறை நீரும் வடநிழலும் பாவகமும்**
ஏவனைய கண்ணார் இளமுலையும்-ஓவியமே
மென்சீத காலத்து வெம்மைதரும் வெம்மைதனில்
இன்பாகும் சீதளமா மே.

ஓவியமே-சித்திரப் பாவையைப் போன்றவளே! வாவி உறைநீரும்-நீர்நிலையிலுள்ள தண்ணீரும்; வடநிழலும்-ஆலமரநிழலும்; பாவுஅகமும்-பாவுகள் போட்ட வீடும்; ஏ அணையகண்ணார்-அம்புபோலும் கண்களையுடைய மகளிரின்; இளமுலையும்-இளமையான முலைகளும்; மென்சீதக் காலத்து-மிகுந்த குளிர்ச்சியான காலத்து; வெம்மை தரும்-வெப்பத்தைத்

தரும்; வெம்மைதன்னில்-வேனிற் காலத்து; இன்பு ஆகும் சீதளம் ஆம்-இன்பமாம் குளிர்ச்சியைத் தரும்.

நீர்நிலை நீர்; ஆலமரநிழல் பாவிகள் பரப்பிய வீடு; பெண்களின் கொங்கை ஆகியவை குளிர் காலத்தில் வெப்பத்தையும்; கோடையில் குளிர்ச்சியையும் தரும்.

44. உற்ற தொழில் செய்வோர்க்கு உறுபஞ்சம் இல்லையாம்
பற்றுசெபத் தோர்க்குஇல்லை பாவங்கள்-முற்றும்
மவுனத்தோர்க்கு இல்லை வருகலகம் துஞ்சாப்
பவனத்தோர்க்கு இல்லை பயம்.

உற்ற-தமக்குத் தெரிந்த; தொழில் செய்வோர்க்கு-தொழில் செய்பவர்களுக்கு; உறுபஞ்சம்-நேரிடும் பஞ்சம்; இல்லைஆம்-இல்லையாகும்; பற்று செபித்தோர்க்கு-மனதில் பொருந்திய ஜபத்தை செய்வோர்க்கு; பாவங்கள் இல்லை-பாவங்கள் கிடையாது; முற்றும் மவுனத்தோர்க்கு-முழுமையாய் மவுனவிரதம் பூண்டவர்களுக்கு; வருகலகம் இல்லை-நேரிடும் கலகம் இல்லை; துஞ்சாத-கண்ணுறங்காத; பவனத்தோர்க்கு-விண்ணுலகவாசி களுக்கு; பயம்இல்லை-அச்சம் இல்லை.

உழைப்பவனுக்கு உணவுப்பஞ்சமும்; ஜபம் செய்பவனுக்குப் பாவமும் மவுனிக்கு கலகமும்; தேவர்களுக்கு அச்சமும் இல்லை.

45. ஆபத்து வந்தால் அரும்பொருள்தான் வேண்டுமே
ஆபத்தேன் பூமாது அருகிருந்தால்-ஆபத்து
வந்தால் அவளும் மருவாமல் எப்பொருளும்
அந்தோ உடன்போம் அறி.

ஆபத்து வந்தால்-ஒருவனுக்கு ஓர் ஆபத்து வருமாயின்; அரும்பொருள் வேண்டும்-அதனைப் போக்க அரிய செல்வம் வேண்டும்; பூமாது-திருமகள்; அருகுஇருந்தால்-பக்கத்தே இருந்தால்; ஆபத்து ஏன்-அவனுக்குத் துன்பம் வருமோ? வராது. ஆபத்து வந்தால்-ஆபத்து வந்தால்; அவளும் மருவாமல்-அத்திருமகளும் சேராமல்; அந்தோ-ஐயோ! எப்பொருளும்-அனைத்துப் பொருள்களும்; உடன்போகும்-அதனோடு செல்லும்; அறி-அறிவாயாக.

ஒருவனுக்குக் கெட்ட காலம் வரின் திருமகள் அவனை விட்டு நீங்குவாள்; அது மட்டுமல்ல. அத்துடன் அவனிடம் இருக்கும் அனைத்துச் செல்வமும் நீங்கும்.

46. இன்ன அறம்பொருளை ஈட்டுதலும் துன்பமே
பின்அதனைப் பேணுதலும் துன்பமே-அன்ன
அழித்தலும் துன்பமே அந்தோ பிறர்பால்
இழத்தலும் துன்பமே யாம்.

இன்னல் தரும் பொருளை-துன்பம் விளைவிக்கும் பொருளை ஈட்டுதலும் துன்பமே-தேடுவதும் துன்பமே. பின் அதனை-தேடிய அச்செல்வத்தை; பேணுதலும்-காப்பாற்றுதலும்; துன்பமே-துன்பந்தான்; அன்னது-காப்பாற்றிய அச்செல்வத்தை; அழித்தலும்-நல்லமுறையில் செலவழித்தலும்; துன்பமே-துன்பமே! அந்தோ-ஐயோ! பிறர்பால்-அதனை மற்றவரிடத்து; இழத்தலும்-கொடுத்து இழப்பதும்; துன்பமே-மரத்துன்பமே!

பொருளைத் தேடுவதும்; அழிப்பதும்; காத்தலும்; பிறரிடம் கொடுத்து இழத்தலும் துன்பமே!

47. தானே புரிவினையால் சாரும் இருபயனும்
தானே அனுபவித்தல் தப்பாது-தான்நூறு
கோடிகற்பம் சென்றாலும் கோதையே செய்தவினை
நாடிநிற்கும் என்றார் நயந்து.

கோதையே-பெண்ணே! தான் புரிவினையால் ஏ-ஒருவன் செய்திட்ட நல்வினை; தீவினைகளாலே; இருபயனும்-இரண்டு பயன்களும்; சாரும்-உண்டாகும்; தானே அனுபவித்தல்-செய்தவன் தானே அனுபவித்தல்; தப்பாது-விடாது; நூறு கோடி கற்பங்கள் சென்றாலும்-நூறு கற்ப காலங்கள் சென்றாலும்; செய்தவினை-அவன் செய்த வினை; நாடி-தேடி; நிற்கும்-அவனை எதிர்பார்த்து நின்றிடும்; நயந்து-விரும்பி; என்றார்-என்று கூறினார்.

எத்துணை காலம் செல்லினும் அவன் செய்தவினை அவனை விட்டு நீங்காது. அவன் அனுபவித்தே தீரவேண்டும்.

48. **தூய அறிவினார்முன் சூழ்துன்பம் இல்லையாம்**
காயும் விடம்கருடற்கு இல்லையாம்-ஆயுங்கால்
பன்முகம்சேர் தீமுன் பயில்சீதம் இல்லையாம்
துன்முகனுக்கு உண்டோ சுகம்.

ஆயுங்கால்-ஆராய்ந்து பார்க்குமிடத்து; காயும்விடம்-கொல்லக் கூடிய நஞ்சு; கருடற்கு இல்லையாம்-கருடன் என்னும் பறவைக்குக் கிடையாது. (அதுபோல) தூய அறிவினார் முன்-நல்ல ஞானிகளுக்கு எதிரில்; சூழ்துன்பம் இல்லையாம்-சூழ்ந்து வருகின்ற துன்பங்கள் கிடையாது; பன்முகம்-பல்வேறு முகங்களை உடைய (ஏழு நாக்குகளையுடைய) சேர்தீமுன்-சேர்ந்துள்ள தீயின் முன்; பயிர்சீதம்-பொருந்திய குளிர்ச்சி இல்லை; துன்முகனுக்கு-துஷ்டனுக்கு; சுகம் உண்டோ-சுகம் கிடையாது.

ஞானிகளுக்குத் துன்பமும்; தீயவர்களுக்கு இன்பமும் என்றும் இல்லை.

49. **தென்புலத்தார் தெய்வம் விருந்துஒக்கல் இன்றுஇவரோடு**
இன்புறத்தான் உண்டல் இனிதாமே-அன்புறவே
தக்கவரை இன்றித் தனித்துண்டான் கவர்மின்
கொக்கு அருந்தல் என்றே குறி.

தென்புலத்தார்-இறந்துபோன பிதுரர்கள்; தெய்வம்-கடவுள்; விருந்து-விருந்தினர்கள்; ஒக்கல்-உறவினர்; என்று இவரோடு-என்ற இவர்களோடு சேர்ந்து-தான்இன்புற-தான் மகிழ; உண்டல்-உணவு அருந்துதல்; இனிதாமே-நல்லதாமே. அன்புஉற-அன்பு பொருந்த; தக்கவரை-தக்காருடன்; இல்லாமல்-ஒருவரும் இல்லாமல்; தானே ஒன்றிப் புசித்தல்-தன்னந்தனியனாய் இருந்து உணவுஉண்டல்; கொக்கு-கொக்கானது; கவர்மீன்-தான்கவர்ந்த மீனை; அருந்துதல்-உண்ணதலுக்கு என்று குறி-உண்ணுவதற்குச் சமம்.

பகிர்ந்துண்டு பல்லுயிர் ஓம்பி உண். தனித்து உண்டல் கொக்குதான் பிடித்த மீனைத் தின்பதற்குச் சமம்.

50. இந்துஇரவி கீள்கிரணம் எங்கு நிறைந்தாலும்
இந்துஇரவி காந்தது இலகுமே-இந்துஇரவி
நேத்திரத்தோன் எங்கு நிறைந்தாலும் நித்தனருள்
நேத்திரத்தோர் பாலே நிறைவு.

இந்து இரவி நீள் கிரணம்-சந்திர சூரிய நீண்ட கிரணங்கள்; எங்கு நிறைந்தாலும்-உலகில் எங்கு நிறைந்திருந்தாலும் இந்து இரவி காந்தத்து இடுபடும்-சந்திரகாந்த கல்லிலும்; சூரியக்காந்தக் கல்லிலும் விளங்கிடும் தன்மைபோல; இந்து இரவி நேத்திரத்தோன்-சந்திர சூரியர்களைக் கண்களாக உடையவராகிய சிவபிரான் எங்கும் நிறைந்தாலும்-எங்கும் நிறைந்திருந்தாலும்; (அந்) நித்தன் நிறைவு-அநிந்த்தியருடைய விளக்கம்; அருள் நேத்திரத்தோர் பாலே-அருட்கண்களை உடைய உத்தம ஞானிகளிடத்திலேயே ஆம்.

சிவபிரான் நீக்கமற எங்கும் நிறைந்திருந்தாலும் அவரின் பேரருள் அவரின் அடியார்களாகிய ஞானிகள் மூலமாய் வெளிப்படும்.

51. தாமோ தரன்முதலோர் சாதனூல் சாற்றுவதும்
பூமேலோர்பொன்று வதும் கண்டோமே-நாமுடலை
நேசிப்பது என்னோ நிலையாகும் சங்கரனைப்
பூசிப்பது என்றே புகல்.

தாமோதரன் முதலோர்-திருமால் தொடங்கி தேவர்கள்; சாதல்-அழிவதை; நூல்சாற்றுவதும்-சாத்திரங்கள் சொல்வதும்; ஆமேலோர் பொன்றுவதும்-மண்ணுலகில் உள்ளோர் மரிப்பதும் கண்டோம் ஏ-கண்டும் கேட்டும் அறிந்தோம் அல்லவா; (அப்படி அறிந்தும்) நாம் உடலை நேசிப்பது என்னே-நாம் உடலை விரும்புவது ஏன்? சங்கரனை பூசிப்பது ஏ-சிவனாரைப் பூசிப்பதே. நிலை ஆகும்-நிலையாகும்; என்று புகல்-என்று கூறு.

அழியும் உடலை நேசிப்பது ஏன்? அழியாத சிவனைப் பூசிக்கவே எனக் கூறு.

52. **அரசின் இலையதனின் அக்கிரத்தின் நின்று**
விரைய விழுதுளியே போலும்-புரையுடைய
ஆக்கைவிடா முன்னம் அரன்பாதம் பூசித்தல்
நோக்கல் நன்று என்றே புகல்.

அரசின் இலை-அரச மரத்தின் இல்லை; அதனின் அக்கிரத்தின்-அதனின் நுனியில்; நின்று-இருந்து; விரைய விழு-அதிவிரைவாக விழுகின்ற; துளியே போலும்-நீரின் துளிக்குச் சமமான; புரைஉடைய-குற்றத்தையுடைய; ஆக்கை-உடல்; விடாமுன்னம்-உயிரானது போகும்முன்; அரன்பாதன்-சிவனாரின் திருவடியை; பூசித்தல்-பூசை செய்து வேண்டுதல்; நோச்சல் நன்று-கண்டுவணங்குதல் நல்லதாம்; என்றே புகல்-என்றே கூறு.

உடலில் உயிர் இருக்கும் பொழுதே சிவனைப் பூசித்தலும்; கண்டு வணங்கலும் நன்றாம்.

53. **சத்தியத்தை வெல்லாது அசத்தியம்தான் நீள்பொறையை**
மெத்தியகோபமது வெல்லாது-பத்திமிகு
புண்ணியத்தைப் பாவமது வெல்லாது போர்அரக்கர்
கண்ணனை வெல்லுவரோ காண்.

போர் அரக்கர்-போர் புரியும் அரக்கர்கள்; கண்ணனை வெல்லுவரோ-கண்ணபிரானை வெற்றி கொள்வரோ? (அதுபோல) அசத்தியம் சத்தியத்தை வெல்லாது-பொய்யானது என்றும் உண்மையை வென்றிடாது; மெத்திய கோபம்-மிகுந்த கோபம்; நீண்ட பொறையை-உயர்வான பொறுமையை; வெல்லாது-வென்றிடாது; பாவம் அது-பாவமானது; பத்திமிகு-மிக உயர்வான; புண்ணியத்தை-புண்ணியத்தை; வெல்லாது-வென்றிடாது; காண்-காண்பாயாக.

பொய் மெய்யையும்; கோபம் பொறுமையையும்; பாவம் புண்ணியத்தையும் என்றும் வென்றிடாது.

54. **பொற் பறிவில் லாதபல புத்திரரைப் பேறலின்ஏனோர்**
நற்புதல்வ னைப்பெறுதல் நன்றாமே-பொற்கொடியே
பன்றிபல குட்டி பயந்தினால் ஏதுபயன்
ஒற்று அமையா ரோகரிக்கன்று ஓது.

பொற்குடியே-பொன்போலும் அழகிய கொடியை ஒத்தவனே! பன்றி பலகுட்டி-பன்றியானது பல குட்டிகளை; பயந்ததினால்-பெறுவதால்; ஏதுபயன்-பயன் என்ன? கரி-யானை; கன்றுஒன்று-ஒரு கன்றினைப் பெறுவது போதாதா? (அதுபோல) பொற்றடி அறிவு இல்லாத-அறிவும் அழகும் இல்லாத; பல புத்திரரை-பல மக்களை பெறலின்-பெறுவதைக் காட்டிலும்; ஓர் நல்ல புதல்வனை-ஒரு நல்ல மகனை; பெறுதல் நன்றுஆம்-நல்லதாம்.

பன்றி பல குட்டிகளை ஈன்றும் பயன் இல்லை யானை ஒரு கன்று ஈன்று சிறப்புப் பெறுவது போல அறிவும் அழகும் அற்ற பல மக்களைப் பெறுவதைக் காட்டிலும் சிறந்த ஓர் ஆண் மகனைப் பெறுதலே சிறப்பு.

55. **அத்தி மலரும் அருங்காக் கைவெண்ணிறமும்**
கத்துபுனல் மீன்பதமும் கண்டாலும்-பித்தரே
கானார் தெரியல் கடவுளரும் காண்பரோ
மானார் விழியார் மனம்.

பித்தரே-பைத்தியக்காரர்களே! கான் ஆர் தெரியல் கடவுளரும்-மணம் கொண்ட மலர்மாலை அணிந்த தேவர்களும்; அத்தி மலரும்-அத்திப் பூவையும்; காக்கை-காக்கை; அரும்வெண் நிறமும்-காக்கையின் அருமையான வெண்மை நிறத்தையும்; கத்துபுனல்-இரைகின்ற நீரிலுள்ள; மீன் பதமும்-மீனின் கால் களையும்; கண்டாலும்-(ஒருவேளை) பார்த்தாலும்; மான்ஆர்-மான்போலும் பார்வை கொண்ட; விழியார் மனம்-கண்களைப் பெற்ற பெண்களின் மனத்தை; காண்பரோ-காண்பார்களோ?

அத்திப்பூவை; வெள்ளைக் காக்கையை; மீனின் கால்களை ஒருவேளை கண்டாலும் பெண்களின் மனத்தை ஒருவராலும் அறிய முடியாது.

56. **காளவிடப் பாந்தள் கருடனையும் கட்டுமோ**
வா ளெரியைக் கட்டுமோ வன்கயிறு-நீளும்
பவம் அருளும் பாசம்வெம் பஞ்சேந்திரியம்
சிவயோகி யைப்பிணியா வே.

காளம் விடப் பாந்தள்-கறுத்த நஞ்சு கொண்ட பாம்பு; கருடனையும்-கருடனையும்; கட்டுமோ-கட்டுமோ? வாள் எரியை-ஒளிமிக்க நெருப்பை; கட்டுமோ-கட்டிடுமோ? வன்கயிறு-வலிமையான கயிறு. (அதுபோல) நீளுப்பவம்-நீண்டிடும் பல பிறவிகளைக் கொடுக்கும்; அருளும் பாசம்-ஆசாபாசங்கள். வெம்பஞ்ச இந்திரியம்-கொடிய ஐம்பொறிகளும்; சிவயோகிகளை-சிவயோகிகளை; பிணியா-வருத்தா.

தீயை வலிய கயிறு கட்டாது; சிவயோகிகளை ஆசா பாசங்கள் வருத்தா.

57. புத்தியொடு முத்திதரும் புண்ணியத்தால் அன்றியே
மத்தமிகு பாவத்தால் வாழ்வாமோ-வித்துபயிர்
தாயாகி யேவளர்க்கும் தண்புனலால் அல்லாது
தீயால் வளருமோ செப்பு.

வித்துபயிர்-விதைத்தலால் உண்டாகும் பயிரானது; தாயாகி வளர்க்கும்-தாயாகி தன்னை வளர்க்கும்; தன்மை புனலால்-தண்ணீரால் அன்றி; தீயால் வளருமோ-நெருப்பால் வளர்ந்திடுமோ? (அதுபோல) வாழ்வு புத்தியொடு-வாழ்வானது சுகபோகங்களோடு முத்திதரும்; புண்ணியத்தால் அல்லாமல்-புண்ணியச் செயல்கள் அல்லாமல்; மத்தம்மிகு-அறிவீனத்தால் வருகின்ற; பாவத்தால் ஆகுமோ-பாவங்களால் உண்டாகுமோ? செப்பு-நீ சொல். சுகவாழ்வு புண்ணியத்தால் வருவது; பாவத்தால் எதுவும் வாராது.

58. சிவனே இவனே சிவனேயென் பார்பின்
சிவன்உமையாளோடும் திரிவன்-சிவனருளால்
பெற்றஇளங் கன்றைப் பிரியாமல் பின்னோடிச்
சுற்றும் பசும்போல் தொடர்ந்து.

பெற்ற இளம் கன்றை-தான் ஈன்ற இளங்கன்றை; பிரியாமல்-பிரிய மனம் வராமல்; பின்னோடிச் சுற்றும்-பின்னே ஓடிச்சுற்றும்; தொடர்ந்து ஓடி-தொடர்ந்து ஓடி; பசுவைப்போல-பசுவினைப் போல; சிவன்-சிவபிரான்; அருளால்-தம்முடைய அருளால்; சிவனே சிவனே சிவனே என்பார்பின்-சிவனே; சிவனே; சிவனே

எனக் கூறுவார் பின்னே; உமையாளோடும்-உமையம்மை யோடும்; தொடர்ந்து திரிவான்-உமையம்மையோடு திரிவான்.

அடியார்கள் சிவபிரான் உமையம்மையாள் பின்னே சிவனே சிவனே எனக் கூறித் திரிந்து செல்வர்.

59. தாமும் கொடார் கொடுப்போர் தம்மையும் ஈயாதவகை
சேமஞ்செய் வாரும் சிலருண்டே-ஏமநிழல்
இட்டுமலர் காய்கனிகள் ஈந்துஉதவும் நன்மரத்தைக்
கட்டுமுடை முள்ளெனவே காண்.

ஏம நிழல்இட்டு-நல்ல நிழல் செய்து; மலர் காய்கனிகள் ஈந்து உதவும்-மலர்களையும் காய்களையும் கனிகளையும் தந்து உதவும் நல்மரத்தை-நல்ல மரத்தை; கட்டும் உடை முள் என்ன-(அப்படி செய்யாமல்) தடுக்கின்ற உடை வேல் முள்ளைப்போல; தாமும் கொடார்-தாமும் கொடுக்கமாட்டார்; கொடுப்பார் தம்மையும்-அப்படிக் கொடுக்கும் பிறரையும்; ஈயாதவகை-கொடாதபடி; சேமம் செய்வாரும்-தடுப்பாரும்; சிலர் உண்டு-சிலபேர் இருக்கிறார்கள். காண்-இதை நீ காண்.

தாமும் தரார் கொடுப்பதையும் தடுப்பார் இவர்கள் பூவும் காயும்; கனியும் தந்துதவும் மரத்தைச் சூழ்ந்திருக்கும் முள்ளினைப் போன்றவர்கள்.

60. ஆயும்மலர்த் தேன்வண்டு அருந்துவது போல்இரப்போர்
ஈயும் அவர்வருந்தார் ஏற்றலறம்-தூயவிளம்
பச்சிலையைக் கீடம் அறம்பற்றி அரிப்பதுபோல்
அச்சமுற வாங்கல் அகம்.

வண்டு ஆயும்-வண்டானது ஆராயும்; மலர்த்தேன்-மலரிலுள்ள தேனை; அருந்துவதுபோல்-மெதுவாகக் குடிப்பது போல; இரப்போர் ஈயும் அவர்-யாசிப்போர்க்குக் கொடுப் போரின்; வருந்தார்-வருந்தாதபடி; ஏற்றல் அறம்-பெற்றுக் கொள்ளுதல் அறமாகும். கீடம் தூய-புழுவானது அழகான; இளம் பச்சிலையை-இளமையான பச்சிலையை; பற்றி அரிப்பது போல்-பற்றி முழுமையாக அரித்து விடுவது போல; அச்சம் உறவாங்கல்-வழங்குபவர் அஞ்சும்படி வாங்குதல்; அகம்-பாவமாம்.

வழங்குவார் மனம் வருந்தாது வாங்குதல் வேண்டும்; இலையைப் புழுஅரிப்பது போல் அரித்து வாங்கல் தீதாம்.

61. **மாதா மரிக்கின் மகவினாற் சுவைபோம்**
தாதா வெனில்கல்வி தான்அகலும்-ஓதினுடன்
வந்தோன் மரித்துவிடில் வாகுவலிபோமனையேல்
அந்தோ இவையாவும் போம்.

ஓதின்-சொல்லப் புகுந்தால்; மாதா மரிக்கின்-தாய் இறந்தால்; மகன்நாவின்-மகனது நாவில்; சுவைபோம்-சுவைபோய்விடும்; தாதாஎனில்-தகப்பன் இறந்தால்; கல்விஅகலும்-கல்விகெடும்; உடன்வந்தோர்-உடன் பிறந்தவர்கள்; மரித்துவிடின்-இறந்தால்; வாகு வலிபோம்-தோளினது வலிமை அற்று விடும்; மனையேல்-மனைவி இறந்தால்; அந்தோ-ஐயோ! இவை யாவும்-மேற்கூறிய அனைத்தும்; போம்-அழிந்துவிடும்.

தாய் இறப்பின் சுவை கெடும்; தந்தை இறப்பின் கல்வி போகும்; உடன்பிறந்தார் இறப்பின் தோள்வலிமை குன்றும்; மனைவி இறந்தாலோ அனைத்தும் கெடும்.

62. **ஓதுபொருள் கண்டோக் கூறுமாசை நீதியிலாப்**
பாதகரைக் கண்டோர்க்குப் பாவமாம்-சீதமலர்
கண்டோர்க்கு உறும்வாசம் கற்றமைந்த நற்றவரைக்
கண்டோர்கது உடனாம் கதி.

ஓதுபொருள்-முக்கியமானது என்று கூறப்பெறும் செல்வமான பொருளை; கண்டோர்க்கு-கண்டவர்களுக்கு; ஆசை உறும்-ஆசை அதிகமாகும். நீதி இலா-நீதியற்ற; பாதகரை-கயவரை; கண்டோர்க்கு-காண்பார்க்கு; பாவம் ஆம்-பாவம் மிகும். சீதமலர்-குளிர்ச்சியான மலர்களை; கண்டார்க்கு-பார்த்தவர் களுக்கு; உறும்வாசம்-நறுமணம் உண்டாகும்; கற்று அமைந்த-நன்கு படித்த; நல்லோரை-சான்றோரை; கண்டார்க்கு-கண்டவர்களுக்கு; கதி உடன் ஆம்-நற்பலன் உடன்கிட்டும்.

செல்வரைக் கண்டால் ஆசையும்; கயவரைக் கண்டால் பயமும்; மலர்களைக் கண்டால் மணமும்; சான்றோரைக் கண்டால் உடன் நற்பலன் கிட்டிடும்.

63. பாவிதனம் தண்டிப்போர் பாலாகும் அல்லதருள்
மேவுசிவன் அன்பர்பான் மேவாதே-ஓவியமே
நாயின்பால் அத்தனையும் நாய் தனக்காம் அன்றியே
தூயவருக்கு ஆகுமோ சொல்.

ஓவியமே-சித்திரத்தில் எழுதிய பாவையை ஒத்தவளே! நாயின்பால் அத்தனையும்-நாய்ப்பால் முழுவதும்; நாய் தனக்காம்-நாய்க்கே உதவும்; அன்றி பிறர்க்கு; ஆகுமோ-பிறர்க்குப் பயன்படுமோ! சொல்-நீ கூறு. (அதுபோல) பாவிதனம்-பாவிகளின் பணம்; தண்டிப்போர்மால்-அவனைத் தண்டிப்பவர் களுக்கு; ஆகும்-பயன்படும்; அல்லது-அல்லாமல்; அருள்மேவு-அருள் நிறைந்த; சிவன் அன்பர்பால்-சிவனடியாரிடத்து; மேவாது-சேராது.

நாயின்பால் நாய்க்கே பயன்படுதல் போல பாவிகள் பணம் பாவிகளுக்கே பயன்படும். (அவர்களைத் தண்டிப்பார்க்கே பணம் கிட்டும்)

64. பொன்னும் கரும்பும் புகழ்பாலும் சந்தனமும்
சின்னம் படவருத்தம் செய்தாலும்-முன்னிருந்த
நற்குணமே தோன்றும் நலிந்தாலும் உத்தமர்பால்
நற்குணமே தோன்றும் நயந்து.

பொன்னும் கரும்பும்-பொன்னையும் கரும்பையும்; புகழ்-உயர்வாகக் கூறப்படும்; பாலும் சந்தனமும்-பாலையும் சந்தனத்தையும்; சின்னப்பட-சின்னாபின்னமாக; வருத்தம் செய்தாலும்-துன்பம் செய்தாலும்; முன் இருந்த-முன்பு இருந்த; நல்குணமே-நல்ல குணமே; தோன்றும்-அவைஇடத்துக் கிடைக்கும் (அதுபோல) உத்தமர்பால்-உயர்ந்தோர் இடத்தில்; நலிந்தாலும்-அவர்கள் ஏழ்மையறாய் மாறித் துன்புறினும்; நல்குணமே-முன்பு இருந்த நல்ல குணங்களே; நயந்து-விரும்பி மிகுதியாய்; தோன்றும்-விளங்கும்.

கெட்டாலும் மேன்மக்கள் உயர்மக்களே. பொன்னையும்; கரும்பையும்; பாலையும்; சந்தனத்தையும் தன்னளவில் துன்புறுத்தினாலும் தன்நிலையில் மாறாது.

65. வேசியரும் நாயும் விதிநூல் வயித்தியரும்
பூசுரரும் கோழிகளும் பொன்னனையாய்-பேசி
காரணந்தான் இன்றியே கண்டவுடனே பகையாம்
காரணம்தான் அப்பிறப்பே காண்.

பொன் அனையாய்-திருமகளுக்கு ஒப்பானவளே! பேசில்-கூறுமிடத்து; வேசியரும்-பரத்தையும்; நாயும்-நாயும்; விதிநூல் வயித்தியரும்-ஆயுள்வேத மருத்துவரும்; பூசுரரும்-அந்தணரும்; கோழிகளும்-கோழிகளும்; கண்ட உடனே ஏ-பார்த்த அளவிலேயே; காரணம் இன்றி-எவ்விதக் காரணமும் இல்லாமல்; பகையாம்-பகை உண்டாகும். காரணம்-அதற்குக் காரணம்; அ பிறப்பே காண்-அவர்கள் பிறந்த பிறப்பின் குணமே எனக்கொள்.

வேசி; நாய்; வயித்தியர்; அந்தணர்; கோழி முதலியோர் குலப்பகை கொள்ளல் இயற்கை.

66. அன்னமனை ஆய்குயிலுக்கு ஆனஅழகு இன்னிசையே
கன்னல் மொழியார்க்கு அழகு கற்பாமே-மன்னுகாலை
கற்றோர்க்கு அழகு கருணையே ஆசைமயக்கு
அற்றோர்க்கு அழகு பொறை யாம்.

அன்னம் அனையாய்-அன்னத்தைப் போல்பவளே! குயிலுக்கு இனிமை-குயிலுக்கு இனிமையாவது இசையே ஆன அழகு-நல்ல குரலே அழகானது. (அதுபோல) கன்னல் மொழி யார்க்கு-கரும்புபோல் பேசுவார்க்கு; அழகு கற்பாமே-அழகாவது கற்பாம்; மன்னு காலை-நிலை பெற்ற; நூல் உணர்ந்தோர்க்கு-சிறந்த நூல்களை அறிந்தவர்களுக்கு; கருணையே அழகு-இரக்கமே அழகாகும். ஆசை மயக்கு-ஆசாபாசம் அற்றவர் களுக்கு; பொறை அழகாம்-பொறுமையே அழகாகும்.

குயிலுக்குக் குரலும்; மகளிருக்குக் கற்பும் கற்றோர்க்குக் கருணையும்; நூல்களை ஆய்ந்தவர்களுக்கு இரக்கமும் அழகாம்.

67. இதம்அகிதம் வார்த்தை எவர்க்கேனும் மேலாம்
இதம் எனவே கூறல்இதம் அன்றே-இதமுரைத்த
வாக்கினால் ஏரண்ட மாமுனியும் சோழனொடு
தேக்குநீர் வீழ்ந்துஒழிந்தாள் சேர்ந்து

ஏரண்ட மாமுனியும்-ஏரண்ட மாமுனிவரும்; இதம் உரைத்த-தாம் கூறிய நன்மை சொல்லால்; வாக்கினால்-சொல்லால்; சோழனோடு சேர்ந்து-சோழமன்னனுடன் சேர்ந்து; தேக்குநீர்-தேங்கிக் கிடக்கும் நீரில்; வீழ்ந்து ஒழிந்தான்-விழுந்து இறந்தான் (எனவே) எவர்க்கேனும்-யாவர்க்கு ஆயினும்; மேல்ஆம் இதம்-மேலான நன்மைதரும்; என்ன-சொற்களை; கூறல்-சொல்லுதல்; இதம் அவை-நல்லதல்ல.

மனம் வேறு சொல் வேறு கூடாது.

இதமுரைத்த.... சேர்ந்து வரலாறு

பண்டு காவிரியாறு சுவாமிமலைக்கு அருகேயுள்ள திருவலஞ்சுழி என்னும் பதிக்கருகில் பூமிக்குள் கிழித்துக் கொண்டு சென்றது. அதனைக் கேட்ட சோழவரசன் வேதனை கொண்டான். அச்சுழியில் மணி மகுடம் தரித்த ஓர் அரசன் அல்லது சடாமுடி கொண்ட முனிவன் ஒருவனின் தலையைப் பலி கொடுத்தால் காவிரி உள்ளே செல்லாமல் மேலே பெருக்கெடுத்து ஓடும் என்று ஏரண்ட முனிவர் கூறினார்.

ஆறுபெருக; வயல்செழிக்க; முப்போகம் விளைய; பஞ்சமும் பசியும் அகல; நாடு செழிக்க சோழன் அச்சுழியில் வீழ்ந்தான். உயிர்விட்டான்.

என் பேச்சைக் கேட்டல்லவா மன்னன் உயிர்துறந்தான் என்று ஏரண்ட முனிவரும் அரசன் பின்னே அச்சுழியில் வீழ்ந்தார்.

68. **இத்தரையோர் தம்மில் இருவரே மேலானோர்**
சித்திரச வாதி சிவயோகி-முத்தனையாய்
நல்குரவு முற்பவமும் நாசம் புரிவாரே
அல்லவரே வீரியக்கீ டம்.

முத்து அனையாய்-முத்துப்போல அழகில் சிறந்தவளே! இத்தரையோர்-இந்நிலவுகில்; தம்மில்-வாழ்பவருள்; சித்திரவாதி-இரசவாதங்களில் கைவந்தவனும் சிவயோகி-சிவயோகம் அறிந்தவனும் நல்குரவும்-ஏழ்மையாளனையும்; முறையே-முற்பிறப்பையும்; நாசம் புரிவார்-கெடுத்துச் சுகம் கொள்பவர் (ஆகையால் இவர்) இருவரே-இருவரே; மேல் ஆனோர்-

மேலானவராவர். அல்லவரே-பிறர்; வீரியக்கீடம்-மற்றவர்கள் ஐம்பலன் வசப்பட்ட புழுக்களேயாவார்கள்.

இரசவாதி-செல்வம் அடைவான்; சிவயோகி-வீடுபெறுவான் ஏழ்மையாளர்; முற்பிறப்பை நாசம் செய்தவர் புழுக்களுக்கு ஒப்பாவர்.

69. அற்றசிவ யோகிக்கு அரும்சின்னம் மூன்றுண்டு
பற்றலகை உன்மத்தர் பாலர்இயல்-முற்றுரசு
வாதிக்குச் சின்னம்மூன் றுண்டே மகிழ்போகம்
ஈதல் இரவாமை நன்று.

அற்ற சிவயோகிக்கு-பற்று இல்லாத சிவயோகிக்கு; பற்று அலகை-தொடரும் பிசாசு; உன்மத்தர்-பைத்தியக்காரர்; பாலர்இயல்-பாலமுமாகிய குணங்கள்; அரும் சின்னம்-அருமையான அடையாளங்கள்; மூன்று உண்டு-மூன்று உள்ளன. முற்று ரசவாதிக்கு-இரசவாத சிந்தி கொண்டவனுக்கு மகிழ் போகம்-இன்பம்; ஈதல்-கொடை; இரவானது-பிறரிடம் சென்று யாசிக்காதிருத்தல் என்னும்; மூன்று சின்னம்-மூன்று அடையாளங்கள்; உண்டு-உள்ளன.

சிவயோகிக்கு மூன்று அடையாளங்கள்; இரசவாதிக்கும் மூன்று அடையாளங்கள் உள்ளன.

70. வல்லவர்பால் கல்வி மதம் ஆணவம்போக்கும்
அல்லவர்பால் கல்வி யவையாக்கும்-நல்லிடத்தில்
யோகம் பயில்வார் உயர்ந்தோர் இழிந்தோர்கள்
போகம் பயில்வார் புரிந்து.

வல்லவர்பால்-மன வலிமையுள்ள மேலோரிடத்தில்; உள்ள கல்வி-கல்வியானது; மதம்-அறியாமையையும்; ஆணவம்-செருக்கையும்; போக்கும்-நீக்கும்; உயர்ந்தோர் நல்லிடத்தில்-அம்மேலானவர்; யோகம் பயில்வர்-சிவயோகப் பயிற்சியைப் பெறுவர்; அல்லவர்பால்-மனவலிமை அற்றாரிடத்து; கல்வி-கல்வியானது; அவை ஆக்கும்-அறியாமையையும்; செருக்கையும் தரும் (எனவே) இழிந்தோர்கள்-இழிவானவர்களிடத்து; புரிந்து போகப் பயில்வோர்-கீழ்மக்கள் நிலையற்ற போகப் பயிற்சியைப் புரிவார்கள்.

உயர்ந்தோர் கல்வியறிவால் நல்ல யோகப் பயிற்சி பெறுவர்; கீழோர் அழியும் நிலை கொண்ட போகப் பயிற்சியைப் பெறுவர்.

71. **தீயவர்பாற் கல்வி சிறந்தாலும் மற்றல்லாத**
தூயவர்என்று எண்ணியே துன்னற்க - சேயிழையே
தண்ணொளிய மாணிக்கம் சர்ப்பம் தரித்தாலும்
நண்ணுவரோ மற்றதனை நாடு.

சேயிழையே-அழகிய அணிகலன்களை அணிந்த பெண்ணே!; சர்ப்பம்-பாம்பானது; தண்ஒளிய-குளிர்ச்சியான ஒளிமிகுந்த; மாணிக்கம் தரித்தாலும்-மாணிக்கத்தைக் கொண்டிருந்தாலும்; அதனை-அப்பாம்பை; நண்ணுவரோ-அதன் அருகே செல்வரோ?; நாடு-நீயே யோசித்துச் சொல் (அதுபோல); தீயவர்பால்-தீயோரிடத்து; கல்வி சிறந்தாலும்-கல்வியானது சிறந்து விளங்கினும்; அவரைத் தூயவர் சென்று-அத்தீயோரை நல்லவர் என்று எண்ணி; துன்னற்க-சேராது இருக்க.

தீயோர் கல்வியில் சிறந்து விளங்கினும் அவரிடம் செல்லுதலோ, சேருதலோ கூடாது.

72. **ஊர் ஊர் என்னும் வனத்தே ஓள்வாள்கண் மாதரெனும்**
கூர்ஊர் விடமுள் குழாம் உண்டே-சீரூர்
விரத்திவை ராக்கிய விவேகத் தொடுதோல்
உரத்தணியத் தையாளன்று ஓது.

ஊர் ஊர் என்னும்-நாம் வாழும்; வளத்தே-நாடென்னும் நாட்டில்; ஒள்வாள்-ஒளி கொண்ட வாள்போலும்; மாதர் என்னும்-மாதர் என்னும்; வாள்போலும்-வாளைப் போன்ற கண்களைக் கொண்ட; கூர்ஆர்-கூர்மை பொருந்திய; விடமுள்-நஞ்சுகொண்ட முள்; குழாம்-கூட்டங்கள் உள்ளன. ஆனாலும் அவை சீர் ஊர்விரத்தி-சிறப்புக்கொண்ட ஞானி; வைராக்கியம்-வைராக்கியமாகிய; விவேகம் தொடுதோல்-ஞானமாகிய தோலாலாகிய செருப்பை உரகத்து அணிய-தன் மனமாகிய அடிகளில் போட்டுக் கொண்டுள்ளதால்; தையா என்று ஓது-தைக்காது என்று கூறு.

வைராக்கியமும் விவேகமும் ஞானிகள்பால் இருப்பதால் மகளிர் நோக்கு அவர்களை ஒன்றும் செய்யாது.

73. போற்று குருகி ளைஞர் பொன்னாசை யோர்க்கில்லை
தோற்றுபசிக் கில்லை சுவைபாகம்-தேற்றுகல்வி
நேசர்க்கு இலைசுகமும் நித்திரையும் காமுகர்தம்
ஆசைக்கு இலைபயமா னம்.

பொன் ஆசையோர்க்கு-பொன் ஆசை உடையார்க்கு; போற்று-வாழ்த்துகின்ற; குரு-குருவும்; கிளைஞர்-சுற்றத்தாரும்; இல்லை-இல்லையாம்; தோற்று பசிக்கு-எழும் பசிக்கு; சுவைபாகம் இல்லை-நல்லசுவையும்; பக்குவமும் இல்லை; தேற்றுகல்வி-மனத்தினைத் தெளிவிக்கும் கல்வியை; நேசர்க்கு-விரும்பினவர்களுக்கு; சுகமும்-நல்லசுகமும்; நித்திரையும் இல்லை-உறக்கமும் இல்லை; காமுகர்தம் ஆசைக்கு-காமுகர் களின் ஆசைக்கு; பயம் மானம் இல்லை-பயம்; மானம் இல்லை.

பொருளாசை கொண்டவர்களுக்கு குரு இல்லை; சுற்றம் இல்லை; பசித்திருப்போர்க்கு சுவையும்; பாகமும் இல்லை; கல்வியை விரும்புவார்க்கு சுகமும்; உறக்கமும் இல்லை காமுகர்களுக்குப் பயமும் மானமும் இல்லை.

74. நன்றுஅறியாத தீயோர்க்கு இடங்கொடுத்த நல்லோர்க்கும்
துன்றுகிளைக்கும் துயர்குடரும்-குன்றிடத்தில்
பின்னிரவில் வந்தகரும் பிள்ளைக்குஇடம்கொடுத்த
அன்னமுதல் பட்டதுபோ லாம்.

குன்று இடத்தில்-மலைக்குகையில்; பின்இரவில்-பின்இரவில்; வந்தகரும் பிள்ளைக்கு-இடந்தேடி வந்த காக்கைக்கு; இடம் கொடுத்த-தங்குவதற்கு இடம் கொடுத்த; அன்னம்-அன்னப் பறவையானது; முதல் பட்டதுபோல்-அடியோடு மாண்டது போல; நன்று அறியாத-நல்லதை அறியாத; தீயோர்க்கு-கீழ்மக்களுக்கு; இடம்கொடுத்த-இடத்தைக் கொடுத்த; நல்லோர்க்கும்-நல்லவர்களுக்கும்; துன்று கிளைக்கும்-உதவிய சுற்றத்தார்க்கும்; துயர் சேரும்-துன்பம் உண்டாகும்; ஆம்-இது உறுதி.

தீயோர்க்கு இடம் கொடுத்தால் நல்லோர் சுற்றத்தாரோடு மாள்வர்.

**75. மனம்வேறு சொல்வேறு மன்னுதொழில் வேறு
வினைவேறு பட்டவர்பால் மேவும்-அனமே
மனமொன்று சொல்லொன்று வான்பொருளும் ஒன்றே
கனமொன்று மேலவர்தங் கண்.**

அனமே-அன்னம் போல்பவளே! வினை வேறுபட்டார் பால்-தீவினையாளரிடத்தில்; மனம் வேறு சொல் வேறு-மனம் வேறாகவும்; சொல் வேறாகவும்; மன்னுதொழில் வேறு-நிலை பெற்ற தொழில் வேறாய் இருக்கும். கனம் ஒன்று-பெருமை பொருந்திய; மேலவர்தங்கள்-நல்வினையாளர் களிடத்தில்; மனம் ஒன்று-மனம் ஒன்றே; சொல் ஒன்று-சொல் ஒன்றே; பொருளும் ஒன்று-செயலும் ஒன்று.

தீயோர்க்கு மனம்; சொல்; செயல் வேறுபடும்; நல்லோர்க்கு அவை மூன்றும் ஒன்றே.

**76. கண்ணுக்கு இனிய சபைக்குமணி கற்றோனே
விண்ணுக்கு இனிய மணி வெய்யோனே-வண்ணநறும்
சந்தமுலையாள் சயனத்து இனியமணி
மைந்தன் மனைக்கு மணி.**

சபைக்கு கண்ணுக்கு-அவையின் கண்; இனியமணி-இன்பமாகிய மாணிக்கம் போல்பவன்; கற்றோனே-நன்கு படித்தவனே; விண்ணுக்கு இனிய-ஆகாயத்திற்கு இனிமையான மணிவெய்யோனே-மணி போன்றவன் சூரியனே! சயனத்து இனிய-படுக்கைக்கு இன்பமான இனிய; மணி-மணி போல்பவள்; வண்ணநறும்-அழகிய மணங்கொண்ட; சந்தம்முலையாள்-சந்தனம் பூசப்பெற்ற கொங்கைகளை உடைய மனைவியே! மனைக்கு மணி-வீட்டிற்கு மணி; மணி-மணி போன்றவன்; மைந்தன்-மகன்.

அவைக்கு மாணிக்கம் போல்வர் கற்றவர்; விண்ணிற்கு மாணிக்கம் சூரியன்; படுக்கைக்கு மாணிக்கம் மனைவி; வீட்டிற்கு மாணிக்கம் மைந்தன்.

77\. பாலின்நீர் தீயணுகம் பால்வெகுண்டு தீப்புகுந்து
மேலுநீர் கண்டமையும் மேன்மைபோல்-நூலின்நெறி
உற்றோர் இடுக்கண் உயிர்கொடுத்து மாற்றுவரே
மற்றோர் புகல மதித்து.

பாலின் நீர்-பாலோடு கூடிய நீரில்; தீ அணுக-நெருப்பானது சுட; பால் வெகுண்டு-பாலானது சினந்து; தீப்புகுந்து-நெருப்பில் பாய்ந்து (அணைத்து) மேலும் நீர்-மேலும் சிறிது நீரினை; கண்டு அவையும்-கண்டு அடங்கு; மேன்மைபோல்-உயர்வான குணத்தைப் போல; நூலின் நெறி-நூலின் விதிப்படி; உற்றோர்-நடக்கும் நல்லோர்; மற்றோர்-மற்றொரு; இடுக்கண்-(தங்கள்) துயர்; புகலமதித்து-கூறியவுடன் (அதனை நீக்கும் கடமையாகக் கொண்டு) உயிர் கொடுத்து-தம் உயிரைக் கொடுத்து; மாற்றுவர்-நீக்குவர்.

உயர்ந்தோர் தம் உயிரைத் தந்தேனும் பிறர் துயரைத் தீர்ப்பார்.

78\. அந்தோ புராமரித்த அண்ணலடி யார்பொருள்கள்
செந் தீயினும்கொடிய தீகண்டாய்-செந்தீயை
நீங்கில் சுடதே நெடுந்தூரம் போனாலும்
ஏங்கச் சுடுமே இது.

புரம் எரித்த அண்ணல்-திரிபுரத்தை எரியச் செய்த அண்ணலாகிய சிவனின்; அடியார்புரங்கள்-அடியார்களுடைய பொருள்கள்; செம் தீயினும்-சிவந்த தீயைக் காட்டிலும்; கொடிய-கொடியது; தீகண்ட-தீ என்று அறிந்திடுவாய்; (ஏனென்றால்) செம் தீயை-சிவந்த தீயை; நீங்கின்-விட்டு அகன்றால்; சுடார்தே-சுடாது (ஆனால்); அந்தோ-ஐயோ!; இது நெடுந்தூரம் போனாலும்-நீண்ட தொலைவு சென்றாலும்; ஏங்கச்சுடும்-பதைபதைக்கச் சுடும்.

தீயானது தள்ளி நிற்பின் சுடாது; சிவனடியார்களின் பொருட்களைத் திருடினால் அது சுட்டே எரிக்கும்.

79\. நிந்தையிலாத் தூயவரும் நிந்தையரைச் சேரில்அவர்
நிந்தையது நம்மிடத்தே நிற்குமே-நிந்தைமிகு
தாலநிழற் கீழிருந்தான் தன்பால் அருந்திடினும்
பாலதெனச் சொல்லுவரோ பார்.

நிந்தை மிகுகாலம்-இழிவு மிகுந்த பனை; நிழல்கீழ் இருந்து-நிழலின் கீழிருந்து; ஆன்பால் அருந்திடினும்-பசுவின் பாலைக் குடித்தாலும்; அது பால் எனச் சொல்லுவரோ-அதனைப் பால் என்று கூறுவரோ? கூறார் (அதுபோல) நிந்தை இல்லாத-குற்றமற்று தூயவரும்-மேலோரும்; நிந்தையரைச் சேரல்-இழிவானவர்களோடு சேர்ந்தால்; அவர் நிந்தையது-அவரின் குற்றமானது; தம்மிடத்தே நிற்கும்-தம்மிடத்தே நிலைத்துவிடும்.

நல்லோர் தீயோருடன் சேரின் பழிக்கப்படுவர்; குற்றமும் சாற்றப்படுவர்.

80. கன்மமே பூரித்த காயத்தோர் தம்செவில்
தன்ம நூல் புக்காலும் தங்காதே-சன்மம்எலும்பு
உண்டு சமிக்கும்நா ய்ஆவின் நெய்யதனை
உண்டு சபிக்குமோ ஓது.

சன்மம்-தோலையும்; எலும்பு-எலும்பையும் சமிக்கும்-தோலையும்; நாய்-நாயானது உண்டு மகிழும்; ஆவின்நெய் ஊண்-பசுவின் நெய்கலந்த உணவை; அதனை உண்டு களிக்குமோ-அவ்வுணவை உண்டு களிப்புறுமோ? ஓது-நீ சொல். (அதுபோல) கன்மமே-பாவமே; பூரித்த-நிறைந்த; காயத்தோர்-உடம்பினில்; செவியல்-காதில்; தன்மம்-புண்ணிய; நூல்-நூல் பொருள்களை; புக்காலும்-நுழைந்தாலும்; தங்காது-நிலைக்காது.

நாய் எலும்பினையே விரும்பும்! ஆவின் பாலை விரும்பாது. தீயோர் நல்லதை விரும்பார்; நல்லதைச் சொன்னாலும் கேளார்.

81. பெண்ணுதவும் காலை பிதாவிரும்பும் வித்தையே
எண்ணி தனம்விரும்பும் ஈன்றதாய்-நண்ணிடையில்
கூறியநல் சுற்றம் குலம்விரும்பும் காந்தனது
பேரழகு தான்விரும்பும் பெண்.

பெண் உதவுங்காலை-பெண்ணொருத்தியை மணம் செய்து கொடுக்கும் போது; பிதாவித்தை விரும்பும்-(அவளின் தந்தை) மாப்பிள்ளையின் படிப்பை விரும்புவான்; ஈன்றதாய்-அவளைப் பெற்ற தாய்; எண்இல்தனம் விரும்பும்-அவனின் கணக்கில்லாத பணத்தை விரும்புவாள்; இடையில்-இவர்களுக்கு இடையில்; நண்கூரிய-பொருந்திய நல்ல சுற்றத்தார்; குலம் விரும்பும்-

அவனின் குலத்தை அறிய விரும்புவார்கள்; பெண்-பெண்ணான வள்; காந்தனது-தனக்கு வரும் கணவனது; பேரழகு விரும்பும்-பேரழகினை விரும்புவாள்.

மகளை மணம் செய்து கொடுக்கும்போது தந்தை மாப்பிள்ளையின் கல்வியைப் பார்ப்பார்; தாய் பொருளையும்; சுற்றத்தார் குலத்தையும்; பெண் மணவாளன் அழகையும் பார்ப்பாள்.

82. காந்தநறும் புண்ணைக் கலந்துஈ விரும்புமே
வேந்தர் தனமேவிரும்புவார்-சாந்தநூல்
கல்லார் பகைசேர் கலகம் விரும்புவார்
நல்லார் விரும்புவர் நட்பு.

ஈ காந்தும்-ஈயானது துர்நாற்றமுள்ள; புண்ணைக் கலந்து பச்சைப் புண்ணை விரும்பி அதனுடன் கலந்திட; விரும்பும்-ஆசை கொள்ளும் (அதுபோல) சார்ந்தநூல் கல்லார்-அறநூலைக் கற்காதவர்கள். பகைசேர்கலகம்-பகைமிகும் கலகத்தை; விரும்புவார்-விரும்புவார்கள். வேந்தர்-மன்னர்; தனமே-பணமே; விரும்புவார்-விரும்புவர்; நூல்கற்ற நல்லார்-சிறந்தநூல்களைக் கற்றவர்கள்; நட்புவிரும்புவர்-நட்பையே விரும்புவர்.

ஈ புண்ணை விரும்பும்; வேந்தர் செல்வத்தை விரும்புவர்; தீயவர் பகையை விரும்புவர்; கற்றோர் நட்பை விரும்புவர்.

83. கற்றைக் குழலார் கவின்எல்லாம் ஓர்மகவைப்
பெற்றக் கணமே பிரியுமே-கற்றருளை
வேட்ட பெரியோர் பெருமையெலாம் வேறொன்றைக்
கேட்ட பொழுதே கெடும்.

கற்றைக்குழலார்-கற்றையாகிய கூந்தலையுடைய பெண் களின்; கவின் எல்லாம்-அழகு முழுமையும்; ஒரு மகவைப்பெற்ற-ஒரு குழந்தைப்பெற்ற; அக்கணமே பிரியும்-அந்தப் பொழுதே நீங்கும். (அதுபோல) சற்று அருளை வட்ட-அறிவுதரும் நூல்களைப் படித்த கடவுளின் திருவருளை விரும்பிய; பெரியோர் எல்லாம்-அத்திருவருளுக்கு மாறான பிறிதொன்றை கேட்ட பொழுதே; கெடும்-கெட்டொழியும்.

ஞானிகளின் பெருமை அஞ்ஞானத்தை விரும்பிய அப்பொழுதே கெட்டொழியும்.

84. **சீலம் குலமடியாள் தீண்டில் கெடுங்கணிகை**
ஆலிங் கனம்தனநா சம்ஆகும்-நூல்இழந்த
வல்லிதழு வக்குறையும் வாழ்நாள் பிறர்தாரம்
புல்லினர்க்குஎல் லாநலமும் போம்.

அடியாள் தீண்டில்-பணிப் பெண்ணுடன் சேரல்; சீலம்குலம்-ஒழுக்கமான குலப்பெருமை; கெடும்-கெட்டுவிடும்; கணிகைஆலிங்கனம்-பரத்தையைத் தழுவினால்; தனம்-செல்வம்; நாசம் ஆகும்-கெட்டுச் சீரழியும்; நூல் இழந்த-மாங்கல்யம் இழந்த; வல்ல-பெண்ணை; தழுவின்-வாழ்நாள் குறையும்; பிறர்தாரம்-பிறர் மனைவியைச் சேரின்; எல்லா நலமும் போய்-அனைத்து நலமும் ஒழியும்.

பிறன்மனை விழைதல் மிகத் தவறு.

85. **சத்தியம்எக் காலும் சனவிருத்தம் ஆகுமே**
எத்தியபொய் யார்க்கும் இதமாகும்-நத்தியபால்
வீடுதொறும் சென்று விலையா மதுஇருந்த
வீடுதனி லேவிலை யாமே.

நத்தியபால்-அனைவரும் விரும்பும்பால்; வீடுதோறும்-வீடுவீடாய்ச் சென்று; விலைஆகும்-விலைக்கு விற்கப்படும்; மது-கள்ளானது; இருந்தவீடு-(தான்) இருக்கும் வீட்டில்; தன்னிலே-அவ்வீடு மட்டும்; விலைபடும்-விலைபோகும் (அதுபோல) சத்தியம்-உண்மை; எக்காலும்-எப்பொழுதும்; (அதன் அருமை தெரியாததால்); சனவிருத்தம் ஆகும்-மக்களுக்கு விரோதம் ஆகும்; எத்திய பொய்-ஏய்த்திடும் பொய்; யார்க்கும்-எவர்க்கும்; இதம் ஆகும்-விருப்பம் ஆகும்.

உள்ளதை உள்ளபடி உரைத்தால் உலகவர் ஏற்கமாட்டார்; பொய்யும் பகட்டுமே மக்களை மயக்கும்.

86. **நல்லொழுக்கம் இல்லார் இடம்சேர்ந்த நல்லோர்க்கு**
நல்லொழுக்கம் இல்லாச்சொல்நண்ணுமே-சொல்லும்விடப்
பாம்புஎன எண்ணாரோ பழுதையே யானாலும்
தூம்பமரும் புற்றடுத்தாற் சொல்.

பழுதனையே ஆனாலும்-வைக்கோல் புரியே ஆனாலும்; தும்பு அமரும்-துவரத்திற்கு; புற்று அடுத்தால்-புற்றுக்கு அருகில் இருந்தால்; கொல்லும் விடம்-கொன்று விடும் நஞ்சு கொண்ட; பாம்பு-பாம்பு என; எண்ணரோ-நினை யாரோ? சொல்-நீ சொல். (அதுபோல) நல்லொழுக்கம் இல்லார்-நன்னடத்தை இல்லாதவர்; இடம் சேர்ந்த-இடத்தைச் சேர்ந்த; நல்லோர்க்கும்-நல்லவர் களுக்கும்; நல்லொழுக்கம் இல்லாத-நன்னடத்தை அற்ற; சொல்-சொல்லானது; நண்ணும்-சேரும்.

தீயோரைச் சார்ந்த நல்லோரும் தீயோராகவே கருதப்படுவர்.

87. **வாக்குநயத் தால்அன்றிக் கற்றவரை மற்றவரை**
ஆக்கைநயத் தால்அறியல் ஆகாதே-காக்கையொடு
நீலச் சிறுகுயிலை நீடிசையால் அன்றியே
கோலத் தறிவருமோ கூறு.

காக்கையொடு-காக்கையுடன்; நீலச்சிறுகுயில்-கருநீலக் குயிலையும்; நீடுஇசையால்-நீண்ட குரலோசையால்; அன்றி-அல்லாமல்; கோலத்து அறியவருமோ-உருவத்தால் அறிந்திடக் கூடுமோ? கூறு-நீ சொல் (அதுபோல) கற்றவரை-நன்கு கற்றவரை; மற்றவரை-கல்லாதவரை; வாக்கு-சொல்லினால் நயத்தால் அன்றி-வரும் நயத்தால் அன்றி; ஆக்கை-உடல்; நயத்தால்-நிலையால்; அறியல்-அறிந்து கொள்ளல்; ஆகாது-முடியாது.

உருவத்தால் எதனையும் அறிய முடியாது? அவர்தம் சொல்லால் அவர் யார் என்பதனை அறியலாம்.

88. **ஆசை யெனும் பாசத்தால் ஆடவர்தம் சிந்தைதனை**
வீசுமனை ஆம்தறியில் வீழ்த்தியே-மாசுபுரி
மாயா மனைவியராம் மக்கள் மகவென்னும்
நாயால் கடிப்பித்தல் நாடு.

மாசுபுரி மாயா-குற்றத்தைச் செய்கின்ற மாயா; மனைவியர் ஆம் மக்கள்-மனைவிகளான மக்கள்; ஆசை என்னும்-ஆசை என்கின்ற; பாசத்தால்-பாசப்பரிவால் (கயிற்றால்) ஆடவர்தம் சிந்தையினை-கணவரின் மனத்தினை; வீசும் மனை ஆம்-இல்வாழ்க்கை என்றும்; தறியில் வீழ்த்தி-கட்டுத்தறியால் நன்கு

கட்டி; மகவும்-மகன்; எனும் நாயால்-குழந்தைகள் என்ற நாய்களால்; கடிப்பித்தல்-கடிப்பிக்கும் வித்தையை; நாடு-நீ நிறைந்து பார்.

இல்வாழ்க்கை என்ற மனையில் மனைவி என்ற வலையில் அகப்பட்டு கட்டுண்டு; மக்களால் கடிக்கப்படும் நிலையை நன்குநினை. எனவே நீ வேடனிடம் அகப்பட்ட விலங்கு போல உள்ளாய்.

89. **தானறிந்தோ குக்குஉதவி தன்னால் அமையும்எனில்**
தான்உவந்து ஈதல் தலையாமே-ஆனதனால்
சொன்னால் புரிதலிடை சொல்லியும்மன் னாள்மறுத்துப்
பின்னாள் புரிவதுவே பின்.

தான் அறிந்தோர்க்கு-தான் அறிந்தோர்களுக்கு; உதவி தன்னால்-உதவி செய்யத் தன்னால்; அமையும் என்னில்-கூடுமானால்; தான் உவந்து-தானே மகிழ்ந்து; கொடுத்தல்-வழங்கல்; தலையாம்-முதன்மையாம் (உத்மம்) ஆனதனால்-ஆகையால்; சொன்னால் புரிதல் இடை-அவர்கள் கேட்ட பிறகு வழங்கல்; மத்திமம்-இரண்டாம் நிலையாக; சொல்லியும்-அவர்கள் கேட்ட பிறகும்; பலநாள் மறந்து-பலநாட்கள் தாமதித்து; பின்புரிவதுவே-பிறகு செய்வது; பின்-கடை (அதமம்).

உத்தமம் (முதல்) கூறும் முன் உதவி செய்தல். மத்திமம் (இரண்டாவது) கேட்டுக் கொடுத்தல் அதமம் (மூன்றாவது) பலமுறைக் கேட்டு; பின் கொடுத்தல்.

90. **உற்ற மறையகத்தில் உய்க்கும் அவன் உத்தமனே**
மற்றம் மறைபகர்வோன் மத்திமனே-முற்றிழையே
அத்தம் உறலால் புகல்வான் அதமனேஎன
வித்தகநூல் ஓதும் விரித்து.

முற்றும் இழையே-முழுமையான அணிகலன்களை அணிந்தவளே! உற்றமறை அகத்தில்-தன் காதிற்கு எட்டிய இரகசியத்தை (வெளியிட்டுடாமல்); அகத்தில்-மனத்தின்; உய்க்கும்-உள்ளேயே வைப்பன்; உத்தமனே-சிறந்தவனே ஆவன்;

அம்மறை-அந்த இரகசியத்தை; பகர்வோன்-பிறர் அறியச் சொல்லுபவன்; மத்திமன்-நடுவானவன் ஆவான்; அத்தம் உறலால்-அந்த இரகசியத்தைப் பணம் பெற்றுக் கொண்டு கூறுபவன்; அதமன்-கீழானவன்; என-என்று; வித்தக நூல்-அறிவு சான்ற நூல்கள்; ஓதும்-கூறும்.

இரகசியத்தை வெளியிடாதவன்-உத்தமன்; இரகசியத்தை வெளியிடுபவன்-மத்திமன்; பணம் பெற்றுக் கொண்டு வெளியிடுபவன்-அதமன்.

91. **உத்தமர்தாம் ஈயுமிடத்து ஓங்குபனை போல்வரே**
மத்திமர் தான் தெங்குதனை மானுவரே-முத்தலரும்
ஆம்கமுகு போல்வார் அதமர்களோ
தேம்கதலி போல்வனார் தேர்ந்து.

தேர்ந்து-குறிப்பறிந்து; ஈயும் இடத்து-கொடுக்கும் நிலையில்; உத்தமர்-உத்தமர்கள்; ஓங்குபனை போல்வர்-உயரமாக வளர்ந்துள்ள பனையை ஒப்பர்; மத்திமர்-மத்திமர்; தெங்குதனை-தென்னையை; போல்வர்-ஒப்பர்; அதமர்-கீழோர்; முத்து அலரும்-முத்தினைப் போலப் பூக்கும்; கமுகு போல்வர்-பாக்கு மரத்தை ஒப்பர்; அவர்களே-அவர்களே; தேம் கதலியும்-இனிப்பாகப் பழுக்கின்ற வாழையையும்; போல்வர்-ஒப்பர்.

கொடையில் உத்தமர்-பனை மரத்தையும்; மத்திமர் தென்னை மரத்தையும்; அதமர் பாக்கு மரத்தையும்; வாழை மரத்தையும் ஒப்பர்.

92. **எல்லோர் தமக்கும் இனிதுஉதவல் அன்றியே**
நல்லோர் தமக்குஉதவி நாடாரே-வல்லதரு
நாமநிதி மேக நயந்து தவல் அன்றியே
தாமுதவி நாடுமோ சாற்று.

வல்லதரு-சிறந்த கற்பக மரமும்; நாமநிதி-பெருமைமிக்க சங்க; பதுமநிதிகளும்; மேகம்-மேகங்களும்; தாம் நயந்து-தாம் பிறர்க்கு விரும்பி; உதவல் அன்றி-உதவி செய்வதல்லாமல் உதவி நாடுமோ-பிறரிடம் உதவியை எதிர்பார்க்குமோ? (அதுபோல)

நல்லார்-உயர்ந்தோர்; எல்லோர் தமக்கும்-அனைவருக்கும்; இனிது உதவல் அன்றி-விரும்பிக் கொடுப்பது அல்லாமல்; தமக்கு உதவி-தங்களுக்கு உதவியை நாடார்-விரும்பார்.

உயர்ந்தோர் பிறர்க்கு உதவி செய்வரே அன்றி தமக்கு பிறர் உதவியை எதிர்பார்க்க மாட்டார்.

**93. வெய்யோன் கிரணம் மிகச்சுடுமே வெய்யவனில்
செய்யோன் கிரணம்பிகத் தீதாமே-வெய்யகதிர்
எல்லோன் கிரணத் எரியினிலும் எண்ணமில்லார்
சொல்லே மிகவும் சுடும்.**

வெய்யோன் கிரணம்-சூரியனின் ஒளிர்க்கதிர்கள் மிகச்சுடும்-மிகவும் சுடும்; செய்யோன் கிரணம்-நெருப்பின் காந்தி; வெய்யவனில்-சூரியனின் ஒளிர்க்கதிர்களைக் காட்டிலும் மிகக் கொடியதாம்; வெய்ய கதிர்-வெப்பந்தரும் எல்லோன் கிரணத்து எரியினினும்-சூரிய; நெருப்பின் வெப்பத்தைக் காட்டிலும்; எண்ணம் இல்லார்-நல்லெண்ணம் இல்லாத சொல்லே-சொற்களே; மிகவும் சுடும்-மிகுதியாய்ச் சுடும்.

தீயோரின் வன்சொற்கள் தீயினும் சுடும்.

**94. திங்கள் அமிர்தம் கிரணம்மிகச் சீதளமே
திங்களினும் சந்தனமே சீதளமாம்-இங்கிவற்றின்
அன்புஅறிவு சாந்த அருளுடையார் நல்வசனம்
இன்பமிகும் சீதளமா மே.**

திங்கள் அமிர்த கிரணம்-சந்திரனின் அமிர்த ஒளிர்க்கதிர் மிகக் குளிர்ச்சியானது. சந்தனமே திங்களினும்-சந்தனமே சந்திரனைக் காட்டிலும்; சீதளம் ஆம்-மிகக் குளிர்ந்தாம். இங்கு இவற்றின்-இவ்வுலகில் இவ்விரண்டினையும் பார்க்க; அன்பு அறிவு-அன்பையும் அறிவையும்; சாந்தம் அருள் உடையார்-பொறுமையையும்; அருளையும் மேற்கொண்ட மேலோர்; நல்வசனம்-இன்சொல்; இன்பம்மிகும்-இன்பம் வளர்கின்ற; சீதளம் ஆம்-குளிர்ச்சி உள்ளதாம்.

நல்லோரின் இன்சொல் மிக்கு இனியன.

95. **சீராம்வெண் ணீற்றுத் திரிபுண் டரம்விடுத்தே**
பேரான முத்தி பெறவிரும்பல்-ஆரமிர்த
சங்சீ வியைவிடுத்தே சாகா திருப்பதற்கு
நஞ்சே புசித்ததுபோ நாடு.

சீர்ஆம் வெண்நீற்று-சிறப்பைத் தரும் வெண்ணீற்றை; திரிபுண்களும்-மூன்றாக; விடுத்து-விட்டு; பேர்ஆன-பெருமை பொருந்திய; முத்தி பெற விரும்பல்-வீடு அடைய விரும்புத லானது; ஆர் அமிர்த-அருமையாகிய அமிர்த; சஞ்சீவியை-சஞ்சீவி மருந்தை; விடுத்து-விட்டு; சகாது இருப்பதற்கு-சாராமல் இருப்பதற்கு; நஞ்சு-நஞ்சை; புசித்தது-உண்டது; போல்-போலாகும். நாடு-இதனை நீ அறி.

திருநீறு அணியாமல் வீடு பேறு கிடையாது.

96. **செந்தா மரையிரவி சேர்உதயம் பார்க்குமே**
சந்திரோ தயம்பார்க்கும் தண்குமுதம்-கந்தமிகும்
பூஅலரப் பார்க்கும் பொறிவண்டு அரன்அன்பர்
தேவர்அவைப் பார்ப்பர் தெளிந்து.

செந்தாமரை-செந்தாமரையென்னும் மலர்; இரவிசேர்-சூரியன் தோன்றுதலை; பார்க்கும்-நோக்கும்; தண்குமுதம்-குளிர்ந்த ஆம்பல்; சந்திரன்-சந்திரனின்; உதயம்-தோன்றுதலை; பார்க்கும்-நோக்கும்; பொறிவண்டு-புள்ளிகளை உடைய வண்டுகள்; கந்தம் மிகுபூ-வாசனை வீசும் மலர்கள்; அலரப் பார்க்கும்-மலர்வதை எதிர் நோக்கும் (இவைபோல்) அரன் அன்பர்-சிவனின் அடியார்கள்; தேவரைத் தெளிந்து பார்ப்பர்-அப்பெருமானான சிவன் வருவதைத் தெளிந்து எதிர்நோக்குவர்.

சிவனடியார்கள் தம் தியான நிலையில் சிவனார் எழுந்தருள்வதை எதிர்நோக்குவர்.

97. **வில்வஅறுகுக்கு ஒவ்வா மென்மலர்க ணால்வரெனும்**
நல்லவன்பர் சொற்கு ஒவ்வா நான்மறைகள்
மெல்லிநல்லாய்
ஆம் மந்திரம் எவையும் ஐந்தெழுத்தை ஒவ்வாவே
சோமசுந்த ரற்குஎன்றே சொல்

மெல்லி நல்லாய்-மென்மைத் தன்மையுடைய பெண்ணே! சோமசுந்தரற்கு-உமையம்மையோடு கூடி விளங்கும் பேரழகராம் சிவனாருக்கு; மென்மலர்கள்-மென்மையான மலர்கள்; வில்வம் அறுகுக்கு ஒவ்வா-வில்வ இலைக்கும்; அறுகம்புல்லிற்கும் சமமாகா; நான் மறைகள்-நான்கு மறைகளும்; நால்வர்-நால்வர் எனச் சிறப்பித்துச் சொல்லப்படுகின்ற; சொல்லுக்கு-சொற்களால் தேவார திருவாசகங்களுக்கு; ஒவ்வா-சமமாகாது; ஆம் மந்திரம் எவையும்-உண்டாகிய மந்திரங்கள் யாவும்; ஐந்து எழுத்தை-திருவைந்தெழுத்தெனப்படும் நமச்சிவாய என்னும் ஸ்ரீ பஞ்சாட்சரத்திரத்திற்கு ஒவ்வா-பொருந்தாது.

சிவனுக்கு வில்வமும் அறுகுமே சிறந்த பத்திரம். தேவார; திருவாசகங்களே அழகிய மாலை; நமச்சிவாய என்ற திருவைந்தெழுத்தே சிறந்த மந்திரம்.

98. **கல்லார் பலர்கூடிக் காதலித்து வாழினும்நூல்**
வல்லான் ஒருவனையே மானுவரோ-அல்லாரும்
எண்ணிலா வான்மீன்அலகிடினும் வாகனகத்தோர்
வெண்ணிலா ஆமோ விளம்பு.

அல்ஆகும்-இரவில் அளவில்லாமல்; எண்இலாத-கணக்கில் அடங்காத; வான்மீன்-நட்சத்திரங்கள்; இலகிடினும்-ஒளியோடு பிரகாசித்தாலும்; வானகத்து-விண்ணில்; ஓர் வெண்நிலா-ஒரு முழுமையான வெண்ணிலாவிற்கு; ஆமோ-ஈடாகுமோ. அதுபோல. கல்லார்-படிக்காதவர்; பலர்கூடி-அனைவரும் கூடி காதலித்து வாழினும்-ஒருவரை ஒருவர் நேசித்து வாழ்ந்தாலும்; நூல் வல்லான்-சிறந்த நூலில் வல்லவனாகிய; ஒருவனை-ஓர் அறிஞனை மானுவரோ-ஒப்பாவரோ; விளம்பு-நீ சொல்.

மூடர்பால் கூடி இருப்பினும் கற்ற ஓர் அறிஞனுக்கு ஈடாகார்.

99. **சந்தனத்தைச் சேர்தருவும் தக்க மணங்கமழும்**
சந்தனத்தைச் சார்வேய்அழல்பற்ற-அந்தவனம்
தானும்அச் சந்தனமும் தன்னிமும் மாள்வதன்றித்
தானும் கெடச் சுடுமே தான்.

சந்தனத்தைச் சேர் தருவும்-சந்தன மரத்தைச் சார்ந்த மற்ற மரங்களும்; தக்கமணம் கமழும்-நல்ல மணத்தைப் பெறும். சந்தனத்தைச் சார்-சந்தனத்தைச் சார்ந்த; வேய்-மூங்கில் மரம்; தழல்பற்ற-தீப்பற்ற (அதனால்) அந்த வனம் தானும்-அக்காடும்; அச்சந்தனமும்-அந்தச் சந்தனமரமும்; தன்இனமும்-மூங்கில் இனமும்; மாள்வது அன்றி-எரிந்து அழிந்து போவது அல்லாமல்; தானும்-அம்மூங்கிலும்; கெடச்சுடும்-அந்த மூங்கிலும் அழியும்.

சந்தன மரத்தைச் சார்ந்த பிற மரங்களும் மணம் பெறுதல் போல நல்லோரைச் சேர்ந்த பிறரும் சிறப்புப் பெறுவர். சந்தனமரத்தின் அருகிலுள்ள மூங்கில் தீப்பற்ற மூங்கிலும் அழியும் சந்தனமரமும் அழியும். அதுபோல தீயோரைச் சேர்ந்த நல்லோரும் கெடுவர்.

100. கங்கைநதி பாவம் சசிதாபம் கற்பகந்தான்
மங்கல் உறும்வறுமை மாற்றமே-துங்கமிகும்
இக்குணமோர் மூன்றும் பெரியோர் இடம்சேரில்
அக்கணமே போமென்று அறி.

கங்கைநதி-கங்கை நதியானது; பாவம்-பாவங்களை மட்டும் போக்கும்; சசி-சந்திரனது; தாபம்-வெப்பத்தை மட்டும் போக்கும்; கற்பகம்-கற்பக மரமானது; மங்கல் உறும்-வாட்டம் தரும் வறுமை மாற்றும்-வறுமையைப் போக்கும். இக்குணம்-இந்த தீயகுணங்கள்; ஓர் மூன்றும்-மூன்றினையும் (பாவம்; தாபம்; வறுமை) பெரியோரிடம் சேரில்-பெரியோர்களைச் சேர்ந்தால் போம்-அப்போதே நீங்கி விடும்; துங்கம் மிகும்-மேன்மை ஓங்கும்; என்றுஅறி-என்று அறிவாயாக.

பெரியோரைச் சேர்ந்தால் அனைத்துத் துன்பங்களும் நீங்கும்.

நீதிவெண்பா முற்றிற்று.

○

குமரகுருபரர் பாடிய

9. நீதிநெறி விளக்கம்

ஆசிரியர் வரலாறு

பாண்டி நாட்டிலுள்ள திருநெல்வேலி மாவட்டம்; திருவைகுண்டத்தில் சைவ வேளாளர் மரபில் சண்முகசிகாமணிக் கவிராயருக்கும் சிவகாமி அம்மையாருக்கும் மகனாகப் பிறந்தார்.

பிறந்து ஐந்து வயது வரை பேசாதிருந்ததைக் கண்ட பெற்றோர் மிக வருந்தி தங்களின் வழிபடும் கடவுளான திருச்செந்தூர் ஸ்ரீசெந்திலாதிபனுக்கு வேண்டி அவன் திருக் கோயில் சென்று அவன் திருமுன்னர் நோன்பிருந்தனர். செந்திலாதிபன் அருளால் முதன்முதலில் கந்தர்கலி வெண்பா என்ற நூலினைப் பாடினர். அப்பொழுது செந்திலாதிபன் தந்த பெயரே குமரகுருபரன் என்பதாம்.

பின்னர் அவனருளால் வடதிசை சென்று மீனாட்சி அம்மைமீது மீனாட்சி அம்மைப் பிள்ளைத்தமிழ் பாடினார். மீனாட்சியம்மை குறம்; மீனாட்சி இரட்டை மணிமாலை; மதுரைக்கலம்பகம்; முத்துக்குமார சுவாமி பிள்ளைத்தமிழ்; பண்டார மும்மணிக்கோவை போன்ற நூல்களையும் பாடினார்.

பின்னர் காசி சென்றார். அங்கும் தமிழ் வளர்த்தார். காசிக்கலம்பம்; சகலகலாவல்லிமாலை போன்ற நூல்களைப் பாடினார். தருமை ஆதீனம்; திருப்பனந்தாள் ஆதீனம் போன்ற ஆதீனங்களில் அமர்ந்து தமிழ்த் தொண்டாற்றி சிவபதம் அடைந்தார்.

கடவுள் வாழ்த்து

நீரிற் குமிழி இளமை நிறைசெல்வம்
நீரிற் சுருட்டும் நெடுந்திரைகள்-நீரில்
எழுத்தாகும் யாக்கை நமரங்காள் என்னே
வழுத்தாத தெம்பிரான் மன்று.

சொ.ரை: இளமை-இளமைக்காலம்; நீரில்-தண்ணீரில் உண்டாகும். குமிழி-சிறு நீர்க்குமிழி போன்றது; நிறை செல்வம்-பொருந்தும் செல்வம்; நீரில் சுருட்டும்-தண்ணீரில் காற்றினால் ஏற்படும் சுருளும்; நெடும்-நீண்ட; திரைகள்-அலைகளாகும்; யாக்கை-உடம்பானது; நீரில் எழுத்தாகும்-தண்ணீரில் எழுதப்படும் எழுத்துக்கள் போன்றதாகும். (அதனால்) நமரங்காள்-மக்களே! எம்பிரான்-(நிலையாமையை உணர்ந்து நிலைத்து நின்றிட) இறைவனே! என்று அவனின் அழகிய திருவடிகளை; வழுத்தாத-வாழ்த்தி வணங்காதது; என்னே-ஏன்?

மனித வாழ்க்கை நிலையற்றது. நீரில் ஏற்படும் நீர்க் குமிழியைப் போன்றது. எழுதும் எழுத்தை ஒத்தது. நிலையற்றது. எனவே நிலைபெற இறைவன் திருவடிகளைப் பற்றி வணங்கிப் பாருங்கள்; உய்யுங்கள்.

1. கல்வியின் சிறப்பு

அறம்பொருள் இன்பமும் வீடும் பயக்கும்
புறங்கடை நல்லிசையும் நாட்டும்-உறங்கவலொன்று
உற்றுழியும் கைகொடுக்கும் கல்வியின் ஊங்கில்லை
சிற்றுயிர்க்கு உற்ற துணை.

கல்வி-கல்வியானது; ஒருவனுக்கு அறம்-ஒருவனுக்கு அறத்தையும்; பொருள்-நல்ல பொருட்செல்வத்தையும்; இன்பம்-நல்லின்பத்தையும் வீடும் முத்தியையும்; பயக்கும்-கொடுக்கும்; புறங்கடை-நாம் இல்லாதபோது; நல்இசையும்-நல்ல புகழையும்; நாட்டும்-நிலைநிறுத்தும்; உறும் கவல் ஒன்று-வாழ்க்கையில் வந்திடும் துன்ப காலத்தில்; உற்றுழியும்-தக்க பொழுதில்; கைகொடுக்கும்-கைகொடுத்து உதவும் ஆதலால் சிற்றுயிர்க்கு-

சிறிய உயிர்க்கு; உற்றதுணை-சிறந்த துணையாவது; வேறு இல்லை-வேறு எதுவும் இல்லை.

உலகில் வாழும் சிறிய உயிர்க்கு சிறந்த துணை கல்வியே!

2. கல்வி தரும் இன்பம்

தொடங்குங்கால் துன்பமாய் இன்பம் பயக்கும்
மடங்கொன்று அறிவகற்றும்கல்வி-நெடுங்காமம்
முற்பயக்கும் சின்னீர இன்பத்தின் முற்றிழாய்
பிற்பயக்கும் பீழை பெரிது.

முற்றிழாய்-நல்ல வேலைப்பாடுகள் அமைந்த அணி கலன்களை அணிந்துள்ள பெண்ணே!; கல்வி-கல்வியானது; தொடங்குங்கால்-அதனைக் கற்கப் புகும்பொழுது; துன்பம் ஆய்-துன்பம் தருவதுபோல் தோன்றும்; இன்பம் பயக்கும்-பின்னர் இன்பத்தையே தரும்; மடம்-அறியாமையை; கொன்று-அழித்து; அறிவு அகற்றும்-அறிவினை மேம்படுத்தும்; நெடுகாமம்-மிக்க காமமோ! முன் பயக்கும்-தொடக்கத்தில்; சின்னீர் இன்பத்தின்-இன்பம் தருவதுபோல் தோன்றி பின்பயக்கும்-பின்பு துன்பத் தையே தகும். பீழை பெரிது-அதனால் வரும் தீமை மிகக் கொடியது.

கல்வியைக் கற்கத் தொடங்குங்கால் கடினமாகத் தோன்றி னும் பின்னர் இன்பம் தரும்; ஆனால் காமமோ முதலில் இன்பம் தருவதுபோய் தோன்றி பின்னர் தீராத தீமையைத் தரும்.

3. கல்வியினும் சிறந்த செல்வம் வேறு இல்லை

கல்வியே கற்புடைப் பெண்டிரப் பெண்டிர்க்குச்
செல்வப்புதல்வனே தீங்கமியாச்-சொல்வளம்
மல்லல் வெறுக்கையா மாணவை மண்ணுறுத்தும்
செல்வமும் உண்டு சிலர்க்கு.

கல்வியே-ஒருவன்தான் கற்கின்ற கல்வியையே! கற்பு உடைய பெண்டிர் -கற்புடைய பெண்டிர் போலவும்; அப்பெண் ணிற்கு-கற்புடைய அப்பெண்களுக்கு; தீங்கவியே-இனிய பாடலே;

செல்வப் புதல்வன் ஆ-பெறற்கரிய மகனாகவும்; சொல்வளம்-பாடலின் மொழி வளமே; மல்லல் வெறுக்கை ஆ-பெருகியுள்ள செல்வமாகவும்; அமைய மாண் அவை-சிறப்புள்ள அறிஞர்கள் கூடியுள்ள அவையினை; மண்ணுறுத்தும்-அழகு செய்யும்; செல்வமும் சிலர்க்கு உண்டு-பெயரும் புகழும் சிலருக்கே உண்டு.

கற்ற கல்வி கற்புடைய பெண்ணாவாள்; அவள் இயற்றும் செய்யுளே மக்கள்; சொல்வளமே செல்வம்; கற்றோர் கூடிய அவையில் அமர்வதே தனிச்சிறப்பு. இச்சிறப்பு சிலருக்கே உண்டு.

4. பொன்மலம் வாசம் பெறல்

எத்துணைய வாயினும் கல்வி இடமறிந்து
உய்த்துணர்வு இல்லெனின் இல்லாகும்-உய்த்துணர்ந்தும்
சொல்வன்மை இன்றெனின் என்னாம் அஃதுண்டேல்
பொன்மலர் நாற்றம் உடைத்து.

கல்வி-கல்வியானது; எத்துணைய ஆயினும்-எந்தளவு சிறப்புடன் கற்றாலும்; இடம் அறிந்து-நூலின் தன்மையை அறிந்து; உய்த்து உணர்வு-ஆராய்ந்து அறியும் நல்லுணர்வு; இல்-இல்லை என்றால்; உய்த்து உணர்ந்தும்-அவ்வாறு அறிந்து கற்றறிந்து இருப்பினும்; சொல்வன்மை-தான் கற்றதைப் பிறர்க்கு எடுத்துச் சொல்லும் ஆற்றல்; இன்று எனின்-இல்லை என்றால் என்ஆம்-கற்றல் கல்வியின் பயன் என்ன? அஃதுண்டேல்-சொல்லாற்றால் திறன் இருக்கப் பெறுமாயின்; பொன்மலர்-பொன்னால் செய்யப்பட்ட மலர்; நாற்றம் உடைத்து-மணம் பெற்றதை ஒக்கும்.

கற்ற கல்வியைப் பிறர்க்கு எடுத்துச் சொல்லும் சொல்லாற்றல் வேண்டும்; அந்நிலை இல்லையேல் கற்ற கல்வியால் பயன் இல்லை. எடுத்துச் சொல்லும் ஆற்றல் இருந்தால் அது பொன்மலர் வாசனை பெற்றதைப் போன்று பெருமையானதாகும்.

5. எது சிறப்பு? எது சிறப்பில்லை?

அவையஞ்சி மெய்விதிர்ப்பார்கல்வியும்; கல்லார்
அவையஞ்சா ஆகுலச் சொல்லும்-நவையஞ்சி
ஈத்துண்ணார் செல்வமும்; நல்கூர்ந்தார் இன்னலமும்
பூத்தலிற் பூவாமை நன்று.

அவைஅஞ்சி-கற்றோர் கூடியுள்ள அவைக்கு அஞ்சி; மெய்விதிப்பார்-உடல் நடுங்குபவர் கற்ற கல்வியும்; அவை அஞ்சா-அவைக்கு அஞ்சாது; ஆகுலச் சொல்லும்-ஆரவாரம் மிகுந்த வெற்று வீண் சொற்களும்; ஈத்து உண்ணார்-பிறர்க்குக் கொடுத்து உண்ணாதவர் (கஞ்சன்); செல்வமும்-செல்வம்; நல்கூர்ந்தார்-வறுமையாளர்களின்; இன்நலமும்-அழகிய தோற்றமும், குணங்களும்; பூத்தலின் பூவாமை-தோன்றுவதைக் காட்டிலும் தோன்றாது இருத்தல்; நன்று-நல்லது.

அவை அஞ்சுவார் கல்வியும்; அவை அஞ்சார் வெற்றுச் சொற்களும், பிறர்க்குக் கொடுத்து வாழாதவர் செல்வமும்; வறுமையாளர் அழகும் தோன்றுவதைக் காட்டிலும் தோன்றாதிருந்தலே நன்றாம்.

6. எந்த உடம்பு சிறப்பு

கலைமகள் வாழ்க்கை முகத்த தெனினும்
மலரவன் வண்டமிழோர்க்கு ஒவ்வான்-மலரவன்செய்
வெற்றுடம்பு மாய்வனபோல் மாயா புகழ்கொண்டு
மற்றிவர் செய்யும் உடம்பு.

கலைமகள் வாழ்க்கை-கலைமகளினுடைய வாழ்க்கை; முகத்த தெனினும்-புலவர்களின் நாவிலும் நான்முகன் நாவிலும் இருக்கின்றாள் என்றாலும்; மலரவன்-தாமரை மலர்மேல் இருக்கும் பிரமன்; வண்தமிழோர்க்கு ஒவ்வான்-வளங்கொண்ட தமிழ்ப்புலவர்களுக்கு; ஒப்பாக மாட்டான் (ஏனென்றால்); மலரவன்-நான்முகன்; செய் வெறு உடம்பு-செய்கின்ற வெறும் உடம்பானது; மாய்வனபோல்-இறந்து அழிந்து ஒழிவதைப்போல;

மற்று இவர்-தமிழ் புலவர்கள் செய்யும்; செய் உடம்பு-செய்திடும் சிறந்த அறிவு நூலானது என்றும் அழியாது நிலைத்து நிற்கும்.

நான்முகன் செய்யும் உடம்பு அழியும்; புலவர்கள் செய்யும் உடம்பான நூல் என்றும் அழியாது. எனவே பிரமனினும் புலவரே உயர்ந்தவர்.

7. சொல்வன்மை அற்ற கல்வியின் இழிவு

நெடும்பகல் கற்ற அவையத்து உதவாது
உடைந்துளார் உட்குவரும் கல்வி-கடும்பகல்
ஏதிலான் பாற்கண்ட இல்லினும் பொல்லாதே
தீதென்று தீப்பரிதால்.

நெடும்பகல்-நீண்ட நாட்களாய்; கற்ற-தம்மால் கற்றறியப் பட்ட கல்வி; அவையத்து-சான்றோர் கூடிய அவையில்; உதவாது-தக்க சமயத்தில் பயன்படாது போனால்; (அதனால்) உடைத்து உளார்-மனம் உடைந்து இருப்பவருடைய; உட்கவரும்-அச்சப்படத்தக்க; கல்வி-கல்வியானது; கடும்பகல்-நண்பகலில்; ஏதிலான்பால்-அயலான் ஒருவனின் மனைவியோடு கூடியிருக்க; கண்ட-பார்த்த; இல்லினும்-மனைவியைவிட; பொல்லாது-தீமை தருவதாகும் (ஆதலால்) மனைவியைத் தீயவள் என ஒதுக்கி விடல்போல; தீது என்று-தீமை என்று; தீப்புஅரிது-நீக்குவது கடினம்.

கற்ற கல்வி சான்றோர் அவையில் எடுத்துரைக்க அச்சம் காரணமாய் முடியாது போவது நண்பகல் வேளையில் தன் மனைவி மாற்றான் ஒருவனுடன் கூடி இருப்பதைக் கண்டு விடுத்தல்போல கல்வியை விடுதல் அரிது.

8. கற்க அதன்படி நடக்க

வருந்தித்தாம் கற்றன ஓம்பாது மற்றும்
பரிந்துசில கற்பான்தொடங்கல்-கருந்தனம்
கைத்தலத்த உய்த்துச் சொரிந்திட்டு அரிப்பரித்தாங்கு
எய்த்துப் பொருள்செய் திடல்.

தாம்-தாங்கள்; வருந்திக்கற்றன-துன்பமுற்றுக் கற்றனவற்றை; ஓம்பாது-மனத்தில் பதித்து நடக்க முற்பட வேண்டும்; மற்றும்-மேலும்பல; பரிந்து கற்பான்-நூல்களை விரும்பிக் கற்றுக் கொள்ளும் நிலையில்; தொடங்கல்-தொடங்குதல்; கைத்தலத்து-தன்னிடம் கையிலுள்ள அளவுகடந்த செல்வத்தை; கருந்தனம் உய்த்து-வேண்டாமென உதறி; ஆங்கு-அப்பொருட்களை; அரிப்பு அரித்து-இழந்த இடத்திலேயே; எய்த்துப் பொருள்-இருந்து உடலும் மனமும் இளைப்புற்று; செய்திடல்-வருந்தி பொருளைச் சேர்ப்பதை ஒக்கும்.

கற்ற பொருளைப் போற்றி நடக்க வேண்டும். அதுவன்றி மீண்டும் கற்றல் கையிலுள்ள பொருளை இழந்து மீண்டும் பொருள் தேடுதலை ஒக்கும்.

9. வறியார் கற்ற கல்வி

எனைத்துணைய வேணும் இலம்பட்டார் கல்வி
தினைத்துணையும் சீர்ப்பா டிலவாம்-மனைத்தக்காள்
மாண்பில ளாயின் மணமகன் நல்லறம்
பூண்ட புலப்படா போல்.

மனைத்தக்காள்-மனைவி; மாண்பிலள் ஆயின்-இல்லறம் நடத்திட சிறப்பற்றவளானாள்; மணமகன்-கணவன்; பூண்ட-மேற்கொண்ட; நல்லறம்-இல்லறமான வாழ்க்கை; புலப்படா போல்-சிறவாததுபோல; இலம்பட்டார் கல்வி-வறுமையால் துன்பப்பட்டவர் கல்வி; எனைத்துணைய வேணும்-எத்துணைச் சிறப்பு வாய்ந்ததாக இருந்தாலும்; தினைத்துணையும்-தினை யளவுகூட; சீர்ப்பாடு இல்லையாம்-சிறப்பு உண்டாவது இல்லை.

மனை மாண்பு இல்லாதிருந்தால் இல்வாழ்க்கைச் சிறப்புறாது வறுமையாளர் கல்வியும் சிறப்புறாது.

10. செல்வத்தின் உயர்வு

இன்சொல்லன் தாழ்நடையன் ஆயினும் ஒன்றுஇல்லானேல்
வன்சொல்லின் அல்லது வாய்திறவார்-என்சொலினும்
கைத்துடையான் காற்கீழ் ஒதுங்கும் கடன்ஞாலம்
பித்துடைய வல்ல பிற.

இன்சொல்லன்-மகிழ்விக்கும் இன்சொல்லைப் பேசுபவன்; தாழ்நடையன்-அடக்கத்தைக் கொண்டு வாழ்பவன்; ஆயினும்-என்றாலும்; ஒன்று இல்லானேல்-ஒருபொருள்கூட இல்லாது இருப்பான் ஆனால் கடல் ஞாலம்-கடலால் சூழப்பெற்ற இவ்வுலகம்; வன்சொல்லின்-கடுமையான சொற்களைக் கொண்டு பேசுதல் தவிர்; அல்லது-பிறவற்றை; வாய்திறவா-வாயைத் திறவாது; என் சொல்லினும்-என்ன கூறினும்; கைத்துடையான்-உலகம் செல்வம் மிக்கவர்களை; கால்கீழ்-அவர்களின் கீழேயே ஒதுங்கும்-அடங்கும்; பித்து உடைய-அறிவற்ற தன்மை கொண்டது; அல்லபிற-நல்லறிவைக் கொள்வதில்லை.

உலகவர் பணத்தையே மதிப்பர், மற்றவற்றை மதியார்.

11. தவம் செய்வோர் சிறப்பு

இவறன்மை கண்டும் உடையாரை யாரும்
குறையிரந்தும் குற்றேவல் செய்ய-பெரிதுந்தார்
முற்பகல் நோலாதார் நோற்றாரைப் பின்செல்லல்
கற்பன்றே கல்லாமை யன்று.

இவறன்மை கண்டும்-பிறர்க்கு ஈயாத தன்மை இருந்தும்; உடையாரை-செல்வம் உடையவர்களை; யாரும்-உலகிலுள்ள மக்கள் யாவரும்; குறையிரந்து-குறைகளைக் கூறி வருந்தியும்; குற்றேவல் செய்ய-பொருள் வேண்டி அவர்கள் கூறும் வேலை களைச் செய்வார்கள். முற்பகல்-முன்னைய பிறப்பில்; பெரிதும்-பெரியதாக; தாம்நோலாதார்-தவம் செய்யாதவர்கள்; நோற்றாரைத் தவம் மேற்கொண்டவர்களிடம்; பின்செயல்-பின்னே சென்று வேண்டிக் கொள்ளுதல்; கற்பு அன்றே-கல்வி அறிவாகும்; கல்லாமை அன்று-அது கல்லாமை ஆகாது.

பொருள் கொண்டதைவிட தவம் மேற்கொண்டாடும் கல்வி கற்றல் சிறப்புடையது.

12. கல்வி அழகே அழகு

கற்றோர்க்கு கல்வி நலனே கலனல்லால்
மற்றோர் அணிகலம் வேண்டாவாம்-முற்ற
முழுமணிப்பூணுக்குப் பூண்வேண்டா யாரே
அழகுக்கு அழகு செய்வார்.

முற்ற-முழுமையாக; முழுமணிபூணுக்கு-முழுவதும் மணி களால் இழைக்கப்பெற்ற அழகுபெற்ற அணிக்கு; பூண்வேண்டா-வேறு அணிகலன்கள் வேண்டாம்; யாரே-எவரே?; அழகுக்கு அழகு செய்வார்-அழகுமிகுந்த ஒன்றுக்கு வேறு அழகினைச் செய்வார்களோ? (செய்ய மாட்டார்) அதுபோல கற்றோர்க்கு-கற்கவேண்டியதைக் கற்ற சான்றோர் களுக்கு; கல்வி நலனே-கல்வியால் ஏற்படும் அறிவே! நான்-சிறந்த அணியாம்; அல்லால்-அதுவல்லாமல்; மற்றோர்-பிறிதொரு; அணிகலன்-ஆபரணம்; வேண்டாவாம்-வேண்டுவதில்லையாம்.

கற்றோர்க்குக் கல்வியால் வரும் சிறப்பே போதுமானது; பிற ஒன்றும் வேண்டியதில்லை.

13. கல்விச் செருக்குக் கூடாது

முற்றும் உணர்ந்தவர் இல்லை முழுவதூஉம்
கற்றனம் என்று களியற்க-சிற்றுளியால்
கல்லும் தகரும் தகரா கனங்குழாய்
கொல்லுலைக் கூடத்தினால்.

கனங்குழாய்-எடைமிகுந்த காதணிகளை அணிந்த பெண்ணே! முற்றும்-இவ்வுலகில் முழுமையாய்; உணர்ந்தவர்-கற்றறிந்தவர்; இல்லை-இல்லை; ஆதலால்; முழுவதும் கற்றோம்-நாம் அனைத்தையும் கற்றுவிட்டோம் என்று செருக்கும் கொள்ளல் கூடாது ஏனெனில்; சிறு உளியால்-சின்னஞ்சிறிய உளியால்; கல்லும்-பெரிய கருங்கல்லும்; தகரும்-உடையும்; கொல் உலைக் கூடத்தினால்-கொல்லன் உலைக் கலத்திலுள்ள பெரிய சம்மட்டிக்கு; தகரா-உடையாது.

முழுவதும் கற்றுவிட்டோம் என்று செருக்குக் கொள்ளாதே; சிறிய உளி பெரிய கருங்கல்லை உடைக்கும்; பெரிய சம்மட்டியால் உடைக்க முடியாது.

14. உள்ளத்தில் மகிழ்வுகொள்; அது ஆணவத்தை அழிக்கும்

தம்மின் மெலியாரைநோக்கித் தமது டைமை
அம்மா பெரிதென்று அகமகிழ்க-தம்மினும்
கற்றாரை நோக்கிக் கருத்தழிக கற்றதெல்லாம்
எற்றே இவர்க்கு நாம் என்று.

தம்மினும்-தம்மைக் காட்டிலும்; மெலியாரை நோக்கி-பொருளில் தாழ்ந்தவரை நோக்கி; தமது உடைமை-நம்மிடம் இருக்கும் செல்வம்; பெரிது என்று-மிக உயர்ந்தது; என்று எண்ணி-என நினைத்து; அகமகிழ்க-உள்ளம் மகிழ்ச்சி அடைக. (அம்மா வியப்பு இடைச்சொல்) ஆனால் கற்றாரை-தம்மினும் படித்தாரை; நோக்கி-பார்த்து; கருத்துஅழிக-இவரைவிட நாம் கற்றது குறைவு என்று எண்ணி நாணி; கற்றது எல்லாம்-படித்தது எல்லாம்; எற்றே-இவர்க்கு முன் எம்மாத்திரம்; இவர்க்கு நாம் என்று-என்று நினைத்து மேன்மேலும் கற்க விரும்புக.

செல்வத்தில் நம்மினும் குறைந்தாரைக் கண்டு நாம் மிகுந்த செல்வம் பெற்றுள்ளோம் என்று மகிழ்க; கல்வியில் நம்மினும் கற்றாரைப் பார்த்து கருத்து அழிந்து அவரினும் நாம் கற்க வேண்டும் என கற்க முயல்க.

15. பணிவே உயர்வு

கல்வி உடைமை பொருளுடைமை என்றிரண்டு
செல்வமும் செல்வம் எனப்படும்-இல்லார்
குறையிரந்து தம்முன்னர் நிற்பபோல் தாமும்
தலைவணங்கித் தாழப் பெறின்.

கல்வி உடைமை-கல்வியறிவும்; பொருள் உடைமை-பொருள் பெற்றிருத்தலும் ஆகிய; என்ற இரண்டு-என்று கூறப்படும்; இரண்டும் செல்வம் எனப்படும்-செல்வம் என்றே கூறப்படும். இல்லார்-ஏனைய இரண்டும் இல்லாதவர்கள்; குறைஇரந்து-குறைகூறி பணிந்து தம்முன் நிற்பர் போல்-தம்முன்னே நின்று யாசிப்பது போல; தாமும்-நாமும்; தலைவணங்கி-தலையைத் தாழ்த்தி பணிந்து; வணங்கி தாழப்பெறின்-தாழ்ந்து பெறவேண்டும்.

கல்வியும் செல்வமும் பெற்றாரிடம் பெறாதவர் தாழ்ந்து நின்று பெற்றிடல் வேண்டும்.

16. சான்றோரின் பணிவு

ஆக்கம் பெரியார் சிறியார் இடைப்பட்ட
மீச்செலவு காணின் நனிதாழ்ப-தூக்கின்
மெலியது மேன்மேல் எழச் செல்லச்செல்ல
வளதன்றே தாழுந்துலைக்கு.

தூக்கின்-(தராசு) துலாக்கோலைத் தூக்கிப் பிடித்தால்; துலைக்கு-அத்துலாக்கோலில்; மெல்லியது-கனமில்லாத மெல்லிய தட்டு; மேன்மேல்-மேன்மேலே; எழச்செல்லச் செல்ல-செல்லும் நிலையைக் கொள்ள; வலிது-கனமுள்ள தட்டு; அன்றே-அப்பொழுதே; தாழும்-கீழே இறங்கும் (அதுபோல); ஆக்கம் பெரியார்-முயற்சி உள்ள பெரியோர்; சிறியார் இடைப்பட்ட-கல்வியிலும் செல்வத்திலும் குறைந்தாரைக் காணின்; நனிதாழ்ப-மிகவும் பணிவான நிலையைக் கொள்வர்.

கல்வியும் செல்வமும் பெற்றவர்கள் அவற்றைக் குறை வாகவே பெற்றவரிடம் பணிந்தே நடப்பர்.

17. தற்புகழ்ச்சி வேண்டா

விலக்கிய ஓம்பி விதித்தனவே செய்யும்
நலத்தகையார் நல்வினையும் தீதே - புலப்பகையை
வென்றனம் நல்லொழுக்கில் நின்றேம் பிறவொன்று
தம்பாடு தம்மிற் கொளின்.

புலப்பகையை-புறத்தே உள்ள பகையான (மெய்; வாய்; கண்; மூக்கு; செவி என்ற ஐம்புல) பகையை; வென்றனம்-யாம் வென்று விட்டோம்; ஒழுக்கில்-தீமை நீங்கிய நல்லொழுக்க வழியில்; நின்றோம் என்று-தவறாமல் நின்றோம் என்று; தம்பாடு-தம்பெருமையை; தம்மில் கொளின்-தமக்குள் நினைத்துக் கொள்வார்கள் என்றால்; விலக்கிய-தீயவை என ஒதுக்கப்பட்ட செயல்களை; ஓம்பி-செய்யாமல் காத்து; விதித்தனவே-செய்யத் தகுந்தன என்று கூறப்பட்ட செயல்களையே; செய்யும்-செய்யும்; நலத்தகையார்-நல்லகுணமுடையாரது; நல்வினையும்-நல்ல வினையும்; தீதே-பயனற்றதாம்.

ஐம்புலன்களை வென்றாரின் தற்புகழ்ச்சி பயன்தராது.

18. தற்புகழ்ச்சி இகழ்வையே தரும்

தன்னை வியப்பான் தற்புகழ்தல் தீச்சுடர்
நன்னி சொரிந்து வளர்த்துற்றால்-தன்னை
வியவாமை யன்றே வியப்பாவ தின்பம்
நயவாமை யன்றே நலம்.

தன்னை வியப்பான்-பிறர் தன்னை உயர்வாகக் கருத வேண்டும் என்பதற்காகத் தன்னைத்தானே உயர்த்தி; தற்புகழ்தல்-புகழ்ந்து கொள்ளுதல்; தீச்சுடர்-எரியும் விளக்கை; நன்னீர் சொரிந்து-நல்ல நீரை ஊற்றி; வளர்த்தற்றால்-வளர்த்தலுக்கு ஒப்பாகும்; தன்னை வியவாமை-தன்னை பெருமைபடுத்திக் கொள்ளாதிருத்தல்; அன்றோ-அதுவல்லவா; இன்பம் வியவாமை நலம்-அதுவே இன்பத்தைத் தருவதாகும்.

தன்னைத்தானே புகழ்தல் இழிவாம்.

19. பிறரால் மதிக்கப்பட

பிறரால் பெருஞ்சுட்டு வேண்டுவான் யாண்டும்
மறவாமே கோற்பதொன்று உண்டு-பிறர்பிறர்
சீரெல்லாம் தூற்றிச் சிறுமை புறங்காத்து
யார்யார்க்கும் தாழ்ச்சி சொலல்

பிறரால்-மற்றவர்களால்; பெருஞ்சுட்டு வேண்டுவான்-பெருமதிப்பினை விரும்புபவன்; யாண்டும்-எப்பொழுதும்; மறவாமே-மறவாமல்; நோற்பது-நினைவில் கொள்ள வேண்டியது; ஒன்று உண்டு-ஒரு செயல் உண்டு. (அது யாதெனில்) பிறர்பிறர்-மற்றவர்களுடைய; சீர்எல்லாம்-பெருமைகள் அனைத்தையும்; தூற்றி-தெரியும்படிச் செய்து; சிறுமை-குறைகளை; புறம்காத்து-வெளியே கூறாது தவிர்த்து; யார்யார்க்கும்-அனைவரிடமும்; தாழ்ச்சி-பணிவாக; சொலல்-பேசுதலேயாகும்.

பிறரால் நாம் மதிக்கப்பட வேண்டும் என்று விரும்புவோர் மறவாது செய்ய வேண்டுவன; ஒருவரின் பெருமையைக் கூறல்; சிறுமையை மறைத்தல்; அனைவரிடமும் பணிவாகவும்; இன்சொல்லையும் பேசுதலே ஆகும்.

20. கற்க; அதன்படி நடக்க

கற்றுப் பிறர்க்குரைத்துத் தாம்நில்லார் வாய்ப்படூஉம்
வெற்றுரைக் குண்டோ வலியுடைமை-சொற்றநீர்
நில்லாத தென்னென்று நாணுறைப்ப நேர்ந்தொருவன்
சொல்லாமே சூழ்ந்து சொலல்.

கற்றுப் பிறர்க்கு உரைத்து-நல்ல நூல்களைக் கற்று அதனைப் பிறர்க்குக் கூறி; தாம் நில்லார்-தாம் கற்ற நூலில் கூறிய வண்ணம் நடவாதவராகி; வாய்ப்படூஉம்-பிறர்க்கு மட்டும் அறிவுரை கூறும் பயனற்ற சொற்களைக் கூறுவோர்; சொற்றநீர் இல்லாதவன்-தான் கூறியபடி நில்லாதவன்; சொல்லாயே-என்ற சொல்லால்; சூழ்ந்து சொலல்-சூழப்படும் சொல்லுக்கு உரியவன்.

கற்றபடி நடக்க வேண்டும். பிறர்க்கு மட்டும் கூறல் சரி அன்று.

21. கல்வியை விற்காதே

பிறர்க்குப் பயன்படத் தாங்கற்ற பிற்பார்
தமக்குப் பயன்வே றுடையார்-திறப்படூஉம்
தீவினையஞ்சா விறல்கொண்டு தென்புலத்தார்
கோவினை வேலை கொளல்

பிறர்க்குப் பயன்படா-பிறர்க்குப் பயன்படுகின்ற; தாம்கற்ற விற்பார்-தாம் கற்ற கல்வியைப் பணத்திற்கு விற்பார்; தமக்குப்பயன்-தங்களுக்கு வேறொரு பயனை; வேறு உடையார்-வேறு நிலையில் உடையவராவர்; அது எதுவென்றால்; தீவினை-தீய செயல்களை; திறப்படூஉம்-செய்வார்க்கு; அஞ்சாவிறல் கொண்டு-அஞ்சாமல் செய்யும் ஆற்றல் கொண்டு; தென்புலத்தார் கோவினை-தெற்கே உள்ள கூற்றுவன்; வேலை கொளல்-தங்களை நரகில் இட்டுத் துன்புறுத்தலுக்கு ஒப்பாகும்.

கற்ற கல்வியை விற்காதே! விற்றால் தென்திசைத் தலைவ னான காலன் அவர்களை நரகத்தில் இட்டுத் துன்புறுத்துவான்.

22. கல்லாதாரின் அடக்கம் இன்மை

கற்பன உழற்றார் கல்விக் கழகத்தாங்கு
ஒற்கமின் றூத்தைவாய் அங்காத்தல்-மற்றுத்தம்
வல்லுரு அஞ்சன்மின் என்பவே மாபறவை
புல்லுரு அஞ்சுவ போல்.

கற்பன-கற்கவேண்டிய; ஊழ் அற்றார்-நல்ல நூல்களை கற்கும் நல்வினை இல்லாதவர்கள்; கல்வி கழகத்து-சான்றோர் கூடிய நல்லவையில்; ஒற்கம் இன்று-அடக்கம் இல்லாமல்; ஊத்தைவாய்-அழுக்குக் கொண்ட வாயை; அங்காத்தல்-திறந்து பேசுதல்; மா பறவை-(வயல்வெளிகளில் சிறு பறவைகள் அஞ்சி வராமல் இருப்பதற்கு வைக்கோலால் திணித்துச் செய்யப்பட்ட) பெரிய பறவையைப் புல் உரு அஞ்சல்போல-கண்டு அஞ்சுவதை ஒக்கும்; தம் வல்உரு அஞ்சன்மின்-எம் உருவைக் கண்டு அஞ்சி எம் அருகே வருவதைத் தவிர்த்தலை விடுவீர் என்பதை ஒக்கும்.

கற்றறிவாளர் அவையில் கல்லாதவனுக்கு இடமில்லை.

23. கல்வி கற்பவர் இயல்புகள்

போக்கறு கல்வி புலமிக்கார் பாலன்றி
மீக்கொள் நகையினார்-தாக்கணங்கும்
ஆணவாம் பெண்மையுடைத்தெனினும் பெண்ணலம்
பேடு கொள்ளப்படுவ தில்.

தாக்கணங்கும்-தனக்கு வருத்தம் செய்கின்ற; ஆணவாம் பெண்மை-ஆண்கள் விரும்பக்கூடிய பெண்மைத் தன்மை; உடைத்து எனினும்-உடையது என்றாலும்; பெண்நலம்-எண்ணிடப் பெறும் இன்பம்; பேடுகொள்ளப்படுவது இல்-ஆண் தன்மை குறைந்த பெண் தன்மை மிக்கோரிடம் பெறுதற்கரிய ஒன்றாம். (அதுபோல); போக்கு அறு கல்வி-குற்றமில்லா கல்விச்செல்வம்; புலம் மிக்கார்பால்-அறிவு மிகுந்தவரிடத்து; அன்றி-அல்லாமல்; மீக்கொள்-அக்கறை சுற்ற; நகையினார்வாய்-விளையாட்டுக் குணங்கொண்டா ரிடத்து; சேரா-சேராது.

விளையாட்டுத்தனம் கல்வி கற்கப் பயன் தராது.

24. கற்றார் கல்லாதார் இயல்பு

கற்றன கல்லார் செவிமாட்டி கையுறூஉம்
குற்றம் தமதேபிறிதன்று-முற்றுணர்ந்தும்
தாமவர் தன்மையுணராதார் தம்முணரா
ஏதிலரை நோவது எவன்.

தாம் கற்றன-தாம் படித்தவற்றை; கல்லார்-கல்லாத செவிமாட்டி-அறிவு இல்லாவர்களுக்கு கூறல்; கையுறூஉம்-தமக்கு வரக்கூடிய; குற்றம்-மரியாதைக் குறைவுகளை; தமதே-தம்முடையதே ஆகும். பிறிது அன்று-அது வேறு ஒருவரால் ஏற்படுவது இல்லை. முற்றும் உணர்ந்தும்-அனைத்தையும் உணர்ந்தும்; அவர்தம்மை உணராதவர்-அவர் தம்மை உணராமல் இருப்பது; தம்உணரா ஏதிலாரை-தம்மைக் கல்வி கற்ற நிறைவு அடைந்த பிறரை; நோவது எவன்-வருந்துவது ஏன்?

தகுதி உடையார்க்குக் கல்வியைக் கற்பிக்க வேண்டும்.

25. நன்மக்கள் பெருமை

வேந்தவை காவார் மிகன்மக்கள் வேறுசிலர்
காத்தது கொண்டாங்கு உவப்புஎய்தார்-மாத்தகையர்
அந்தப்புரத்தது பூஞை புறங்கடைய
கந்துகொல் பூட்கைக் களிறு.

மாத்தகைய-பெருமை பொருந்திய; அந்தப்புரத்து-வீட்டினுள் வசிக்கும்; பூனை-பூனை; புறங்கடையது-பெருமை இல்லாத வெளியில்; சந்துகொள் பூட்கைக்களிறு-கட்டப்பட்டு உள்ளது தறியை உடைக்கும் வலிமை கொண்ட யானை. (வீட்டின் உள் பூனையும் வெளியே யானையும் இருப்பதால் பெருமை இல்லை) மிகல் மக்கள்-உயர்ந்த வாழ்வை வாழ்கின்றவர்கள்; வேத்து அவைகாவார்-அரசனின் அவையில் வீற்றிருப்பதால் பெருமை என்று எண்ணுவதில்லை. வேறுசிலர்-கீழ்மையான அறிவு கொண்டவர்கள்; காத்துக் கொண்டு-மன்னனின் அவையைக் காத்து ஆங்கு-அங்கு; உவப்பு-மகிழ்வான பெருமையை; எய்தார்-அடையார்; களிறு-ஆண் யானை பிடி-பெண் யானை.

பூனை உள்ளே இருப்பதாலும் யானை வெளியே இருப்பதாலும் பெருமை இல்லை. கற்றோர் எங்கு இருந்தாலும் பெருமை பெறுவர்.

26. தெய்வம் யார்?

குலமகட்குத் தெய்வம் கொழுநனே மன்ற
புதல்வர்க்குத் தந்தையும் தாயும்-அறவோர்க்கு
அடிகளே தெய்வம் அனைவோர்க்குத் தெய்வம்
இலைமுகப் பைம்பூண் இறை.

குலமகட்கு-நன்னடத்தை உள்ள பெண்ணுக்கு தெய்வம்-அவளின் கணவனே தெய்வம்; புதல்வர்க்கு-மக்களுக்கு; தந்தையும் தாயும்-தகப்பனும் தாயும்; தெய்வம்-தெய்வமா வார்கள்; அறவோர்க்கு-அவர்களின் அடிகளே தெய்வம். ஞான குருவே தெய்வம்; அனைவோர்க்குத் தெய்வம்-அனைவருக்கும் தெய்வம் ஆவார். இலைமுகப் பைம்பூண் இறை-இலைநுனி போன்ற பசும்பொன் அணிகளை அணிந்த அரசனே ஆவான்.

பெண்ணுக்குக் கணவனும்; மக்களுக்குப் பெற்றோரும்; அறவோர்க்கு அவரின் குருவும்; அனைவருக்கும் அரசனே தெய்வம் ஆவர்.

27. குடிகளைக் காத்தலே காவலன் கடமை

கண்ணிற் சொலிச் செவியின் நோக்கும் இறைமாட்சி
புண்ணியத்தின் பாலதே யாயினும்-தண்ணினியான்
மன்பதை ஓம்பாதார்க் கென்னாம் பயப்படை மற்று
என்பயக்கும் ஆணல் எவர்க்கு

கண்ணின் சொலிச் செவியின்-காணும் பார்வையினால் சொல்லவரும் செய்தியை; நோக்கும்-அறிந்து; இறைமாட்சி-அரசனின் நடவடிக்கை; புண்ணியத்தின்-நற்செயல்; பாலதே-ஆனாலும்; தண் அளிபால்-இரக்கம் கொண்ட மனதால் மன்பதை-மக்களைக் காக்கும்; ஓம்பாதார்க்கு-அரசர்க்கு என்னாகும்-கண்களால் கூறி செவியால் கேட்டு அரசாட்சியால் எப்பயனும் இல்லை; ஆணல் எவர்க்கு-ஆண்தன்மை இல்லாதவர்

களுக்கு; வயப்படை-படைக்கருவிகளால்; என் பயக்கும்-என்ன பயனைத்தரும்.

ஆண் தன்மை அற்றவர்களுக்கு ஆயுதப் படையால் பலன் இல்லை. நாடாளும் திறனும் அன்பும் அற்றார்க்கு அரசாட்சி யால் பலன் இல்லை.

28. வரி வாங்கும் முறை

குடிகொள் இறைகொள்ளும் கோமீற்குக் கற்றா
மடி கொன்று பால்கொளலும் மாண்போ-குடியோம்பிக்
கொள்ளுமா கொள்ளுவோர்க்குக் காண்டுமே மாநிதியம்
வெள்ளத்தின் மேலும் பல

குடிகொன்று-குடிமக்களை; கொல்லுவது போல வருந்தி இறைகொள்ளும்-வரியைப்பெறும்; கோமகற்று-அரசற்கு; கன்று ஆ-கன்றினை ஈன்ற பசுவின்; மடிகொன்று-மடியை அறுத்து; பால் கொளலும்-பால் பெறுதலும்; மாண்போ-நல்ல செயலோ? ஆனால் குடி ஓம்பி-மக்களைப் பாதுகாத்து; கொள்ளுமா கொள்வோர்க்கு-அளவோடுவரி வாங்கும் அரசனுக்கு; மாநிதியம்-பெரிய செல்வம்; வெள்ளத்தின் மேலும்-சிறப்பான செல்வம் வெள்ளப் பெருக்கினைப் போல; பலமேலும் காண்டும்-மேன்மேலும் பலவகையில் வளரும்.

மக்களைத் துன்புறுத்தாது நல்ல முறையில் அரசன் ஆண்டால் செல்வம் பெருகும்.

29. யார் அரசர்?

இன்று கொளற்பால நாளைக் கொளப்பெறான்
நின்று குறையிரப்ப நேர்படான்-சென்றொருவன்
ஆவனகூறின் எயிறலைப்பான் ஆற வைக்கும்
வேடலன் வேந்தும் அலன்.

இன்று கொளற்பால-இன்று வாங்க வேண்டியதை; நாளை கொளப்பெறான்-மறுநாள் வாங்க இயலாதவன்; நின்றுகுறை இரப்ப-குடிமக்கள் முன்னின்று அவர்கள் கூறும் குறையை;

நேர்படான்-கேட்க இயலாதவன்; ஒருவன் சென்ற-உதவி வேண்டி ஒருவன் மன்னனிடம் சென்றபோது; அவன் கூறின்-அவனைப் பார்த்து கூறியபோது; எயிறு அலைப்பான்-புல்லைக் கடித்து அச்சப்படச் செய்பவன்; ஆறு அலைக்கும்-வேட்டை யாடும்; வேடு அலன்-வேடன் அல்லன்; வேந்தும் அல்லன்-அரசனும் அல்லன்.

நாடாளும் மன்னன் மக்கள் குறைகளைக் கேட்க வேண்டும்; குறை கூறுவோரிடம் வேடன் போல் நடத்தல் கூடாது.

30. மன்னர் என்ற மயக்கம்

முடிப்ப முடித்துப்பின் பூசுவபூசி
உடுப்ப உடுத்துண்ப உண்ண-இடித்திடித்துக்
கட்டுரைகூறின் செவிக்கொளா கண்விழியா
நெட்டுயிர்ப்போ குற்ற பிணம்.

முடிப்ப முடித்து-அணியத்தக்கவற்றை அணிந்து கொண்டு; பின் பூசுவபூசி-பின்னர் பூசிக்கொள்ள வேண்டிய வாசனைப் பொடிகளைப் பூசிக் கொண்டு; உடுப்பஉடுத்த-உடுத்திக் கொள்ள வேண்டிய ஆடைகளைச் செம்மையாக உடுத்திக் கொண்டு; உண்பஉண்ணா-உண்பதற்குத் தகுதியானவற்றை உண்டு; இடித்துஇடித்து-பலமுறை உள்ளன்போடு அறியத்தக்க; கட்டுரை கூறின்-நீதிகளை உரைத்துக் கூறினும்; செவிகொளா-காது கொடுத்துக் கேட்காத; கண்விழிய-கண்திறந்து பார்க்காத பிணம் போன்று அசையாது இருக்கும் அரசர்கள்; நெட்டுயிர்ப்போடு உற்றபிணம்-பெருமூச்சு விட்டுக் கொண்டு வாழ்கின்ற பிணமாவார்.

கூர்மையான அறிவும்; கருணைப் பண்பும் அற்றவர் அரசர் ஆகார்.

31. செங்கோன்மை

ஒன்றின்தெரியா சிறைப்புறத் தோர் ந்து மெனப்
பொற்றோன் துணையாத் தெரிதந்தும்-குற்றம்
அறிவரிதென் றஞ்சுவதே செங்கோன்மை சென்று
முறை யிடினும் கேளாமை யன்று

ஒன்றின்தெரியா-வேவு பார்ப்பவரால் கண்டறியப்படாத செய்திகளை; சிறைப்புரத்து-மறைவிடங்களில்; ஓர் தும்என-அறிந்து கொள்ளலாம் என; பொன்தோள்-பொன்னால் செய்யப் பட்ட; துணையா தெரிந்தும்-தோள்களே போதும் என எண்ணி; குற்றம்-குற்றங்களை; அறிவரிதுஎன்று-நாட்டு மக்களின் செயல்பாடுகளில் குற்றமுள்ள செயல்களை; அர்வதே-அஞ்சி முடிவு கொள்ளுதலே; செங்கோன்மை-நல்ல ஆட்சியாகும் (இவ்வாறு இல்லாமல்) சென்று முறையாடினும்-அரசனிடம் சென்று குறைகளைச் கூறினாலும்; கேளாமையன்று-கேளாமல் இருத்தல் நல்லதல்ல.

அரசன் குடிமக்களிடம் எதனையும் கேட்டு முடிவு எடுக்க வேண்டும்

32. அரசனின் அறிவு

கதிலார் யாதும் புகல இறைமகன்
கோதொரீஇக் கொள்கை முதுக்குறைவு-நேர்நின்று
காக்கை வெளிதென்பார் என்சொலார் தாய்க்கொலை
சால்புடைத் தென்பாகும் உண்டு.

நேர்நின்று-நேராக முன்நின்று கொண்டு காக்கைவெளி தென்பார்-கரியநிற காக்கை வெள்ளைநிற மென்று கூறுவார். என் சொலார்-வேறு என்ன தான் சொல்ல மாட்டார்; தாய்க்கொலை-பெற்றதாயைக் கொலை செய்தலையும்; சால்புடைத்து-சரியானதே; என்பாரும் உண்டு-என்று கூறுவோரும் உண்டு. (அக்காரணத்தால்) ஏதிலார்-தம்மோடு தொடர்பற்ற பிறர்; யாதும் புகல-மனத்தில் தோன்றுவதைக் கூற; இறைமகன்-அரசன்; கோது ஓரீஇம் குற்றத்தை நீக்கி நல்லனவற்றை எடுத்துக் கொள்ளல். கொள்கை முதுக்குறைவு-மிக நன்றாம்

அரசன் ஆய்ந்து முடிவு எடுத்தலே சிறந்தது.

33. மூடர் இயல்பு

கண்கூடாப்பட்டது கேட்டெனினும் கீழ்மக்கட்கு
உண்டோ உணர்ச்சிமற் றில்லாகும்-மண்டெரி
தன்வாய் மடுப்பினும் மாசுணம் கண்துயில்வ
பேரா பெருமூச் செறிந்து.

மண்டு எரி-அதிகமான நெருப்பு; வாய் மடுப்பினும்-பற்றி எரிந்தாலும்; மாசுணம்-பெரிய பாம்பு; பெருமூச்சு எறிந்து-பெருமூச்சினை விட்டுக் கொண்டே; கண்துயில்வ-கண் உறங்கும்; பேரா-நெருப்பு எரியும் இடத்தை விட்டு அகலாது; அதுபோல கேடுகண்-துன்பம்; கூடாகப்பட்டது எனினும்-நேராகக் கண்டும் கூடாக; கீழ்மக்கட்கு-அறிவால் கீழோர்ருக்கு உண்டோ உணர்ச்சி-அத்துன்பங்களிலிருந்து பிழைக்கும் வழி உணர்வு இலவாகும்-தன்மையை உணரார்.

துன்பங்கள் தொடர்ந்தாலும் கீழோர் அதனின்று தப்பிக்க எண்ணார்.

34. கெடுவது காட்டும் குறிகள்

நட்புப் பிரித்தல் பகைநட்டல் ஒற்றிகழ்தல்
பக்கத்தார் யாரையும் ஐயுறுதல்-தக்கார்
நெடுமொழி கோறல் குணம்பிறி தாதல்
கெடுவது காட்டும் குறி.

நட்புப்பிரித்தல்-நட்பாக இருப்பவர்களைப் பகைவராக்குதல்; பகைநட்டா-பகை வரை நண்பராக மாற்றிக் கொள்ளல்; ஒற்றுஇகழ்தல்-ஒற்றர்களை இழிவாகப் பேசுதல்; பக்கத்தார் யாவரையும்-அருகில் உள்ள அனைவரையும்; ஐயுறுதல்-சந்தேகம் கொள்ளல்; தக்கார்-சிறந்தோர்களின்; நெடுமொழி-அறிவுரை களை; கோறல்-கேளாது மீறிநடத்தல்; குணம் பிறிதாதல்-நல்ல குணத்தை விடுத்து தீயகுணத்தைக் கைக்கொள்ளல். கெடுவது காட்டும் குறி-மேற்கூறியவை யாவும் கெட்டுச் சீரழிவதற்கு உரிய வழிகளாம்.

நட்பைப் பிரித்தல்; பகைவருடன் சேரல்; ஒற்றை இகழல்; யாவரையும் ஐயுறல்; நல்லோர் வார்த்தையைக் கேளாது; நல்லகுணத்தை விடல் ஆகிய ஆறும் கெடுதற்குரிய வழிகளாம்.

35. பெரியோரைப் பிழைத்தல்

பணியப்படுவார் புறங்கடைய ராகத்
தணிவில் களிப்பினால் தாழ்வார்க்கு-அணியது
இளையாள் முயக்கெனினும் செய்த்தன்றே மூத்தாள்
தொலையாத போகங் கொளல்.

பணியப்படுவார்-வணங்கி வரவேற்க; புறங்கடையராக-பெரியோர் வாயிலின் வெளியே நிற்க; தணிபு இல் களிப்பினால்-மிக்க செல்வம் கொண்ட ஆணவச் செருக்கால்; தாழ்வாங்கு-அவரை வணங்காது காலம் தாழ்த்துபவர்களுக்கு; இறையாள்-திருமகளின்; அணியது-அருளாளது; முயக்கு எனினும்-அப்போது அவர்களுக்கு முழுமையாக இருந்தாலும்; மூத்தாள்-மூதேவியின்; தொலையாத போதம்-உறவை எதிர்பார்க்கும் காலம்; கொளல்-மிக்க அருகிலேயே உள்ளது.

சான்றோரை மதி. இல்லையேல் மூதேவி வருவாள்

36. கற்பக மரம் அணையார்

கண்ணோக்கு அரும்பா நகைமுகமே நாண்மலரா
இன்மொழியின் வாய்மையே தீங்காயா-வண்மை
பலமா நலங்கனிந்த பண்புடையா ரன்றே
சலியாத கற்ப தரு.

கண்ணோக்கு-கருணையோடு பார்க்கும் பார்வையே; அரும்பாக-மொட்டாகவும்; நகைமுகமே-புன்முறுவலோடு கூடிய முகமே; நாள் மலரா-அன்று மலர்ந்த மலராகவும்; வாய்மையின்-உண்மையின்; இன்மொழியே-இனிய சொற்களே காயாகவும்; உண்மை பலம் ஆ-கொடுக்கும் தன்மையே கனியாகவும்; நலம் கனிந்த-நலமெனக் கூறப்பட்ட ஐவகைத் தன்மைகளும்; பண்பு உடையார்-பண்பினை உடையவர்கள்; அன்றே சலியாத கற்பகதரு-அன்றே நல்லமுறையில் அமையப்பெற்ற கற்பக மரமாவர்.

நல்ல குணமும்; பார்வையும்; ஈகைத்தன்மையும்; இன்சொல் பேசுதலும் கொண்டோர் கற்பக மரமாவர்.

37. செல்வரின் கொடைப் பயன்

வாங்கும் கவளத்து ஒருசிறிது வாய்தப்பின்
தூங்கும் களிறோ துயருறா-ஆங்கதுகொண்டு
ஊ ரும் எறும்பிங்கு ஒருகோடி உய்யுமால்
ஆரும் கிளையோடு அயின்று.

வாங்கும்-உண்ணும்; கவளத்து-உணவில்; ஒருசிறிது; ஒரு சிறிய; வாய்தப்பின்-வாயினுள் செல்லாமல் கீழே விழுமாயின்; (அதற்காக) தூங்கும்-அசையும்; களிறோ-யானையோ; துயர்உறா-துன்பம் அடையாது; அது கொண்டு-கீழே சிந்திய உணவினை; இங்கு-இந்த இடத்தில்; ஊறும் எறும்பு-ஊர்ந்து செல்லும் ஒரு கோடி எறும்புகள்-உய்யுமாய்-உண்டு வாழும்; ஆகும் கிளை யோடு-தங்கள் உறவோடு; அயின்று-உணவாக உண்டு மகிழும்.

யானை உண்ணும் கவளத்தில் சிறிது கீழேவிழின் யானை வருந்தாது, ஆனால் ஒரு கோடி எறும்புகள் பசி ஆறும்.

38. மன்னனின் மதிப்பு

மாகஞ் சிறுகக் குவித்து நிதிக்குவை
ஈகையின் ஏக்கழுத்தம் மிக்குடைய-மாகொல்
பகைமுகத்த வெள்வேலான் பார்வையில் தீட்டும்
நகைமுகத்த நன்கு மதிப்பு.

பகைமுகத்த-பகைவர்களின் இடத்தில் உள்ள; மா-விலங்கு களை; கொல்-கொன்று குவிக்கும் திறமை; வெள்வேலோன்-ஒளிகொண்ட வேலினைத் தாங்கியுள்ள அரசன்; நகை முகத்த-புன்னகை கொண்ட முகத்தில் காணப்படும்; பார்வை-பார்வையில்; தீட்டும்-பிறக்கும்; நன்குமதிப்பு-நல்ல மதிப்பீடுகள்; மாகம்-வானமும்; சிறுக-குறையும் நிலையில்; எதிர்சுவை குவித்து-பொருட்களைக் குவித்து; ஈகையின்-பிறகுக்குக் கொடுப்பதைவிட; ஏக்கழுத்தம்-சிறப்பு; மிக்குடை-பெரியதாகும்.

அரசனிடம் பெரும் பொருள் பெறுவதைக் காட்டிலும் அவனிடம் நன்மதிப்புப் பெறலே உயர்வானது.

39. அடைக்கலப் பொருளைக் காத்தல்

களைகாணாத் தம்மடைந்தார்க் குற்றுழியும் மற்றோர்
விளைவுன்னி வெற்றுடம்பு தாங்கார்-தளர்நடைய(து)
ஊனுஉம்பென்று புகழுடம்பு ஓம்புதற்கே
தானுடம் பென்று பட்டார்கள்தாம்.

ஊன்உடம்பு-தசைப் பிண்டமாகிய இவ்வுடல்; தளர் நடையது என்று-நோயால் தளர்ந்து இறப்பினை அடையும் என்று உணர்ந்து; புகழ்உடம்பு ஓம்புதற்கே-புகழ் உடம்பினைப் பெற் றிடவே; உடம்பட்டார்கள்-உடன்பட்டு முடிவு செய்வார்கள்; தங்களை கண்ஆக அடைந்தவர்க்கு-தன்னிடம் அடைக்கலம் கூறி வந்தவர்களுக்கு; உற்றுஉழியும்-துன்பம் வந்தபோது; மற்று ஓர் விளைவு எண்ணி-மற்றொரு பயனை நினைத்து; வெற்று உடம்பு தாங்கார்-எதற்கும் பயன்படாத இந்த உடம்பினைத் தாங்க மாட்டார்.

புகழை விரும்புவார் வெற்றுடலை தாங்கார்; அடைக்கலம் பொருளைப் பாதுகாப்பர்.

40. மானத்தை என்றும் இழக்கக்கூடாது

தம்முடை ஆற்றலும் மானமும் தோற்றுத்தம்
இன்னுயிர் ஓம்பினும் ஓம்புக-பின்னர்ச்
சிறுவரை ஆயினும் மன்ற தமக்காங்கு
இறுவரை இல்லை யெனின்.

பின்னர்-இனிமேல்; சிறுவரை ஆயினும்-சிறிது காலம் ஆனாலும்; மன்ற-உறுதியாக; தமக்கு ஆங்கு இறுவரை-தமக்கு இறப்பாகிய காலம்; இல்லை எனின்-இல்லை என்றாலும்; தம்முடைய ஆற்றலும்-தம்முடைய ஆற்றலையும்; மானமும்- உயர்வான மானத்தையும்; தோற்ற-இழந்து; தம் இன்னுயிர்- தம்முடைய இனிய உயிரை ஓம்பினும்-பாதுகாப்பதானாலும்; ஓம்புக-காக்க.

மானம் இழந்து உயிர் வாழ்தல் பெரும் இழுக்காம்.

41. இறப்புக்கு அஞ்சார்

கலனழிந்த கற்புடைப் பெண்டிரும் ஐந்து
புலனொருங்கப் பொய் யொழிந்தாரும்-கொலைஞாட்பின்
பொய்ம்புடை வீரரும் அஞ்சார் முரண்மறலி
தும்பை முடிசூ டினும்.

கலன் அழிந்த-மங்களகரமான திருமாங்கல்ய அணியை இழந்த; கற்புடைப் பெண்டிரும்-கற்புக் கொண்ட மகளிரும்; ஐந்து புலன் ஒடுங்க-மெய்; வாய்; கண்; மூக்கு; செவி என்ற ஐம்புலன்களும் தன்வசமாக இருக்க; பொய் ஒழிந்தாரும்-பொய் பேசாதவர்களும்; கொலை நாட்பின்-போர்க்களத்தில்; பொய்ப்புடை வீரரும்-வலிமைமிக்க வீரர்களும்; முரண்மறவி-வலிமை மிகுந்த காலன்; தும்பை முடிசூடினும்-போரின் பொருட்டாய்த் தும்பைப் பூவினைச் சூடி எதிர்த்தாலும்; அஞ்சார்-பயப்படமாட்டார்.

திருமாங்கல்யத்தை இழந்தவர்; கற்புடை மகளிர்; புலன் ஆசைகளை வென்றவர்கள்; உறுதிமிக்க போர்வீரர்கள் ஆகியோர் இறப்பிற்கு அஞ்சார்.

42. உண்மைப் பயன் கொண்டார் இயல்பு

புழுநெளிந்து புண்ணழுகி யோசனை நாறும்
கழிமுடை நாற்றத்த வேனும்-விழலர்
விளிவுன்னி வெய்துயிர்ப்பர் மெய்ப்பயன் கொண்டார்
களியார் சமைபோடு தற்கு.

விழலர்-பயன் அற்றவர்கள்; புழுநெளிந்து-புழுக்கள் நெளிய; புண்அழுகி-புண் அழுகி நாற்றம் எடுத்து; யோசனை நாறும்-யோசனை தொலைவு நாறும்; கழி-அதிகமான; முடை நாற்றம் ஏனும்-சகிக்க; தாங்க முடியாத நாற்றமாக இருந்தாலும்; பிளிவு உன்னி-அதற்காக அஞ்சி பெரு மூச்சு விடுவர்; (ஆனால்) மெய்ப்பயன் கொண்டார்-தான் உடல் எடுத்த காரணத்தை அறிந்துணர்ந்த சான்றோர்; சமை போடுதற்கு-உடலை நீக்குவதற்கு; சுளியார்-வருந்தார்.

உடல் எடுத்த காரணத்தை அறிந்த சான்றோர் உயிரைவிட அஞ்சார்.

43. மன்னன் வழியே மக்கள்

இகழின் இகழ்ந்தாங்கு இறைமகன் ஒன்று
புகழினும் ஒக்கப் புகழ்வ-இகல்மன்னன்
சீர்வழிப் பட்டதே மன்பதைமற் றென்செயும்
நீர்வழிப் பட்ட புணை.

நீர்வழி-நீரின் வழியில்; பட்டழனை-செல்லும் தெப்பம் போல; மன்பதைக் கூட்டம்-மக்கள் கூட்டம் செல்லும். இகல் மன்னன்-பகையை எதிர்த்து வெற்றி கொள்ளும் அரசன்; சீர் வழிப்பட்டது-ஆணைவழிச்செல்லும்; மற்று என் செயும்-இங்ஙனம் செய்யாமல் வேறு எப்படி நடக்கும்; இறைமகன்-அரசன்; ஒன்று இகழின்-ஒன்றினை இகழ்ந்துரைத்தால்; ஒக்க இகழ்ந்து-அவனோடு சேர்ந்து அதனை இழிவாகப் பேசி; புகழினும்-புகழ்ந்தாலும்; ஒக்க புகழ்வ-தாங்களும் சேர்ந்து புகழ்வர்.

மன்னன் புகழின் மக்கள் போற்றுவர்; தூற்றின் மக்களும் தூற்றுவர்.

44. அமைச்சர் இயல்பு

செவிசுடச் சென்றாங்கு இடித்த றிவுமூட்டி
வெகுளினும் வாய்வெரீஇப் பேரா-கவிழ்ம தத்த
கைம்மா வயத்ததோ பாகுமற்றுஎத்திறத்தும்
அம்மாண் பினவே அமைச்சு.

பாகு-பாகன்; எத்திறத்தும்-எவ்வகையிலும்; கவிழ் மதத்த-மத நீரை வடிக்கும் தன்மையுடைய; கைம்மா-யானையின்; வயத்ததோ-நிலையைப் பின்பற்றி வாழ்பவரோ? (ஆகார்) அமைச்சு-அமைச்சர்கள்; எத்திறத்தும்-எவ்வகையிலும்; அம்மாண் பினவே-அம்மாண்பினை உடையவர்களே ஆவார்கள். (அரசன் முறை தவறின்) சென்று-அரசனிடம் போய்; செவிசுட-அரசனின் செவியானது நல்லுரைகளால் சுடும்படி; இடித்து-குற்றங்களைக் கூறிக் கண்டித்து; வெகுளினும்-அதனால் அரசன் தன்மீது கோபம் கொண்டாலும்; வாய்வெரீஇ-அரசனிடம் அச்சம் கொண்டு; பேரா-அவனைவிட்டு விலகார்.

அரசன் நெறி தவறும்போது அவனிடம் சென்று குற்றங்களை எடுத்துக்கூறி அவற்றைத் திருத்தி நன்முறையில் திருத்துபவரே நல் அமைச்சராவார்.

45. காலம் அறிந்து கூறுக

கைவரும் வேந்தன் நமக்கென்று காதலித்த
செவ்வி தெரியா துரையற்க-ஒவ்வொருகால்
எண்மைய னேனும் அரியன் பெரிதம்மா
கண்ணிலன் உள்வெயர்ப்பி னான்.

வேந்தன்-அரசன்; நமக்கு கைவரும் என்று-நமக்காக மனம் இரங்கி அருள்பாலிப்பான் என எண்ணி; காதலித்த-தான் விரும்பிய பொருளை; செவ்வி-(அவனிடம் சொல்லக்கூடிய சமயத்தை; அறியாமல்-தெரியாமல்; உரையற்க-சொல்ல வேண்டா; ஒவ்வொருகால்-ஒவ்வொரு சமயத்தும்; எண்மை யரேனும்-எளியோனாக இருந்தாலும்; பெரிது-பெரும்பாலும்; அரியன்-சென்று கூறுதற்கு அரியவனாவான் (எளிமையானவன் அல்லன்); கண்இலன்-கண்ணோட்டம் அற்றவன்; உள்வெயர்ப் பினான்-மனதில் கோபமும் கொண்டவன்.

அரசனுக்கு வேண்டியவர்கள் ஆயினும் எதனையும் காலம் அறிந்தே செய்ய வேண்டும்.

46. அரசனின் சினம்

பழமை கடைப்பிடியார் கேண்மையும் பாரார்
கிழமை பிறிதொன்றும் கொள்ளார்-வெகுளின்மன்
காதன்மை உண்டோ இறைமாண்டார்க்கு ஏதிலரும்
ஆர்வலரும் இல்லை அவர்க்கு.

வெகுளிமன்-அரசன் சினம் கொண்டால்; பழமை-இவர் அரசுப் பணியில் நீண்டகாலம் இருந்தவர்; கடைப்பிடியார்-எண்ணிப் பார்க்க மாட்டார்; கேண்மையும்-கொண்ட நட்பையும்; பாரார்-எண்ணார்; பிறிது-அவை தவிர குடிமை-நமக்கு வேண்டியவர் என்பதையும்; ஒன்றும்-ஒன்றினையும்; கொள்ளார்-நினையார்; இறை-அரசியலில்; மாண்டார்க்கு-கடமையாற்றுபவர்களுக்கு; காதன்மை உண்டே-அன்பு உண்டோ? அவர்க்கு-அரசனுக்கு; ஏதிலரும்-அயலாரும்; ஆய்வலரும்-அன்புடையார் என்றும்; இல்லை-எவரும் இல்லை.

அரசனிடம் யாரும் உரிமை பெற முடியாது. அவருக்கு அறிந்தவரும்; அறியாதவரும் ஒன்றே!

47. அரசன் தலைவாயிலைக் காத்தான் பயன்

மன்னர் புறங்கடை காத்து வறிதேயாம்
எந்நலங் காண்டுமென்று எள்ளற்க-பன்னெடுநாள்
காத்தவை எல்லாம் கடைமுறைபோய்க் கைகொடுத்து
வேந்தவையின் மிக்குச் செயும்.

யாம்-நாம்; மன்னர் புறங்கடை-அரசனின் தலைவாயிலை; வறிதேகாத்தும்-வீணே காத்தும்; எந்நலம் காண்டும்-என்ன பயன் பெற்றோம்; என்று எள்ளற்க-என்று கவலை கொள்ள வேண்டா; பல்நெடுநாள்-பல நாட்கள்; காத்தவை எல்லாம்-காத்த செயலுக்காக; கடைமுறை போய்-இறுதிக்காலத்தில்; கை கொடுத்து-உதவி செய்து; வேந்து அவையில்-அரசவையில்; மிக்கு செய்யும்-மிக்க பலனைத் தரும்.

அரசனின் அரண்மனையை நல்முறையில் காத்து பணியாற்று வோம்; அதற்கான பலன் எப்படியும் கிட்டியே தீரும்.

48. இறுதிவரை முயல்க

உறுதி பயப்ப கடைபோகா ஏனும்
இறுவரை காணும் முயல்ப-இறும் உயிர்க்கும்
ஆயுள் மருந்தொழுக்கல் தீதன்றால் அல்லனபோல்
ஆவனவும் உண்டு சில.

இறும் உயிர்க்கு-உயிர் பிரிந்திடும் நிலையிலுள்ள உடல் களுக்கு; ஆயுள் மருந்து-வாழ்நாளை அதிகரிக்கச் செய்யும் மருந்துகளை; ஒழுக்கல்-வாயில் ஊற்றல்; தீது அன்று-தீமை அல்லனவாம். சில-சில செயல்கள்; அல்லன போல்-இயலாதன போல ஆவனமும் உண்டு-விடா முயற்சியோடு போராடினால் வெற்றியும் உண்டு; உறுதி பயப்ப-நன்மை தரும் செயல்களை; கடைபோக எனும்-முடியா விட்டாலும்; இறுதி வரையிலும்-கடைசி வரையிலும் முயல்ப-முயற்சி செய்து முடிப்பதே அறிவுடையார்.

அறிவுடையார் விதியை நம்பார்; முயற்சியை நம்பி இறுதி வரை முயல்வர்.

49. முயற்சி இல்லாமல் இருத்தல்

முயலாதுவைத்து முயற்றின்மை யாலே
உயலாகா வாழ்த்திறத்து என்னார்-மயலாயும்
ஊற்றமில் தூவளக்கம் ஊழுண்மை காண்டுமென்று
ஏற்றார் எரிகால் முகத்து.

ஊற்றம் இல்-நிலையற்ற தன்மை கொண்ட; தூவிளக்கம்-தூய்மை கொண்டு விளக்கை ஊழ்உண்மை-விதிவலியின்; காண்டும் என்று-அறிவோம் என்று; ஏறி-வீசுகின்ற; கால்முகத்து-கயிற்றுக்கு எதிராக; மயலாயும்-அறிவில்லாமல்; ஏற்றார்-சான்றோர் செய்யத்தகாத செயல்களைச் செய்யார்; (அதுபோல) முயலாது வைத்து-பயன்தராத செயல்களை முயற்சி இன்றி செய்யாமல் வைத்து; ஊழ்திறத்த-விதியால் வரும் நன்மைகள்; முயற்று இன்பமாய்-முயற்சி அற்று இருப்பதால்; உயல் ஆகா-கைவிட்டுப் போகா; என்னார்-என்று நினைத்து செயல்படாமல் இருக்க மாட்டார்.

எல்லாம் ஊழ் என்று இராமல் சான்றோர் முயற்சி மேற்கொள்வர்.

50. முயற்சி விதியை வெல்லும்

உலையா முயற்சி களைகணா ஊழின்
வலிசிந்தும் வன்மையும் உண்டே-உலகறியப்
பால்முளைதின்று மறலி உயிர்குடித்த
கால் முளையே போலும் கரி.

உலையா-சோர்வற்ற; முயற்சி-முயற்சியானது; களைகண் ஆக-தொடர்ந்து பற்றிக் கொண்டு; ஊழின்வலி-பண்டைய விதியின் வலிமையை; சிந்தும்-அழிக்கின்ற; வன்மையும் உண்டே-வலிமையும் உண்டு; உலகரிய-உலகம் அரிய; பால்முளைதின்று-பழைமையான வினையின் தோற்றமான

முளையைத் தின்று; மறவி உயிர்குடித்து-எமனின் உயிரையும் எடுத்து; கால் முளையே-மார்க்கண்டேயனே இதற்கு; கரி-சாட்சி.

முயன்றால் கடுமையான விதியையும் வென்று விடலாம். இதற்கு மார்க்கண்டேயனே சாட்சி.

51. செயலாற்றும் திறம்

**காலம் அறிந்தாங்கு இடமறிந்து செய்வினையின்
மூலம் அறிந்து விளைவறிந்து-மேலும்தாம்
சூழ்வன சூழ்ந்து துணைமை வலிதெரிந்து
ஆள்வினை ஆளப்படும்.**

காலம் அறிந்து-செய்யும் செயலின் காலத்தை அறிந்து இடம் அறிந்து-அச்செயலை வெற்றியாய் முடிப்பதற்கு உரிய இடத்தையும் ஆராய்ந்து அறிந்து; செய்வினையின் மூலம் அறிந்து-செய்கின்ற செயலின் ஒவ்வொரு நிலையையும் ஆய்ந்து; விளைவு அறிந்து-செயலால் விளையும் நலனை ஆய்ந்து; மேலும்-அதன்பின்னும்; ஆழ்வனதாம் ஆழ்ந்து-ஆய்ந்து தெளிய வேண்டியவற்றைத் தெளிந்து; துணை மை வலிதெரிந்து-செயலை முடிக்கக்கூடிய செயலுக்குத் துணையாவாராயின் நிலையையும் ஆய்ந்து; ஆள்வினை ஆளப்படும்-முயற்சி மேற்கொள்ளப்படும்.

ஒரு செயலைத் திறம்பட முடித்திட காலம்; இடம்; துணை; விடாமுயற்சி என்ற நான்கினையும் மேற்கொண்டு செய்திடல் வேண்டும்.

52. பகை சிறிது என எண்ணாதே

**சிறியபகை எனினும் ஓம்புதல் தேற்றார்
பெரிதும் பிழைபாடுஉடையர்-நிறைகயத்து
ஆழநீர் மடுவில் தவளை குதிப்பினும்
யானை நிழல்காண் பரிது.**

பகை சிறிது எனினும்-தன்மேல் கொண்ட பகை சிறியதாக இருந்தாலும்; ஓம்புதல்-அப்பகையினின்று தன்னைப் பாதுகாத்துக் கொள்ளுதல்; தேற்றார்-அறியாதார்; பெரிதும் பிழைபாடு

உடையர்-பெரிதும் குற்றம் உடையவரேயாவர்; ஆழ்கயத்து-ஆழமான குளத்தில்; நீர்நிறைமடுவில்-தண்ணீர் நிரம்பிய ஓரிடத்தில்; தவளை குதிப்பினும்-சிறிய தவளை குதித்தாலும்; யானைநிழல்-குளக்கரையில் நிற்கும் பெரிய யானை தன் நிழலை; காண்டல் அரிது-அக்குள நீரில் காண்பது அரிது.

பகை சிறியது என்று எண்ண வேண்டா சிறிய தவளை குதித்த குளத்தில் யானை தன் நிழலைக் காணமுடியாது.

53. முயற்சி உடையார் இயல்பு

மெய் வருத்தம் பாரார் பசிநோக்கார் கண்துஞ்சார்
எவ்வெவர் தீமையும் மேற்கொள்ளார்-செவ்வி
அருமையும் பாரார் அவமதிப்பும் கொள்ளார்
கருமமே கண்ணாயி னார்.

கருமமே கண்ணாயினார்-எடுத்துக்கொண்ட பணியை முடிப்பதற்கு எண்ணுபவர்; மெய் வருத்தம்-உடலின் வருத்தத்தை; பாரார்-நோக்கமாட்டார்; பசி நோக்கார்-பசியையும் ஒரு பொருட்டாக எண்ணார்; கண்துஞ்சார்-உறங்கமாட்டார்; எவ்வெவ்வர் தீமையும்-எவர் தமக்குத் துன்பம் செய்தாலும்; மேற்கொள்ளார்-அத்துன்பங்களை ஒரு நிலையாக எண்ணார்; செவ்வி-காலத்தின்; அருமையும்-அருமையையும் எண்ணார்; அவமதிப்பும் கொள்ளார்.

பிறர் அவமதித்தாலும் அதனைக் கவனத்தில் மேற்கொள்ளார் கடமையை முடிக்கக் கருதுவோர். அதனையே கண்ணாகக் கருதுவர்; பிறர் எது செய்தாலும் அதனை ஒரு பொருட்டாக எண்ணார்.

54. உட்பகைக்கு அஞ்சுக

புறப்பகை கோடியின் மிக்குறினும் அஞ்சார்
அகப்பகை ஒன்றஞ்சிக் காப்ப-அனைத்துலகும்
சொல்லொன்றின் யாப்பார் பரிந்தோம்பிக் காப்பவே
பல்காலும் காமம் பகை.

உலகு அனைத்தும்-உலகம் முழுவதும்; சொல் ஒன்றின்-சொல் ஒன்றினால்; யாப்பார்-தன்னைக் கட்டுப்படுத்தக்கூடிய சிறந்தவர்; பல்காலும்-பல முறையிலும்; காமப்பகை-தன்னிடத்தே எழும் காமப்பகையை; பரிந்துஓம்பி-மிக்க கவனத்தோடு; காப்ப-காத்துக் கொள்வர். அதுபோல புறப்பகை-சான்றோர் வெளியே உள்ள பகையை; கோடியில் மிக்குறினும்-கோடி எண்ணிக்கையை விட அதிகமாக இருந்தாலும்; அஞ்சார்-அப்பகைக்கு அஞ்ச மாட்டார்; அகப்பகை-மனத்தே இருக்கும் பகைக்கு ஒன்று-ஒன்றாக இருந்தாலும்; அஞ்சி-பயந்து; காப்ப-காத்துக் கொள்வர்.

புறப்பகையிலும் மனத்தகத்தே தோன்றும் புலன்கள் பகைக்கு அஞ்சுவர் சான்றோர்.

55. உட்பகையை அகற்றுக

புறநட் டகம்வேர்ப்பார் நச்சுப் பகைமை
வெளியிட்டு வேறாதல் வேண்டும்-கழிபெருங்
கண்ணோட்டம் செய்யார் கருவியிட் டாற்றுவார்
புண்வைத்து மூடார் பொதிந்து.

புண்-காயத்தை; கருவியிட்டு ஆற்றுவார்-கருவிகளால் அறுத்து சுகப்படுத்துவார்கள்; (அவ்வாறு செய்யாது) பொதிந்து மூடார்-அப்புண்ணை மறைத்து மூடி வைக்க மாட்டார்; (அதுபோல) புறம் நட்டு-வெளிப்பார்வைக்கு மட்டும் நட்பாய் அறிந்து; அகம் வேர்ப்பார்-மனத்தினுள் பகை கொண்டால்; நச்சுப்பகையை-விடம் போன்ற கொடிய பகையை; வெளியிட்டு-வெளிப்படுத்தி; வேறு ஆதல் வேண்டும்-நீக்கிவிட வேண்டும்; கழிபெருங் கண்ணோட்டம்-வஞ்சகம் நிறைந்த அதிகமான பகைப் பார்வையான அன்பு; செய்யார்-செய்திடக்கூடாது.

வெளிப் பார்வைக்கு நட்பும் உட்பார்வைக்கு நஞ்சும் கொண்டார் நட்பு வேண்டாம்.

56. வஞ்சகர் நட்பு

நட்பிடைக் குய்யம்வைத்து எய்யா வினைசூழ்ந்து
வட்கார்திறத்தாராய் நின்றார்க்குத்-திட்பமாம்
நாளுலந்த தன்றே நடுவன் நடுவின்மை
வாளா கிடப்பன் மறந்து

நட்புஇடை-நண்பர்களிடம்; குய்யம் வைத்து-வஞ்சக எண்ணத்தோடு; எய்யாம்-யாரும் அறியாமல்; வினை சூழ்ந்து-தீமை செய்வதற்குரிய காலத்தை எதிர்நோக்கி வட்கார் திறத்தராய்-அவர்கள் பகைவர்களோடு துணைகொண்டு நின்றார்க்கு-நிற்கின்றவர்களுக்கு; திட்பம் ஆம்-வலிமையான; நாள்-ஆயுட்காலம்; உவந்தது அன்று-முடிந்தது இல்லை; நடுவன்-காலன்; நடுவுநிலைமை-வஞ்சக நிலை கொண்டாரின் நடுநிற்றலை நினைக்காமல்; மறந்து-மறந்துபோய்; வாளாக கிடப்பன்-எதுவும் செய்யாமல் சும்மா இருப்பான்.

நண்பர்களிடம் வஞ்சக எண்ணம் கொண்டு பழகுகின்றவன் காலன் பார்வை படும்வரை சும்மா இருப்பான்.

57. மன மாண்பு

மனத்த கறுப்பெனின் நல்ல செயினும்
அனைத்தெவையும் தீயவே யாகும்-எனைத்துணையும்
தீயவே செய்யினும் நல்லாக் காண்பவே
மாசில் மனத்தில் அவர்.

கறுப்பு மனத்த எனின்-மனதில் சினம் கொண்டிருப்பவருக்கும் நல்ல செய்யினும்-நல்லனவற்றையே செய்தாலும் அனைத்து எவையும்-செய்தவை யாவும்; தீயவே ஆகும்-தீய செயல்களாகவே முடியும்; மாசுஇல்-குற்றமற்ற; மனத்தினவர்-மனம் கொண்டாரிடம்; எனைத்துணையும்-எத்துணை தீய செயல்களைச் செய்தாலும்; நல்லவாக்காண்பவே-அச்செயல்களை நல்லனவாகவே நினைப்பர்.

சினம் கொண்டாரிடத்து நன்மை செய்யினும் தீமையே! நல்லோருக்குத் தீமை செய்யினும் அதனை நன்மையாகவே கொள்வர்.

58. பாடல் பதவுரை

இனியவர் என்சொல்லினும் இன்சொல்லே இன்னார்
கனியும் மொழியும் கடுவே-அனல்கொளுந்தும்
வெங்காரம் வெய்தெனினும் நோய்தீர்க்கும் மெய்பொடிப்பச்
சிங்கி குளிர்ந்தும் கொலும்.

அனல் கொளுத்தும்-தீயைப்போல் சுடுகின்ற; வெங்காரம்-வெங்காரமானது; வெய்தெனினும்-வெப்பத்தைத் தந்தாலும்; நோய் தீர்க்கும்-உடலிலுள்ள நோயைத் தீர்க்கும் (பின்னர் குளிர்ச்சியைத் தரும்) ஆனால்; சிங்கி-நஞ்சு; மெய்பொடிப்ப-உடல் மகிழ்வுறும்படி குளிர்ச்சியைத் தந்தாலும்; கொலும்-இறுதியில் கொன்று விடும் (அதுபோல); இனியவர்-நல்லோர்; என் சொல்லினும்-எதனைக் கூறினாலும் (வன் சொல்லாக இருப்பினும்); இன்சொல்லே-அவை இனிய சொற்களே! இன்னார்-தீயோர்; கனியும் மொழியும்-இனிமையான சொற்களும்; கடுவே-நஞ்சிற்குச்சமம்.

நல்லோர் கூறும் வன்சொற்கள் யாவும் இன்சொற்களே! ஆனால் தீயோர் கூறும் இன்சொல்லும் தீச்சொல்லே!

59. நல்லநெறி

பொய்குறளை வன்சொல் பயனிலவென் இந்நான்கும்
எய்தாமை சொல்லின் வழுக்காத்து-மெய்யில்
புலமைந்தும் காத்து மனமாசு அகற்றும்
நலமன்றே நல்லாறு எனல்.

பொற்குறளை-பொய் பேசலும் இல்லாததைக் கூவுதலும்; வன்சொல்-கொடிய சொற்களைக் கூறலும்; பயன்இல-பயனற்ற சொற்களைக் கூறலும்; என்ற-என்று சொல்லப்பட்ட இந்நான்கும்; எய்தாமை-வாராமல்; சொல்லின் வழுகாத்து-கூறும் சொற்களில் குற்றத்தை நீக்கு; மெய்யில்-உடம்பில்; புலன் ஐந்தும் காத்தும்-மெய்; வாய்; கண்; மூக்கு; செவி என்ற இவற்றைக் காத்து மனம் மாசு அகற்றும்-மனத்திலுள்ள குற்றங்களைப் போக்கி; நலம் அன்றே-நல்ல செயலே; நல்ஆறு-நல்லநெறி; எனல்-என்று சொல்.

ஐம்புலன்களையும் கட்டுப்படுத்தி மனதில் ஏற்படும் குற்றங்களைக் களையச் செய்தலே நன்னெறியாகும்.

60. நல்லவர் நன்மையே செய்வர்

நல்லார் ஒழுக்கின் தலைநின்றார் நல்கூர்ந்தும்
அல்லன செய்தற்கு ஒருப்படார்-பல்பொறிய
செங்கண் புலிஏறு அறப்பசித்துத் தின்னாவாம்
பைங்கண் புனத்த பைங்கூழ்.

புல் பொறிய-பல புள்ளிகளைக் கொண்ட செம் கண்புலி; ஏறு-சிவந்த கண்களைக் கொண்ட ஆண்புலி; அறப்பசித்தும்-மிகுந்த பசி எடுத்தாலும்; பைங்கண் புனத்த-பசுமையான வயல்களில்; பைங்கூழ்-பசுமைமிக்க பயிர்களை; தின்னா ஆம்-தின்காது; (அதுபோல) நல்லாறு-நல்ல வழியில்; ஒழுக்கின்தலை நின்றார்-நிற்பார் உறுதியாய்; நல்கூர்ந்தும்-வறுமைபட்ட காலத்தும்; அல்லன செய்தற்கு-தீமையான செயல்கள் செய்தற்கு; ஒருப்படார்-மனங்கொள்ளார்.

நல்லோர் நல்லோரே! வறுமையுற்றாலும் தீமை செய்யார்.

61. முதன்மையான அறம்

குலம் விற்றுக் கொள்ளும் வெறுக்கையும்; வாய்மை
நலம் விற்றுக் கொள்ளும் திருவும்,-தவம்விற்றாங்கு
ஊனோம்பும் வாழ்வும்; உரிமைவிற்று உண்பதூஉம்,
தானோம்பிக் காத்தல் தலை.

குலம் விற்று-தான் பிறந்த குலத்தை விற்று; கொள்ளும் வெறுக்கையும்-அதனால் பெறும் செல்வமும்; வாய்மை-உண்மையை; நலம் விற்று-மறைத்துப்பேசி விற்று வரும்; செல்வமும்-வந்து சேரும் செல்வமும்; தவம் விற்று-தவ வாழ்வை விற்று; ஊன் ஓம்பும் வாழ்வும்-உடலைப் பேணும் வாழ்வும்; உரிமை விற்று-தமக்கு உரித்தான பொருள்களை விற்று; உண்பதூஉம்-மரும் பொருளில் உண்பதுவும்; தான் ஓம்பிக் காத்தல்-இவை வாராமல் பாதுகாத்து வாழ்தல்; தலை-முதன்மையானதாம்.

பழி அற்ற வாழ்வே நல்லறமாம்.

குலத்தை விற்றல்; உண்மையை மறைத்து அதனால் பெறும் செல்வம், நன்னடத்தையை விலக்கியதால் பெறும் செல்வம், தன் பொருளை விற்று அதனால் பெறும் செல்வம் கொண்டு வாழ்வது தவறான வாழ்வு.

62. தீயோர் செல்வம் அழியும்

இடை தெரிந்து அச்சுறுத்து வஞ்சித்து எளியார்
உடை மைகொண்டு ஏமாப்பார் செல்வம்-மடநல்லார்
பொம்மன் முலைபோல் பருத்திடினும் மற்றவர்
நுண்ணிடைபோல் தேய்ந்து விடும்.

இடை தெரிந்து-காலத்தின் தன்மை அறிந்து; அச்சுறுத்தி-பயம்காட்டி; வஞ்சித்து-ஏமாற்றி; எளியார் உடைமை-எளியவர்களின் உடைமைகளை; கொண்டு ஏமாற்றி-சேகரித்தவர்; ஏமாப்பர்-செருக்கு அடைந்தவர் செல்வம்; மட நல்லார்-இளமை கொண்ட மகளிர்; முலைபோல்- கொங்கையைப் போல; பருத்திடினும்-பருத்துத் திரண்டாலும்; அவர் நுண்ணிடை போல்-அவர்களின் மெல்லிய இடையைப் போல; தேய்ந்து விடும்-தேய்ந்து அழிந்துவிடும்.

தீய வழியில் வந்த செல்வம் பெருகுவது போல் தோன்றினும் பின்னர் அழியும்.

63. பேராசை கூடாது

பெற்ற சிறுகப் பெறாத பெரிதுள்ளும்
சிற்றுயிர்க்கு ஆக்கம் அரிதம்மா-மற்றும்
வரவர வாய்மடுத்து வல்விராய் மாய
எரிதழல் மாயா திரா.

வரவர வாய்மடுத்து-கிடைக்கக் கிடைக்க அனைத்தையும் தன்னுள் ஏற்றுக்கொண்டு; வல்விராய்-வலிமையுற்ற விறகுகள்; முற்றும் மாய-எல்லாம் அழிந்து போகும். எரிதழல்-எரிகின்ற தீ; மாயா திரா-அழிந்து விடாமல் நிலைத்து நிற்பது இல்லை.

(அதுபோல) பெற்ற-நமக்குக் கிடைத்த பொருள்; சிறுக-அளவில் சிறியதாக இருந்தாலும்; பெறாத-தனக்குக் கிட்டாத பொருள்; பெரிதுள்ளும்-விருப்பங் கொண்டு மனதில் இருப்பினும்; சிற்றுயிர்க்கு-உலகில் வாழும் சிறிய உயிர்க்கு; ஆக்கம் பெரிது-பொருள் விரியும் நல்ல விளைவுகளும் இல்லை.

உள்ளதைக் கொண்டு நிறைவு பெறவேண்டும். கிடைக்காததற்கு வீணாக அவாக் கொள்ளல் கூடாது.

64. அறத்தின் வழியே பொருளை ஈட்ட வேண்டும்

தத்தம் நிலைக்கும் குடிமைக்கும் தப்பாமே
ஒத்தகடப்பாட்டில் தாளூன்றி-எய்த்தும்
அறங்கடையில் செல்லார் பிறர்பொருளும் வெஃகார்
புறங்கடைய தாகும் பொருள்.

தத்தம் நிலைக்கும்-தத்தம் நிலையினின்று தாழாமல் குடிமைக்கும்-பிறந்த குலத்திற்கும்; தப்பாமே-மாறாமல்; ஒத்த கடப்பாட்டில்-முயற்சி கொண்ட நல்ல வழியினின்று தான்ஊன்றி-நிலைத்து நின்று; எய்தும்-அடைய வேண்டிய; அறங்கடையில்-அறநெறியில்; செல்வார்-செல்பவர்களின்; பிறன் பொருளும்-மற்றவர் பொருள்களையும்; வெஃகார்-விரும்பாதவராய் புறங் கடையதாகும் பொருள்-செல்வமானது இல்லின் தலைவாசலில் நிற்கும்.

நல்ல வழியில் சென்றால் செல்வம் நம்மைத் தேடிவரும்.

65. செல்வத்தின் வகைகள்

பொதுமகளே போல்வ தலையாவர் செல்வம்
குலமகளே ஏனையோர் செல்வம்-கலனழிந்த
கைம்மையார் பெண்மை நலம்போற் கடையாயர்
செல்வம் பயன்படுவ இல்.

தலையாயர்-சிறந்த மக்கள்; செல்வம்-செல்வமானது; பொது மகளே போல்வ-விலைமகளைப் போல அனைவருக்கும் பயன் தரும்; ஏனையோர் செல்வம்-பிறர் செல்வம்; குலமகளே-

கற்புடன் வாழும் மகளிரைப் போல அதனைக் கொண்டார்க்கே பயன்படும்; கடையாயர்-கீழோர்; செல்வம்-செல்வமானது; கலனழிந்த கைம்மையார்-மாங்கல்யம் இழந்த கைம்பெண்ணைப் போல; நலம்போல-அழகுபோல; பயன்படுவதுஇல்-எவர்க்கும் பயன் இல்லை.

நல்லோர் செல்வம் விலைமகளைப் போல பயன்படும்; பிறர் செல்வம் கற்புடையார் போல உரியவருக்கே பயன்படும். கயவர் செல்வம் கைம்பெண்ணின் அழகைப் போல் ஒருவருக்கும் பயன்இல்லை.

66. கஞ்சனின் செல்வம்

வள்ளன்மை இல்லாதான் செல்வத்தின் மற்றையோன்
நல்குரவே போலும் நனிநல்ல-கொன்னே
அருளிஎன் அன்பிலன் கண்ணறையன் என்று
பலரால் இகழப் படான்.

வள்ளன்மை இல்லாதான்-பிறர்க்குக் கொடுத்து வாழும் மாண்பு இல்லாதான்; செல்வத்தின்-செல்வ நிலையைவிட மற்றையோன்-கொடுத்து உதவும் பண்புடையான்; நல்குரவே-வறுமையே; நனிநல்ல-மிகச் சிறந்தது (ஏனென்றால்) அவன் அருள்இலன்-உயிர்கள் மாட்டு அன்பும் அருளும் அற்றவன்; அன்பிலன்-அன்பு இல்லாதவன்; கண்ணறையன்-கண்ணோட்டம் அற்றவன் என்று; பலரால்-பலராலும்; கொன்னே-வீணாக; இகழப்படான்-இகழ்ந்துரைக்க மாட்டார்.

கெட்டவனிடம் உள்ள செல்வத்தைக் காட்டிலும் நல்லவனிடம் உள்ள வறுமையே சிறந்தது.

67. இன்சொல்லின் சிறப்பு

ஈகை அரிதெனினும் இன்சொலினும் நல்கூர்தல்
ஓஓ கொடிது கொடிதம்மா-நாகொன்று
தீவினைக் கம்மியனால் வாய்ப்பூட் டிடப்படின்மற்று
ஆவா இவரென்செய் வார்.

ஈகை-ஒருவருக்குக் கொடுத்தல்; அரிதுஎனினும்-கடினம் என்றாலும்; இன்சொல்லினும்-இனிய நல்ல சொற்களைக் கூறல்; நல்கூர்தல்-வறுமை அடைதல்; ஓஓ கொடிது கொடிது-ஐயோ! மிக மிகத் துன்பமானது; தீவினைக் கம்மியனால்-பாவமாகிய கம்மாளனால்; நாகொன்று-பேச முடியாதபடி; வாய்ப்பூட்டு இடப்படின்-வாயில் பூட்டை பூட்டப்பட்டால்; இவர்-இவர்கள்; ஆஆ-ஐயோ! என்செய்வார்-என்ன செய்வார்கள்?

பிறர்க்குக் கொடுக்க முடியவில்லை எனினும் இன் சொல்லைப் பேசுக.

68. சொல்லாற்றிலின் பயன்

சொல்வன்மை உண்டெனில் கொன்னே விடுத்தொழிதல்
நல்வினைகோறலின் வேறல்ல-வல்லைத்தம்
ஆக்கம்கெடுவது உளதெனினும் அஞ்சுபவோ
வாக்கின் பயன்கொள் பவர்.

சொல்வன்மை உண்டெனின்-தன் சொல்லைக் கேட்டு நடக்கும் தன்மை பிறர்க்கு இருப்பின்; கொன்னே-வீணே; விடுத்து ஒழிதல்-பயன்படுத்தாது இருத்தல்; நல்வினை-நற்செயல்களுக்கு; கோறலின் வேறல்ல-துன்பம் செய்தல் அன்றி வேறல்ல; வாக்கின் பயன்கொள்பவர்-தவம் கூறும் சொல்லால் பயனை அறிந்தவர்கள்; வல்லை-விரைவாக; தம் ஆக்கம்-தம் பொருள்கள்; கெடுவது உளது எனினும்-கெட்டு அழியும் எனினும்; அஞ்சுபவோ-அச்சம் கொள்ளார்.

சொல்வன்மை மிக்க சிறப்புடையது. அதனை நன்கு பயன்படுத்த வேண்டும்.

69. *சிறியமுயற்சி பெரிய பயன்*

சிறுமுயற்சி செய்தாங்கு உறுபயன் கொள்ளப்
பெறுமெனில் தாழ்வரோ தாழார்-அறனல்ல
எண்மைய வாயினும் கைவிட் டரிதெனினும்
ஒண்மையில் தீர்ந்தொழுக லார்.

எண்மையவாயினும்-செய்வதற்கு எளிமையாய் இருப்பினும்; அறன் அல்ல-அறமற்ற செயல்களை; கைவிட்டு-ஒதுக்கி; அரிதெனினும்-செய்வதற்கு கடினமாக இருந்தாலும்; ஒண்மையில்-அறவழியினின்று நீங்காது; தீர்ந்து ஒழுகுவார்-இருந்திடும் சான்றோர்; சிறுமுயற்சி செய்து-குறைவான அளவு முயற்சியை மேற்கொண்டு; உறுபயன்-அதனால் வரும் பெரும் பயனை; தாழ்வரோ-தாழ்ந்து போவரோ; தாழார்-பின் வாங்கார்.

சான்றோர் எப்பொழுதும் முயற்சியைக் கைவிடார்.

70. எது நாகரீகம்?

செயக்கடவ அல்லனவும் செய்துமன் னென்பார்
நயத்தகு நாகரீகம் என்னாம்-செயிர்த்துரைப்பின்
நெஞ்சுநோம் என்று தலைதுமிப்பான் தண்ணளிபோல்
எஞ்சா நெடுந்துரைக்கல் பாற்று.

செயக்கடவ-செய்வதற்குக் கடினமான; அல்லனவும்-செய்ய முடியாதனவும்; செய்துமன்-செய்து முடிப்போம்; என்பார்-எனக்கூறுபவர்; நயத்தகு-நல்ல மாதிரியான; நாகரீகம்-நல்ல இனிய செயல் என்ஆம்-என்ன பயனைத் தரும்; செயிர்த்துரைப்பின்-ஒருவரைச் சினங்கொண்டு கூறினால்; நெஞ்சு நோம் என்று-அவருக்கு மனம் வருந்தும் என்றும்; தலை துமிப்பான்-தலையைக் கொய்யவும்; தண்ணளிபோல்-செயலை ஒத்தது போல்; எஞ்சாது-எடுத்துரைத்தல்; பாற்று-வெட்கம் கொள்ளக்கூடிய செயலாம்.

சொன்னபடி செய்தலே சிறப்பு. கூறியபடி செய்யாவிடின் பழியே!

71. அடக்கம் அற்றோர்

அல்லன செய்யினும் ஆகுலம் கூழாக்கொண்டு
ஒல்லாதார் வாய்விட்டு உலம்புப-வல்லார்
பிறர்பிறர் செய்பபோல் செய்யதக்க செய்தாங்கு
அறிமடம் பூண்டுநிற் பார்.

ஒல்லாதார்-அடக்கம் அற்றவர்; அல்லனசெய்யினும்-தீமையான துன்பச் செயல்களைச் செய்தாலும்; ஆகுலம்-ஆரவாரத்தை; சூழ் ஆ கொண்டு-அதற்குரிய விளைவாகக் கொண்டு; வாய்விட்டு உலம்புப-பலரும் அறிந்து கொள்ளுமாறு வாய்விட்டுக் கூறிப் புலம்புவர்; வல்லார்-வலிமை மிக்கோர்; பிறர் பிறர் செய்பபோல்-பிறர் செய்யும் பலன் தரும் செயல்களை; செய்தக்க செய்து-அதேபோன்ற நல்ல செயல்களைச் செய்து ஆங்கு-அவ்விடத்தில்; அறிமடம்-அறியாமையை; பூண்டு நிற்பர்-கொண்டு அடக்கமாய் நிற்பார்.

அறமனம் அற்றோர் ஆரவாரிப்பர். ஆனால் நல்மனம் கொண்டோர் அமைதி காப்பர்.

72. பழி கூறுபவர்கள்

பகையின்று பல்லார் பழியெடுத்து ஓதி
நகையொன்றே தன்பயனாக் கொள்வான்-பயமின்றுபோல்
மெய்விதிப்பக் கண்டான் கொடிறுடைத்துக் கொல்வான்போற்
கைவிதிர்த்து அஞ்சப் படும்.

பகை இன்றி-பகை இல்லாமல்; பல்லார் பழி எடுத்து ஓதி-பலரிடம் உள்ள பழிச்சொற்களையே எடுத்துச் சொல்லி; நகையொன்றே-இகழ்வான சிரிப்பு ஒன்றையே தன் பயனாகக் கொள்வான்-தன் பயன் என்று கொள்ளும் அறிவற்றவன்; மெய் விதிர்ப்பக்கண்டான்-உடல் நடுக்கத்தினைக் கண்டால்; கொடிறு-பிறரின் கன்னத்தை; உடைத்து-உடைத்து காயம் ஏற்படுத்தி; கொல்வான்-வருந்திடும் இயல்புபோல; கை விதிர்த்து-கைதடுமாற்றமுடன்; அஞ்சப்படு-அச்சம் கொள்ளச் செய்வான்.

பிறரைப் பழிதூற்றி அலைந்து திரிபவன் அச்சம் கொள்ளச் செய்வான்.

73. இறை தரும் தண்டனை

தெய்வம் உளதென்பார் தீயசெயப்புகின்
தெய்வமே கண்ணின்று நின்றொறுக்கும்-தெய்வம்
இலதென்பார்க்கு இல்லைத்தம் இன்புதல்வர்க்கு அன்றே
பலகாலும் செங்வார் பயன்.

தெய்வம் உளது என்பார்-தெய்வம் உண்டு எனக் கூறுபவர்கள்; தீய செயப்புகின்-தீய செயல்களைச் செய்யப் புகுந்தால்; தெய்வமே-அத்தெய்வமே; கண்இன்று-கண்முன் நின்று; ஒறுக்கு-தண்டிக்கும்; தெய்வம்-கடவுள் இலது என்பார்க்கு- இல்லை என்று கூறுபவர்களுக்கு; தெய்வம் தோன்றுவதும் இல்லை-தண்டிப்பதும் இல்லை; இது தம் இன்புதல்வர்க்கு-இச்செயல் தாம் பெற்ற மக்கட்கு; அன்றோ-அல்லவா? பலகாலும்-பல வேளைகளிலும் முறைதவறிச் செல்லும்போது பயன்சொல்வார்-பயன்தரும் சொற்களைக் கூறுதல் போன்றது.

இறைவனை நம்புவோர் தீய வழியில் செல்லார். செல்ல அஞ்சுவர்.

74. தீச்செயல்கள் தீயனவே

தீய செயற்செய்வார் ஆக்கம் பெருகினும்
தீயன தீயனவே வேறல்ல-தீயன
நல்லன ஆகாவாம் நாவின் புறநக்கிக்
கொல்லும் கவயமாப் போல்

தீய செயல் செய்வார்-தீய செயல்களைச் செய்பவர்களின்; ஆக்கம்-செல்வம்; பெருகினாலும்-வளர்ந்தாலும்; தீயன-தீயனவாம்; நாஇன்புற-நாவானது இன்பம் பெற நக்கி-நக்கு; கொல்லும்-கொன்றுவிடும்; கவயமாபோல்-காட்டுப் பசுபோல; தீயனவே வேறல்ல-தீமை தருவரே அல்லாமல் வேறு ஒன்றும் இல்லை. ஏனென்றால் தீயன-தீச்செயல்கள்; நல்லன ஆக-என்றைக்கும் நல்லவை ஆகமாட்டா.

தீய செயல்கள் தீமையே தரும் செல்வம் வளர்வன போலத் தோன்றினும் இறுதியில் ஒன்றுமில்லாமல் அழிந்துவிடும்.

75. பழிக்கு அஞ்சுபவர்கள்

நன்மக்கள் செந்நாத்தழும்பிருக்க நாள்வாயும்
செந்நெறிச் செல்வாரின் கீழல்லர்-முன்னைத்தம்
ஊழ்வலி உன்னிப்பழி நாணி உள்ளுடைவார்
தீய செயினும் சில.

தம் முன்னை-தன் முன்னைய ஊழினை; பழிநாணி-பழிக்குநாணி; சிலதீய செயினும்-சில தீமையான செயல்களைச் செய்தாலும்; நன்மக்கள்-மேன்மக்கள். செந்நாத்தழும்பு இருக்க-செம்மையான நாவில் தழும்பு ஏறியபடி; நாள்வாயும்-நித்தமும்; செந்நெறி செய்வாரின்-நல்லவழியில் நடக்கும் சிறந்தோரைவிட கீழ்அல்லர்-கீழானவர் அல்லர்.

உயர்ந்தோர் ஒழுக்கத்தில் தவறினால் வருந்துவர் அதனால் அவர்கள் நன்மக்களே!

76. மாற்றான் மனைவியை விரும்பாதே

பிறன்வரை நின்றான் கடைத்தலைச் சேறல்
அறன் அன்றேஆயினுமாக-சிறுவரையும்
நன்னலந்த தாயினும் கொள்க நலமன்றே
மெய்ந்நடுங்க வுண்ணடுங்கு நோய்.

பிறன் வரை நின்றான்-பிறன் மனைவியை; கடைத்தலைச் சேறல்-விரும்பி தலைவாயிலில் செல்லல்; அதன் அன்று-அறவழிப் பட்டது அன்று; ஆயினும் ஆக-இருப்பினும்; சிறுவரையும்-சிறுபொழுதாயினும்; நல்நலந்தது ஆயின்-நல்லனன் உடையது என்றால்; கொள்க-அதனைக் கைப்பிடிக்க; நலம் அன்றே-அதனால் வருவது இன்பம் அன்று; மெய் நடுங்க-உடல் நடுங்க; உள் நடுங்கும் நோய்-மனம் அச்சம் கொள்வதற்கு உரிய துன்பமே ஆகும்.

பிறன் மனைவியை விரும்பாதே! அது அறம் அல்ல. துன்பமே வரும்.

77. நல் இன்பம்

கருமம் சிதையாமே கல்விகெடாமே
தருமமும் தாழ்வுபடாமே-பெரிதுந்தம்
இன்னலமும் குன்றாமே ஏரிளங் கொம்பன்னார்
நன்னலைந் துய்த்தல் நலம்.

கருமம் சிதையாமே-செய்யும் செயல்கள் சிதறாமல்; கல்வி கெடாமே-கற்ற கல்வி குற்றம் படாமல்; தருமம் தாழ்வு படாமே-

தருமம் தாழ்வுறாமல்; பெரிதும்-மிகுதியாய்; நல்இன்பம் குன்றாமே-நல்ல இன்பம் குறைவுபடாமல்; ஏர் இள கொம்பு அன்னார்-அழகிய இளமையான பூங்கொம்பு போன்ற மனைவி; நலம் துய்த்தல்-நல்ல இன்பத்தை அநுபவித்தல்; நலம்-நன்றாம்.

செய்யவேண்டிய கடமைகளை முடித்து; கல்வி குறை படாது; தன்னிலை நாடாது மனைவியிடம் இன்பத்தைப் பெறுக.

78. காமம் உடையார் செயல்

கொலையஞ்சார் பொய்ந்நாணார் மானமும் ஓம்பார்
களவொன்றோ ஏனையவும் செய்வார்-பழியோடு
பாவமிஃதென்னார் பிறிதுமற்று என்செய்வார்
காமம் கதுவப்பட் டார்.

காமம் வயப்பட்டார்-காமநிலையில் வலிமை கொண்டார்; கொலை அஞ்சார்-கொலை செய்யவும் அஞ்சமாட்டார்; பொய்ந் நாணார்-பொய் கூறவும் வெட்கப்பட மாட்டார்; மானமும் ஓம்பார்-மானத்தையும் பெரிதாக எண்ணார்; களவு ஒன்றே-களவு செய்தல் மட்டுமா?; ஏனையவும் செய்வார்-பிற அறன் அல்லாத செயல்களையும் செய்யத் துணிவர்; இஃது-இக்காமம்; பழியொடு பாவம் என்னார் பழிச்செயலோடு பாவத்தையும் சேர்ந்து நினைக்கமாட்டார்; பிறிது என் செய்வார்-வேறு என்னதான் செய்ய மாட்டார்கள். (அனைத்துத் தீமைகளையும் செய்வர்)

காம நிலை கொண்டார் அனைத்து தீச்செயல்களையும் செய்ய முற்படுவர்

79. பிறன் மனையை விரும்பல்

திருவினும் நல்லாள் மனைக்கிழத்தி ஏனும்
பிறன் மனைக்கே பீடழிந்து நிற்பர்-நறுவிய
வாயினவேனும் உமிழ்ந்த கடுத்தின்னும்
தீய விலங்கின் சிலர்.

நறுவிய-இனிமையான உணவுப் பொருட்கள் வாயினஏனும்-வாயிலில் இருந்தாலும்; உமிழ்ந்து-அதனைத் தூவெனத் துப்பி

விட்டு; கடுதின்னும்-கசப்பான பொருள்களைத் தின்னும்; தீய விலங்குகள்-கொடிய விலங்குகள் போல; சிலர்-தீய எண்ணங் கொண்ட சிலர்; மனைக்கிழத்தி-தன் இனிய மனைவி; திருவினும்-திருமகளை விட அழகில் சிறந்து விளங்கினும் அவளை விடுத்து; மறன் மனைக்கே-பிறரின் மனைவிக்கே (பிற பெண்களுக்கே) பீடு-பெருமையை; அழிந்து-கெட்டு; நிற்பர்-நிற்பர்.

திருமகள்போல் மனைவி இருப்பினும் பிறர் மற்ற மகளிர்களுக்கு ஆசைப்பட்டு பெருமையை இழந்து நிற்பர்.

80. மக்கட்பேறு

கற்புடுத்து அன்பு முடித்துநாண் மெய்ப்பூசி
நற்குண நற்செய்கை பூண்டாங்கு-மக்கட்பேறு
என்பதோர் ஆக்கமும் உண்டாயின் இல்லன்றே
கொண்டார்க்குச் செய்தவம் வேறு.

கற்பு உடுத்து-கற்பென்னும் ஆடையை அணிந்து; அன்பு முடித்து-அன்பாம் மலர்சூடி; மெய்யில்-உடம்பில்; நாண்பூசி-வெட்கத்தைப் பூசிக் கொண்டு; நற்குணம் நற்செய்கை பூண்டாங்கு-நற்குணம்; நல்லநடத்தை என்ற அணிகலன்களை அணிந்து; மக்கட்பேறு-குழந்தைகள் செல்வம்; என்பதோர் செல்வமும்-என்ற பெருஞ் செல்வத்தையும்; உண்டாயின்-பெற்றால்; கொண்டாங்கு-அவளை மனைவியாகப் பெற்றதற்கு; செய்ய வேண்டிய தவம்-மேற்கொள்ள வேண்டிய பிற தவம் வேறுஇல்-வேறு ஒன்றும் இல்லை.

நல்ல மனைவியைப் பெற்று மக்கட்பேறு பெற்றால் பிற தவம் ஒன்றும் வேண்டாம்.

81. கற்பில்லா பெண்ணின் இழிவு

கற்பில் மகளின் நலம்விற்று உணவு கொள்ளும்
பொற்கொடி நல்லார் நனிநல்லர்-மற்றுத்தம்
கேள்வர்க்கும் ஏதிலார்க்கும் தங்கட்கும் தங்கிளைஞர்
யாவர்க்கும் கேடுசூ ழார்.

நலம் விற்று-தன்னுடைய அழகிய உடல்நலத்தை விற்று; உணவு கொள்ளும்-அதனால் வரும் பொருளில் உணவினைத் தேடிக் கொள்ளும்; பொன்தொடி நல்லார்-பொன் வளையலை அணிந்துள்ள விலைமாதர்; கற்புஇல்-கற்பு இல்லாத; மகளின்-பெண்களில்; நணிநல்லார்-மிகச் சிறந்தவர் (ஏனெனில்); தம் கேள்வர்க்கு-தன்னுடை கணவனுக்கு; ஏதிலார்க்கும்-மற்றவர் களுக்கும்; தங்கட்கும்-தங்களுக்கும்; தம் கிளைஞர் யாவர்க்கு-தம் உறவினர் அனைவருக்கும்; கேடு சூழார்-துன்பம் தரமாட்டார்.

பொது மகளிரில் கேடு இல்லை. கற்பிழந்த பெண்ணால் கேடு உண்டு.

82. மகளிர் மனம்

ஏந்தொழில் மிக்கான் இளையான் இசைவல்லான்
காந்தையர் கண்கவர் நோக்கத்தான்-பாய்ந்த
நயனுடைய இன்சொல்லான் கேளெனிது மாதர்க்கு
அயலார்மேல் ஆகும் மனம்.

கேள்-தன்னுடைய கணவன்; ஏந்து எழில் மிக்கான்-மிக்க அழகுடையானும்; இறையான்-இளமைத்தன்மையனானும்; இசைவல்லான்-இசை பாடுவதில் வல்லவனாய்; காந்தையர்-பிற மகளிரின் கண்பார்வைக்கு; கண்கவர் நோக்கான்-கொள்ளை கொள்ளும் பார்வைப் பார்க்க மாட்டான்; வாய்ந்த-வாய்க்கப் பெற்ற; நயன்உடை இச்சொல்லான்-இனிமையான சொற்களைப் பேசுபவனாயினும்; எனினும்-என்றாலும்; மாந்தர்க்கு-கற்பில்லா பெண்களுக்கு; மனம் அயலார்-அவர்களின் மனம் பிற ஆடவர் மாட்டு; மேல் ஆகும்-நாடிச்செல்லும்.

கற்பற்ற மகளிர் தம் கணவர் மிக்க சிறப்பானவர் எனினும் பிறரை நாடிச் செல்வர்.

83. கற்பு இல்லாத பெண்களின் பிறப்பு

முறையும் குடிமையும் பான்மையும் நோக்கார்
நிறையும் நெடுநாணும் பேணார்-பிறிதுமொரு
பெற்றிமை பேதைமைக்கு உண்டே பெரும்பாவம்
கற்பின் மகளிர் பிறப்பு.

முறையும்-தனக்கும் பிறர்க்கும் உள்ள உறவு முறையை; குடிமையும்-குடிப்பிறப்பையும்; பான்மையும்-தகுதியையும்; நோக்கார்-கவனிக்க மாட்டார்; நிறையும்-தீய வழியில் செல்லாது நிற்கும் நிலையையும்; நெடுநாணும்-நீண்ட வெட்கத்தையும்; பேணார்-பாதுகாக்க மாட்டார்; பேதைமைக்கு-தீயகுணம் கொண்ட பெண்களுக்கு; பிறிது ஒரு வெற்றியும் உண்டோ-இத்தகைய குறைக்கொண்டார்க்கு வேறு வெற்றியும் உண்டோ? கற்பு இல் மகளிர்-கற்பு இல்லா மகளிர்; பிறப்பு பெரும் பாவம்-கற்பற்ற பெண்களின் பிறப்பு பெரும் பாவமே!

கற்பில்லா மகளிர் பாவம் உடையவர்களே!

84. துறவிகளுக்கு காமம் கூடாது

பெண்மை வியவார் பெயரும் எடுத்தோதார்
கண்ணொடு நெஞ்சுறைப்ப நோக்குறார்-பண்ணோடு
பாடல் செவிமடார் பண்பல்ல பாராட்டார்
வீடில் புலப்பகையி னார்.

வீடு இல்புலம்-ஐம்புலன்களின் வழிக்கு; பகையினார்-எதிராகச் செயல்படும் துறவிகள்; பெண்மை நயவார்-பெண்களைப் புகழ்ந்து பேசார்; பெயரும் எடுத்து ஓதார்-பெண் என்ற பெயரினைக் கூட குறித்துப் பேசார்; நெஞ்சு உறைப்ப-மனதில் பெண்களின் நினைவு பதியுமாறு; கண்ணொடு நோக்கு உறார்-மனதில் பெண்களின் உருவம் பதிந்திடுமாறு கண்களால் காண மாட்டார்; பண்ணொடு பாடல்-தன்னை ஈர்ப்பதற்காக மகளிர் நல்ல பண்ணோடு பாடும் பாடலையும்; செவிமடார்-கேட்க மாட்டார்; பண்பு அல்ல-நன்மையற்ற பிற செயல்களையும்; பாராட்டார்-பாராட்டிக் கூறார்.

துறவிகள் பெண்கள் பக்கம் நாடார்.

85. துறவியர் தம் உணவு

துயிர்சுவையும் தூநல்லார் தோள்சுவையும் எல்லாம்
அயிற்சுவையின் ஆகுவவென் றெண்ணி-அயிற்சுவையும்
பித்துணாக் கொள்பபோல் கொள்ப பிறர்சிலர்போல்
மொத்துணா மொய்ம்பி னார்.

பிறர் சிலர்போல்-மற்றவர்களைப் போல; மொத்துணா-ஐம்புல இன்பங்களின் இன்ப நிலையை விடுத்து; மொய்ம்பினார்-தவமேன்மையை உணர்ந்த துறவியோர்; துயில் சுவையும்-உறக்கத்தால் வரும் இன்பத்தையும்; தூநல்லார்-அழகிய பெண்களின்; தோள் சுவையும்-தோள்களைச் சேர்வதால் ஏற்படும் இன்பத்தையும்; அயில்சுவை இன்-உணவால் ஏற்படும் சுவைகளையும்; ஆகுவ என்று எண்ணி-ஏற்படும் இன்பங்களை மனத்தால் உணர்ந்து; அயில்சுவையும்-உணவு உண்பதையும்; பித்து உணா-பித்துப் பிடித்தவன் உண்கின்ற; கொள்ப போல்-கொள்ளுதலைப் போல உடல் உறுப்புக்கள் காம வெகுளியால் உட்படாமல் இருக்கும் நிலையில் சிறிதே உண்ணவேண்டும்.

துறவிகள் சிறிய அளவே உண்ண வேண்டும்.

86. துறவிகள் உடலை எங்ஙனம் பாதுகாக்க வேண்டும்

அன்பொடு அருளுடையர் ஏனும் உயர்நிலைமற்று
என்பியக்கம் கண்டும் புறந்தரார்-புன்புலால்
பொய்க்குடில் ஓம்புபவரோ போதத்தால் தாம்வேய்ந்த
புக்கில் குடிபுகுது வார்.

போதத்தால்-ஞானத்தால்; தாம் வேய்ந்த-தாம் அமைந்துள்ள; புக்கில்-பேரின்பமாகிய இல்லில்; குடிபுகுதுவோர்-குடி புகுவதற்கு விருப்பமாய் உள்ளவர்கள்; புன்புலால்-அழுக்குப் பிடித்த நாற்றம் வீசும் மாமிசத்தவான; பொய்க்குடில்-பொய்யான தசையாம் உடலை; ஓம்புவரோ-விரும்புவார்களா? அன்பொடு அருள் உடையார் ஏனும்-அவர்கள் அன்பும் அருளும் உடையவர்களால் இருந்தாலும்; உயிர்நிலை-உயிர்நிலை பெற்று இருப்பதற்குக் காரணமான இவ்வுடலை; என்பு இயக்கம்-எலும்புகளின் இயக்கமான வெளித்தோற்றத்தில்; கண்டும்-பார்த்தும்; புறந்தரார் உடலைப் பாதுகாக்க மாட்டார்.

துறவிகள் தம் உடலைப் பாதுகாக்க விரும்பார்.

87. சிற்றின்பத்தை வெறுத்தல்

சிற்றின்பம் சின்னீர தாயினும் அஃதுற்றார்
மற்றின்பம் யாவையும் கைவிடும்-முற்றுந்தாம்
பேரின்ப மாக்கட லாடுவார் வீழ்பவோ
பாரின்பப் பாழ்ங்கும்பி யில்.

சிற்றின்பம்-சிற்றின்பம்; சில் நீரது-சிறுமைத் தன்மை உடையது; ஆயினும்-என்றாலும்; அஃது உற்றார்-அவ்வின்பத் திற்கு ஆட்பட்டவர்; மற்று இன்பம்-பிற இன்பங்கள்; யாவையும் கைவிடும்-அனைத்தையும் கைவிட்டு விடுவார்கள்; பேரின்பம் மாகடல்-பேரின்பமாகிய பெரிய கடலில்; முற்றும் ஆடுவார் தாம்-மூழ்கு இன்பம் காணும் துறவிகள்; பார் இன்பம் பாழ்-உலக இன்பமாகிய நரகில்; குழியில் வீழ்வரோ-விழுந்து துன்பப்படு வார்களோ?

துறவிகள் சிற்றின்பத்தில் ஈடுபடார்.

88. உடலுறவு வேண்டற்க

எவ்வினையரேனும் இணைவிழைச்சு ஒன்று இல்லெனின்
தெவ்வந் திசைநோக்கிக் கைதொழூஉம்-அவ்வினை
காத்த லிலரேல் எனைத்துணைய ராயினும்
தூர்த்தகுத் தூர்ப்பார் அலர்.

எவ்வினையரேனும்-துறவிகள் எத்தன்மை பெற்றவராக இருந்தாலும்; இணைவிழைச்சு-மகளிரோடு சேரும் உடலுறவு; ஒன்று இல் எனின்-ஒன்று மட்டும் இல்லாது இருந்தால்; தெவ்வும்-அவர்களின் பகைவர்கள் திசை நோக்கிக்கை தொழூஉம்-அவர்கள் இருக்கும் திசையை நோக்கிக் கைகூப்பி வணங்குவார்கள்; (இந்நிலை பெறாது) எனைத்துணையர் ஆயினும்-எவ்விதமான அறச்செயல்களைச் செய்தாலும்; அச்செயல்களுக்கு உரியவரா னாலும்; அவ்வினை-அச்சேர்க்கை; காத்தல் இலரேல்-காத்தலைக் கொள்ளாமற் போனால்; தூர்த்தரும்-காமலீலையில் ஈடுபடு பவரும்; அலர்தூர்ப்பர்-பழியைத் தூற்றுவர்.

துறவிகள் பெண்பால் சேர்தல் கூடாது.

89. அறிவற்றார் செயல்

பரபரப்பினோடே பலபல செய்தாங்கு
இரவுபகல் பாழுக் கிறைப்ப-ஒருவாற்றான்
நல்லாற்றின் நூக்கில் பதறிக் குலைகுலைப
எவ்வாற்றான் உய்வார் இவர்.

பலபல பரப்பினோடே செய்து-உலகில் வாழ்வோர் பல்வேறு செயல்களை விரைவுபடச் செய்து; இரவுபகல்-இரவும்பகலும்; பாழுக்கு இறைப்ப-பயனில்லாமல் வீணாக்குவர்; ஒரு ஆற்றால்-ஒரு வகையில்; நல் ஆற்றில்-நல்ல ஒழுக்க வழியில்; நூக்கில்-அறிவாளர்கள் அவர்களை நல்வழிப்படுத்திச் சென்றால்; பதறி-உள்ளம் தடுமாறு; குலைகுலைப-நடுக்கமும் கொள்வர்; இவர்-இத்தகையோர்; ஒருவாற்றான்-எம்முறையில்; உய்வர்-உயர்வு கொள்வர்.

உலகவர் வாழ்நாளை வீழ்நாளாகவே கொள்வர்.

90. தவம்

இளையம் முதுதவம்ஆற்றுதும் நோற்றென்பது
உளைவின்று கண்பாடும் ஊழே-விளிவின்று
வாழ்நாள் வரம்புடைமை காண்பரேல் காண்பா ரும்
தாழாமே நோற்பார் தவம்.

விளிவு இன்று-இளமையான காலத்தில் இறக்காமல்; வாழ்நாள்-தன்னுடைய வாழ்நாட்கள்; வரம்புடைமை-நீண்ட நாட்கள் இன்னும் உள்ளது; காண்பரேல்-என்பதை அறிபவர்கள் (ஆனால்) இளையம்-இளமையோடு; முது-வயதான காலத்தில்; நோற்ற-துன்பம் கொண்டு; தவம் ஆற்றுவதும்-தவத்தைச் செய்வோம்; என்று-என எண்ணி; உளைவு இன்றி-வருத்தமின்றி; கண்பாடும்-உறங்குவதும்; ஊழே-ஒருவழியில் விதியாக இருக்கலாம்; காண்பாரும்-தன் வாழ்நாள் முடிவை அறியும் தன்மை பெற்ற தவமுடையாரும்; தாழாமே-சிறிதும் தாமதிக் காமல்; தவம் கொள்வார்-தவத்தை மேற்கொள்வார்.

இறப்பு எப்பொழுதும் நிகழலாம். எனவே தவத்தை மேற்கொள்க.

91. தவத்தின் சிறப்பு

நல்லவை செய்யத்தொடங்கினும் நோனாமே
அல்லன அல்லவற்றில் கொண்டுய்க்கும்-எல்லி
வியனெறிச் செல்வாரை ஆறலைத் துண்பார்
செலவு பிழைத்துப்ப போல்.

எல்லி-இரவில்; ஆறவைத்து உண்பார்-வழிபறித்து கொள்ளை கொண்டு மேற்கொண்டுள்ள தொழில் மூலம் உண்ணும் கயவர்கள்; வியல்நெறி-நல்வழியில்; செய்வாரை-செல்லுபவரை; செலவு-வழிச்செல்வதை; பிழைத்து-வழிமாற்றி; உய்ப்ப போல்-மக்களின் வழிப் பயணத்தில் செல்வது போல; நல்லன செய்யினும்; அல்லன-தீயனவே நோனாமே-பொறுக்க முடியாமல்; அல்லவற்றில்-தீய செயல்களில்; கொண்டு உய்க்கும்-கொண்டு சேர்க்கும்.

நல்லனவற்றைச் செய்யப் புகினும் ஊழானது தீயவற்றைச் செய்யத் தூண்டும்.

92. கூடா ஒழுக்கம்

நெஞ்சு புறம்பாத் துறந்தார் தவப்போர்வை
கஞ்சுக மன்றுபிறிதொன்றே-கஞ்சுகம்
எப்புலமும் காவாமே மெய்ப்புலம் காக்குமற்று
இப்புலமும் காவா திது.

நெஞ்சு-மனம்; புறம்புஆ-உலகத்தின் வெளி ஆசைகளில் செல்ல; துறந்தார்-துறவு கொண்டவர்களின்; தவப்போர்வை-தவக்கோலம்; கஞ்சுகம் அன்று-உடலில் அணியப்பெறும் சட்டையாகாது; (ஏனென்றால்) கஞ்சுகம்-சட்டை; எப்புலமும்-அனைத்து உறுப்புக்களையும்; காவாமே-காக்காது; மெய்ப்புலம்-உடலைத் தாக்கும் இயற்கைச் சீற்றங்கள்; பருவ காலங்களில் தான் காக்கும்; இது-பொய் யுடையாரின் தவக்கோலம்; இப்புலமும்-

உடலையும்; காவாது-காக்காமல்; பிறிது ஒன்றே-பொய்வழியில் நிற்கும்.

துறவிகளின் போலித்தவம் பயன்தரா.

93. வஞ்சனை வாழ்வு

வஞ்சித்து ஒழுகும் மதியிலிகாள் யாவரையும்
வஞ்சித்தோம் என்று மகிழன்மின்-வஞ்சித்த
எங்கும் உளன்ஒருவன் காணுங்கொல் என்றுஅஞ்சி
அங்கம் குலைவது அறிவு.

வஞ்சித்து ஒழுகும்-வஞ்சனை செய்து வாழும்; மதிஇலிகாள்-மூளையற்றவர்களே; யாவரையும்-அனைவரையும்; வஞ்சித்தோம்-ஏமாற்றியிட்டோம்; என்று-என்று; மகிழன்மின்-மகிழ்ச்சி கொள்ளாதீர்கள் (ஏனென்றால்) வஞ்சித்து-உன்னையும் ஏமாற்றி; எங்கும் உளன்-எங்கும் இருப்பவனாகி; ஒருவன்-இறைவன்; காணுங்கொல்-உன்னைக் காண்பான் என்பதால்; என்று அஞ்சி-என்று அஞ்சி; அங்கம்-உடல்; குலைவது-நடுங்குவது; அறிவு-அறிவின் தன்மையாம்.

அனைவரையும் ஏமாற்றி விட்டோம் என்று மகிழாதே! உன்னை ஏமாற்றி உன் செயலை இறைவன் பார்க்கின்றான். அதனால் உடல்நடுங்கு.

94. பழிச்சொல்

மறைவழிப்பட்ட பழிமொழி தெய்வம்
பறையறைந்தாங்கு ஓடிப்பரக்கும்-கழிமுடைப்
புன்புலால் நாற்றம் புறம்பொதிந்து மூடினும்
சென்றுதைக்கும் சேயார் முகத்து.

புன்புலால்-அருவருப்பான இறைச்சியாலான; கருவாட்டின் நாற்றம்-கொடிய தீய நாற்றமானது; புறம் பொதிந்து மூடினும்-வெளியே தெரியாதவாறு மூடி மறைத்தாலும்; சேயார் முகத்து-தொலைவில் உள்ளோர் முகத்தில்; சென்று தைக்கும்-சென்று தாக்கும் (அதுபோல) மறைவழிப்பட்ட-எவர்க்கும் தெரியாது என

நடந்த; பழிமொழி-இழிவான பழியைத் தரும் செயல்; (சொற்கள்) தெய்வம்-இறை; பறை அறைந்து ஆங்கு-பறை அறிந்து தெரியப்படுத்தும்; ஓடிப்பரக்கும்-விரைந்து சென்று பரவும்.

மறைவாக நடந்தது பாவச் செயல்கள்; தீய சொற்கள் என்று எண்ணாதே; பறை அடிப்பதுபோல் அவை பரவும்.

95. உயர்ந்தோர் செயல்

மெலியார் விழினும் ஒருவாற்றான் உய்ப
வலியார்மற் றென்றானும் உய்யார்-நிலைதப்பி
நொய்ய சழக்கென வீழாவாம் வீழினும்
உய்யுமால் உய்யா பிற.

நிலைதப்பி-நிலை தடுமாறி; நொய்ய சழக்கென வீழாவாம்-எடையற்ற மெலிந்த பொருட்கள் விரைவாக விழும் தன்மை யான; வீழினும்-விழுந்தாலும்; உய்யும்-அழிவுராது பிழைக்கும்; பிற உய்யா-எடை அதிகம் உள்ள பொருள்கள் கீழே விழின் அழியும். (அதுபோல) மெலியார் வீழினும்-சிறுகுணம் உடையோர் தன்னிலை மாறினும்; ஒரு ஆற்றான்-ஒரு வழியில்; உய்ப-பிழைப்பர்; வலியார்-சான்றோர் தன்னிலைமாறின் மற்ற ஒன்றானும்-எவ்வகையிலும்; உய்யார்-பிழைக்க மாட்டார்.

சான்றோர் நிலைமாறின் அழிவர்; கீழோர் நிலை மாறினும் உய்வர்.

96. சான்றோர் செயல்

இசையாத போலினும் மேலையோர் செய்கை
வசையாகா மற்றையோர்க்கு அல்லால்-பசுவேட்டுத்
தீயோம்பி வான்வழக்கம் காண்பாரை ஒப்பவே
ஊ னோம்பி ஊன்றின் பவர்.

மேலோர் செய்கை-சான்றோரின் செயல்; இசையாத போலினும்-பொருத்தம் அற்றதாக இருந்தாலும்; மற்றை யோர்க்கு-கீழ்ம்மைக் குணம் கொண்டார்க்கு; அல்லால்-அல்லாமல்; வசைஆகா-குற்றம்ஆகா; பசுவேட்டு-பசுவினைப்

படைத்து; தீஓம்பி-வேள்வி புரிந்து; வான் வழக்கம்-மழைப் பொழிவை உண்டாக்கும் வேள்வி புரிபவர்களை; ஊன்ஓம்பி-தன் உடலைப் பாதுகாக்க வேண்டி; ஊன் தின்பவர்-விலங்குகளின் இறைச்சியை உண்பவர்; ஒப்பவே-ஒப்பாவரோ ஆகமாட்டார்.

சான்றோர் செயல் பழிதூற்றப்பட்டாலும் அவை நன்மையே.

97. ஞானிகளின் செயல்

எவரெவர் எத்திறத்தார் அத்திறத்த ராய்நின்று
அவரவர்க்கு ஆவனகூறி-எவரெவர்க்கும்
உப்பாலாய் நிற்பமற் எம்முடையார் தம்முடையான்
எப்பாலும் நிற்ப தெனெ.

தம் உடையான்-தமக்கு உரியவனான இறைவன்; எப்பாலும்-எவ்விடத்தும்; நிற்பது போல-நிறைந்திருப்பது போன்று; எம்முடையார்-எம்மை ஆண்டிடும் சான்றோர்; எவர் எவர்க்கும்-எவர் எவருக்கும்; உப்பாலாய்-வெளிப்படையாய்; அவர் அவர்க்கு-அவரவர்களுக்கு; அதிறத்தாய் நின்று-நன்கு வெளிப்படையாய் நின்று; ஆவனகூறி-நடப்பனவற்றைக் கூறி; நிற்ப-தாம் எதிலும் பற்றற்று நிற்பர்.

ஞானிகள் உலகவரோடு இணைந்து அறம் உரைப்பினும் எதிலும் பற்றற்று இருப்பர்.

98. மெய்யுணர்ந்தார் நிலை

மெய்யுணர்ந்தார் பொய்ம்மேல் புலம்போக்கார் மெய்யுணர்ச்சி
கைவருதல்கண்ணாப் புலன்காப்பார்-மெய்யுணர்ந்தார்
காப்பே நிலையாப் பழிநாணல் நீள்கதவாச்
சேர்ப்பர் நிறைத்தாழ் செறித்து.

மெய் உரைத்தார்-உண்மையைத் தெளிவாக உணர்ந்தவர்கள்; பொய்மேல்-பொய்மீது; புலம்-தங்களின் உறுப்புக்களை; போக்கார்-செலுத்தார்; மெய்உணர்ச்சி-உண்மை உணர்வு; கை வருதல் கண் ஆ-உண்மை அறிவு தமக்கு கிட்டிட வேண்டும் என்று முழுமையான ஈடுபாட்டுடன்; புலம்காப்பார்-ஐம்புலன்

களைக் காப்பவர்; மெய் உணர்ந்தார்-உண்மையான உணர்வான அறிவினை ஆராய்ந்த அறிவுடையோர்; காப்பேநிலை ஆ-புலன்களைக் காப்பதையே நிலனாக; பழிநாணல்-பழிவரும் சொற்களுக்கு வெட்கி; ஏ நீள் கதவு ஆ-கொள்வதைக் கதவாகவும்; நிறை-நற்குணமாக; தாழ்-தாளினை; செறித்துச் சேர்க்கப்பட்ட இறுக்கமாய் பொருத்துவர்.

உண்மைப் பொருளை உணர்ந்தோர் புலன்களை அடக்கி மெய்யறிவில் நிற்பர்.

99. பேரின்பம்

கற்றுத்துறைபோய காதலற்குக் கற்பினாள்
பெற்றுக்கொடுத்த தலைமகன்போல்-முற்றத்
துறந்தார்க்கு மெய்யுணர்வில் தோன்றுவதே இன்பம்
இறந்தவெலாம் துன்பமலா தில்.

கற்றுத் துறைபோய-கற்க வேண்டிய நூல்களைக் கற்று அந்நூல்கள் கூறும் முறைப்படி நின்றிடும்; காதலற்கு-கணவனுக்கு; கற்பினாள்-கற்பு மிகுந்த மனைவி; பெற்றுக் கொடுத்த-பெற்றுத்தந்த; தலைமகன் போல்-முதல் மகனைப் போல; முற்றும் துறந்தார்க்கு-ஆசைகளை முழுமையாய் துறந்த துறவிகளுக்கு; மெய்உணர்வில்-அத்துறவிகள் ஆய்ந்து அறிந்த உண்மையான உணர்வில்; தோன்றுவதே-ஏற்படுவதே; இன்பம்-நல்லின்பமாம்; இறந்த எலாம்-இதைத் தவிர பிற யாவும்; துன்பம் அலாது இல்-துன்பம் அல்லாது பிற ஒன்றும் இல்லை.

துறவிகளுக்கு மெய்யுணர்வில் தோன்றுவதே இன்பம் பிற யாவும் துன்பமே!

100. வீட்டு நெறி

கற்றாங்கு அறிந்தடங்கித் தீதொரீஇ நன்றாற்றிப்
பெற்றது கொண்டு மனந்திருந்திப்-பற்றுவதே
பற்றுவதே பற்றிப் பணியறநின்று ஒன்றுணர்ந்து
நிற்பாரே நீணெறிச் சென்றார்.

கற்றுஆங்கு-நல்ல நூல்களைக் கற்று உணர்ந்து அதன் உண்மைப்பொருளை; அறிந்து-அறிந்தும் உணர்ந்தும்; அடங்கி-

நூல்களில் கூறியவாறு அடக்கமுற்று; தீதுஓரீஇ-தீமைகளை விட்டொழித்து; நன்று ஆற்றி-நல்லவைகளை நாடிச் செய்து; பெற்றது கொண்டு-கிடைப்பதனைக் கொண்டு; மனம்திருந்தி-மனப்பக்குவமுற்று மகிழ்ந்து; பற்றுவதே-வீடுபேற்றினை; பற்றுவதே பற்றி-அதனை அடையும் வழியைத் தேடி அறிந்து; பணி அறநின்று-அதற்காகச் செய்ய வேண்டியவற்றை பணிந்து செய்து; ஒன்று உணர்ந்து-இறையை அடைய வேண்டும் என்ற ஒரே நிலையை; நிற்பாரே-நிற்பவரே; நீள்நெறி சென்றார்-வீட்டுநெறியினை அடைதற்கு உரியவராவர்.

நல்ல நூல்களைக் கற்று அதன் வழி நடந்து இறைவனை அடைய வேண்டும் என்ற ஒரே நிலையானரே வீடுபேற்றை அடைபவராவர்.

101. முற்றும் முடிந்த பொருள்

ஐயம் திரிபின்இன்ற அளந்துஉத்தியில் தெளிந்து
மெய்யுணர்ச்சிக் கண்விழிப்பர் தூங்குவார்-தம்முனே
காண்பதே காட்சி கனவு நனவாகப்
பூண்பதே தீர்ந்த பொருள்.

அளந்து-மறைகளின் முடிபொருளால் இறைவன்; ஐயம்-எவ்விதமான ஐயமும்; திரிபு-மாற்றங்களும்; இன்றி-இல்லாமல்; உத்தியில் தெளிந்து-எடுத்துக் கொண்ட பொருளில்; மெய் உணர்ச்சி-உண்மைப் பொருளைக் கண்டு; கண்விழிப்ப-கண்கள் ஒளிவிளங்க; தூங்குவார்-அறிவுத்துயில் கொள்பவர்; தம் உள்ளே-தம் உள்ளத்தில்; காண்பதே காட்சி-காணுகின்ற காட்சியே காட்சியாகும்; கனவு-கனவினை; நனவாக-கண் விழித்துக் கொண்டிருக்கும் நிலையில்; பூண்பதே-அடைவதே; தீர்ந்த பொருள்-முடிவான பொருளாம்.

மெய்யறிவு கொண்டு இறைவனோடு இரண்டறக் கலந்து நிற்பாரே வீட்டுலக நெறியைக் காணும் ஞானியர் ஆவர்.

நீதிநெறி விளக்கம் முற்றிற்று.
நீதிக்களஞ்சியமும் முற்றுற்றது.

○○○

www.ingramcontent.com/pod-product-compliance
Lightning Source LLC
LaVergne TN
LVHW060439051026
849518LV00002B/524
* 9 7 8 8 1 9 3 2 1 9 4 2 3 *